பித்தனாரும் பூங்குன்றன் விளாதிமிரும்

பித்தனாரும் பூங்குன்றன் விளாதிமிரும்

சுஜித் லெனின்

எதிர் வெளியீடு

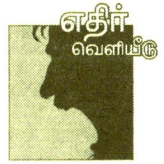

பித்தனாரும் பூங்குன்றன் விளாதிமிரும்
சுஜித் லெனின்

முதல் பதிப்பு: ஜனவரி 2023

எதிர் வெளியீடு,
96, நியூ ஸ்கீம் ரோடு, பொள்ளாச்சி – 642 002
தொலைபேசி: 04259 226012, 99425 11302

விலை: ரூ. 330

Pithanarum Poongundran Vilathimirum
Sujith Lenin

Copyright © Sujith Lenin
First Edition: January 2023

Published by
Ethir Veliyeedu, 96, New Scheme Road, Pollachi – 2
email: ethirveliyedu@gmail.com
www.ethirveliyeedu.com

ISBN: 978-93-90811-87-8
Cover Design: Vijayan
Printed at Jothy Enterprises, Chennai.

All rights reserved. No part of this book may be reprinted or reproduced or utilised in any form or by any electronic, mechanical or other means, now known or hereafter invented, including Photocopying and recording, or in any information storage or retrieval system, without permission in writing from the Publisher.

குடும்பத்தினருக்கு...

நன்றி

சுதீர் செந்தில்
வா.மு. கோமு
கார்த்திகைப் பாண்டியன்
அ. ராமசாமி
பழ. அதியமான்
ந. முருகேசப்பாண்டியன்
தினேஷ் பழனிராஜ்
ஜார்ஜ் ஜோசப்
பிரபாகரன்

உள்ளடக்கம்

அணிந்துரை	09
என்னுரை	12
உடையவள்	17
பித்தனாரும் பூங்குன்றன் விளாதிமிரும் - பாகம் 1	25
அதுவாதல்	37
பித்தனாரும் பூங்குன்றன் விளாதிமிரும் - பாகம் 2	47
வீடடைந்தவள்	60
பித்தனாரும் பூங்குன்றன் விளாதிமிரும் - பாகம் 3	68
நம்பத் தகுதியற்ற வேற்றுக் கிரகங்களின் மொழிபெயர்ப்புக் கதைகள்	84
பித்தனாரும் பூங்குன்றன் விளாதிமிரும் - பாகம் 4	93
அமைதி	108
பித்தனாரும் பூங்குன்றன் விளாதிமிரும் - பாகம் 5	113
மன்னார் கதை	128
பித்தனாரும் பூங்குன்றன் விளாதிமிரும் - பாகம் 6	135
தோழிக்கு ஒரு பதில் கடிதம்	150
பித்தனாரும் பூங்குன்றன் விளாதிமிரும் - பாகம் 7	165
மனிதனும் மனிதமும்	180
பித்தனாரும் பூங்குன்றன் விளாதிமிரும் - பாகம் 8	186
எல்லமரத்துப்பட்டி எலந்தம்பட்டியான கதை	199
பித்தனாரும் பூங்குன்றன் விளாதிமிரும் - பாகம் 9	203
மயிரும் மயிர் சார்ந்தவைகளும்	220
பித்தனாரும் பூங்குன்றன் விளாதிமிரும் - பாகம் 10	233

அணிந்துரை

காணுமிடமெல்லாம் தன்னையே பொருத்திக்கொள்ளுதல்:

தேர்ந்த சிறுகதை வாசிப்பாளர்களுக்குத் தமிழில் முழுமையாக ரசிக்கும் விதமாய் ஒரு தொகுப்பு கிடைப்பதில்லை. திரும்பத் திரும்ப அவர்கள் போதாமையை உணர்வதாலேயே மீண்டும் புதுமைப்பித்தனையே கெட்டி அட்டை பதிப்பில் வாங்கிச் சென்று வாசிக்க ஆசை கொள்கிறார்கள். அறிவுஜீவிகள் என்று தங்களையே மண்ணில் உற்பத்தி செய்துகொண்டு மற்றோரைப்போன்றே மூன்று வேளை உணவு உண்டு வாழும் சிலர் அவ்வப்போது சிறுகதை என்று எழுதி பீதியைக் கிளப்புகிறார்கள். பின் அவர்களே வாசிப்பாளர்களுக்குக் கையைக்காட்டி 'இந்த இளம் எழுத்தாளர் எழுத்துக்கள் புதுமையாகவும் இலக்கிய நயமுடனும் இருக்கின்றன!' என்று சொல்லிவிட்டு லேப்டாப்பை அணைத்து வைத்துக்கொள்வதும் நடந்தேறின.

தமிழில் எல்லோருக்குமான எழுத்து என்றும் ஒருசிலருக்கான எழுத்து என்றும் இருபிரிவுகள் மட்டும் இருக்கின்றன. எல்லோருக்குமான எழுத்தை வாசிக்கும் வாசிப்பாளர்கள் ஒருசிலருக்கான எழுத்தை வாசியாமலேயே 'அதுல ஒரு சுக்கும் இல்லெ!' என்பார்கள். ஒருசிலருக்கான எழுத்தை மட்டுமே வாசிப்பவர்கள் எல்லோருக்குமான எழுத்தை முன்பாக வாசித்து முடித்துவிட்டு ஒரு போதாமையால் வந்தவர்களாகையால் 'எல்லோருக்குமான தயிர் வடை தான் அது... கால மாற்றத்தில் ஜாம் தடவித்தருகிறார்கள் போல!' என்று முனகிக் கடக்கிறார்கள்.

ஒரு குறிப்பிட்ட காலகட்டத்தின் அரசியலை எழுத்தாளர்கள் தங்களுக்கான வடிவ நேர்த்தியில் கதைவடிவில் சொல்லிவிட முயற்சிப்பார்கள். சுஜித் லெனினும் அப்படியான அரசியல் பார்வையுடைய கதைகளைத் தனக்கே உரித்தான நையாண்டியுடன் இந்தத்தொகுப்பில் எழுதியிருக்கிறார்.

பைத்திய நிலையை வெகு சாமார்த்தியமாக மனிதர்களை ஒதுக்கி வாழத் தளைப்படும் ஓர் உயிரியாகக் கதையில் உலாவவிடுகிறார். போக தான் காணுமிடத்திலெல்லாம் தன்னையே பொருத்திப் பார்க்கும் குணமுடையவராகவும் கதைகள் வழியே சொல்லவும் தலைப்படுகிறார். எனக்குத் தெரிந்து இவர் எழுதிய குறுங்கதைகள் பல ஒவ்வொரு இடத்திலும் தன்னையே பொருத்திப் பார்த்துக்கொண்ட கதைகள்தான்.

நடுகல் இலக்கிய இதழுக்கு நண்பர் கார்த்திகைப் பாண்டியன் மூலம் அறிமுகம் செய்யப்பட்டவர் சுஜித் லெனின். மற்ற புதிய எழுத்தாளர்களுக்காகத் திறந்தே இருக்கும் நடுகல் வாயிலில் இவரும் தொடர்ந்து பயணிக்கிறார். சற்று நிதானமாகவும் பொறுப்புணர்ச்சியுடனும் எழுதப்பட வேண்டிய கதைகளை அவசரப்போக்கில் எழுதிக்கொண்டு செல்லும் பழக்கம் இவரிடம் இருக்கிறது. அதுவே கூட இவரது தனித்துவமாகவும் இருக்கலாம்.

கந்தசாமிப்பிள்ளையைப் புதுமைப்பித்தன் எழுதிய பிற்பாடு தமிழில் சில எழுத்தாளர்கள் அதனை அடியொற்றி கடவுளைப் பூமிக்கு இறக்கி சில விசயங்களைக் கடவுளர் காணட்டுமென எழுதினார்கள். சுஜித் லெனின், அதன்வழியே கடவுளையும் வள்ளுவனையும்கூட பூமிக்கு இறக்கி சமகாலத்திய விசயங்களை அவர்களுக்குச் சொல்ல முயற்சித்திருக்கிறார். கழனியூரானின் எழுத்தை ஞாபகத்திற்குக் கொண்டுவரும் கதையாக இந்தத் தொகுப்பில் ‘எல்லமரத்துப்பட்டி எலந்தம்பட்டியான கதை’ என்றொரு கிராமியக்கதையும் உண்டு.

மேலே சொன்னதுபோல எல்லோருக்குமான எழுத்தும் தேர்ந்த வாசகர்களுக்குமான எழுத்தும் கூடிக்கலந்து இந்தத் தொகுப்பில் இருக்கின்றன. வழக்கமாய்ச் சொல்வது போல முதல் தொகுதியில் சில நிறை குறைகள் இருக்கத்தானே செய்யுமென்று இதை முடிக்கலாம். இப்படியும் கூட... தவழ்ந்து பழகித்தானே திண்ணையைப்பிடித்து நடக்கப் பழகணும்!

சிறுகதைகள் தொகுதியாக வருகையில் ஒரு புதிய எழுத்தாளனை நாம் முழுமையாகக் கண்டடைவது என்பது தொன்று தொட்டு நிகழ்வது போல் நிகழ்ந்துகொண்டே இருக்கிறது. தொடர்ந்து பயணிக்க எனது வாழ்த்துகள்!

அன்போடே என்றும்
வா.மு.கோமு
20-8-2022

என்னுரை

இதை ‘கன்னித்தீவிலிருந்து’ துவங்குவதுதான் சரியாக இருக்கும். குழந்தைப் பருவத்தில் அதாவது மூன்று அல்லது நான்காவது வகுப்புப் படிக்கும்போது முடிவெட்டும் கடைக்கு அப்பா அழைத்துச் செல்வார். அப்போது கடையில் இருக்கும் நாளிதழில் ‘சிந்துபாத்’ இருப்பார். அப்படியே ‘சிறுவர் மலர்’ ‘சிறுவர் மணி’ போன்ற இதழ்களிலிருந்து துவங்கியதுதான் வாசிப்புப் பழக்கம். அது அப்படியே விரிவடைந்து லயன் முத்து காமிக்ஸ்; ராணி முத்து இதழில் வரக்கூடிய நாவல்கள்; பட்டுக்கோட்டை பிரபாகர், ராஜேஸ்குமார், சுபா மற்றும் பள்ளி நூலகத்தில் இருந்த கட்டையான கதைப்புத்தகங்கள்; அதன்பிறகு கல்லூரி காலத்தில் சித்தப்பா மூலம் அறிமுகமான சாண்டில்யன் அப்படியே வரலாற்று நாவல்கள் பக்கம் இழுத்துச் செல்ல அதைக் கடந்து ஜெயகாந்தனிடம் வந்து பிறகு சுந்தரராமசாமியிடமும் அதன்பிறகு புதுமைப்பித்தனிடமும் சென்று சேர்ந்தேன். இப்படியாகப் புதுமைப்பித்தனை வாசித்த பிறகுதான் இலக்கியம் என்றால் என்ன என்கிற புரிதலும் எழுதிப் பார்க்கும் ஆர்வமும் பிறந்ததென்று சொல்லலாம்.

★★★

2015 இறுதியில் எழுதப்பட்ட சிறுகதை 2018 உயிர்எழுத்து இதழில் பிரசுரமானது. முதல் கதை வந்தவுடனேயே இதழை நிறுத்தப் போவதாக அறிவிப்பும் வருகிறது. ‘நம்ப கதை வந்ததும் ஒரு இதழோட கதையே முடிஞ்சதுனு’ வலியுடன் இருந்தபோதுதான் தன் மொழிபெயர்ப்புச்

சிறுகதைத் தொகுப்பான 'துண்டிக்கப்பட்ட தலையின் கதை' மூலம் கார்த்திகைப் பாண்டியன் அவர்களின் நட்பு கிடைத்தது. அவர்தான் 'நம்ப நண்பர் வா.மு. கோமு நடுகல் அப்படீங்கற பேர்ல இதழ் நடத்துறாரு; நீங்க அங்க முயற்சி பண்ணுங்க நான் பேசறேன்' என்று சொல்லி அறிமுகம் செய்து வைக்க நடுகல்லில் எழுத்துப் பயணம் துவங்கியது. 'இலக்கிய உலகத்துல பெத்துப்போட்டு வேர்விடக் காரணமான அம்மா உயிர்எழுத்து இதழ்னா இங்க நல்லபடியா தழைச்சு வளர காரணமான அப்பா நடுகல் இதழ்னு எளிமையாச் சொல்லிடலாம்.'

★★★

தமிழகத்தில் வரக்கூடிய இலக்கிய அச்சு மற்றும் இணைய இதழ்கள் பற்றியும் அதன் அரசியல் பற்றியும் பேசுவது என்னுடைய வேலை இல்லை என்றாலும் என்னுடைய பார்வையைச் சொல்ல வேண்டிய கடமை உள்ளது. ஓர் இதழுக்கு நாம் படைப்பை அனுப்புகிறோம். அதை அவர்கள் ஏற்கலாம் அல்லது மறுக்கலாம். தரமானதாக இருந்தால் தேர்வு செய்தல்தான் அறம் அல்லவா! ஆனால் இங்கே அப்படியான சூழல் உள்ளதுபோல் தெரியவில்லை. நம்முடைய படைப்பு மறுக்கப்பட்டு இன்னொரு படைப்பு வெளிவரும் பட்சத்தில் அது தரமானதாக இருக்கையில் அவ்விதழ் மீதான மதிப்பு கூடுவதுடன் தலையை வணங்கி வாழ்த்துகளையும் தெரிவிக்கலாம். ஆனால் அப்படியெல்லாம் இங்கு நடப்பதில்லை என்பதே யதார்த்தம். நான் பார்த்தவரை இவர்கள் ''நெடுஞ்சான் கிடையா கால்ல விழுந்து 'நீங்கதான் இலக்கிய உலகின் கடவுள்' உங்க இதழ்ல படைப்பு வரலைனா பொழப்பு அவளோதான். நீங்கதான் அருள் புரிஞ்சு காப்பாத்தணும்'' என்று சொல்ல வேண்டுமென எதிர்பார்க்கிறார்கள். எனக்கென்ன புரியவில்லை என்றால் முதுகெலும்பு இல்லாத ஒருவன் எப்படிச் சரியானவொரு படைப்பாளியாக முடியும்! இப்படியான சூழலையும் அரசியலையும் தாண்டித்தான் நாம் வரவேண்டியுள்ளது. ஆகவே 'ஓர் எழுத்தாளனாக இருப்பதைவிட வாசகனாக வாழ்வது நிறைவாக உள்ளது' எனச் சொல்லிக்கொண்டு நகர்கிறேன்.

★★★

ஆரம்பகாலக் கதைகளை வாசித்த நண்பர்கள் சிலர் 'என்னப்பா அஞ்சாம் கிளாஸ் பசங்களுக்கு எழுதுன நீதிக்கதைகள்போல இருக்குனு' விமர்சனம் செய்தார்கள். ஏன் ஐந்தாம் வகுப்புப் பசங்களுக்கு எழுதினால் அது கதை இல்லையா! இல்லை

இவர்களுக்குத்தான் எழுத வேண்டும் இப்படித்தான் எழுத வேண்டும் எனச் சட்டம் ஏதும் உள்ளதா என்றும் தெரியவில்லை.

★★★

குழந்தைப் பருவத்தில் தந்தைதானே அனைவருக்கும் நாயகனாக இருக்க முடியும்; எனக்கும் அப்படித்தான். 'யாராவது பேப்பர்ல குண்டி தொடச்சு போட்டுருந்தாக்கூட அதை எடுத்து வாசிக்கணும்' என வாய்க்கும்போதெல்லாம் சொல்வதுடன் கம்யூனிச கொள்கையின்பால் பற்றுடையவர் என்பதால் வாசிப்புச் சார்ந்து மட்டுமில்லாமல் 'எதுவாக இருந்தாலும் இவை இப்படித்தான் எனச் சொல்லி முடிவை நம் கையில் கொடுத்துவிடுவார்'. அந்தப் பண்புதான் 'இந்த இடத்தில் நாம் இருப்பதற்கான காரணம்' என நம்புகிறேன்.

★★★

தன்னுடைய பத்திரிகையில் தொடர்ச்சியாக இடம் கொடுத்ததோடு கதைகளைத் திருத்தம் செய்தும் வாய்ப்பமையும் போதெல்லாம் வாசிப்புச் சார்ந்த அறிவுரைகளை வழங்கும் சுதீர் செந்தில் அவர்களுக்கும்; கோடைப் பண்பலையில் 'கதையும் கானமும்' நிகழ்ச்சியில் சிறுகதை வாசிக்க இடங்கொடுத்த அடைக்கலராஜ் மற்றும் பழ. அதியமான் அவர்களுக்கும்; பித்தனாரும் பூங்குன்றன் விளாதிமிரும் பாகம் 1 சிறுகதையை வாசித்ததோடு தன்னுடைய பார்வையை முகநூலில் பகிர்ந்துகொண்ட பேராசிரியர் அ. ராமசாமி அவர்களுக்கும்; பசி புதல்வன் என்கிற புனைபெயரில் எழுதிக்கொண்டிருக்கையில் உண்மையான பெயரே நன்றாகத்தான் உள்ளது அதிலேயே தொடருங்கள் என்ற விமர்சகரான ந. முருகேச பாண்டியன் அவர்களுக்கும்; சொல்லிக்கொள்ளாமல் வீட்டின் முன்னால் போய் நின்றபோதும் கறிச்சோறு போட்டு 'வாடா ஒருநாள் சேந்து எழுதிப் பாப்போம்னு' சொன்னதுடன் தற்போது இத்தொகுப்பை உங்கள் கைகளில் சாத்தியப்படுத்திய கார்த்திகைப் பாண்டியன் அவர்களுக்கும்; சீர் மாணவர்களுக்கான கலை இலக்கிய இதழ் ஆசிரியர் தினேஷ் பழனிராஜ் மற்றும் வாசகசாலை நண்பர்களுக்கும்; கதைகள் சார்ந்த விமர்சனங்களோடு பிழைத்திருத்தமும் பார்த்துக் கொடுத்த ஜார்ஜ் ஜோசப்க்கும்; பிரசுரம் ஆவதற்கு முன்பே பிரதிகளை வாசித்துவிட்டு நிறைகுறைகளை முன்வைக்கும் அத்துணை நட்புகளுக்கும்; 2006-இல் கல்லூரியில் சேர்ந்தபோதிலிருந்து இப்போதுவரையிலும் இலக்கியம்; பயணம்; விமர்சனம்; மெய்ப்புத்திருத்தம் ஆகியவற்றையும் கடந்து குடும்பத்தில்

ஒருவனாகக் கூடவே நிற்கின்ற தோழன் பிரபாகரனுக்கும்; அத்துடன் சேகரிப்பில் உள்ளனவற்றை 'வாசிக்காமல் மேலும் புத்தகங்களாக வாங்கிக் குவித்தாலும் புகார்கள் ஏதுமின்றி உன் விருப்பம்போல வாழ்' என்று சொல்வதோடு என்னுடைய எல்லாவிதக் கிறுக்குத்தனங்களையும் பொறுத்துக்கொள்ளும் குடும்பத்தினருக்கும் - இந்த எளியவனது பேரன்பு.

★ ★ ★

நடுகல் இதழில் தொடர்ந்து வாய்ப்புக்கொடுத்ததோடு எதிர் வெளியீட்டில் புத்தகம் வரவுள்ளது; நீங்கள்தான் அணிந்துரை தரவேண்டும் எனக் கேட்டுக்கொண்டதும் 'சரிப்பா' எனத் தந்ததுடன் 'தொகுப்புல நுண்கதைகளைச் சேர்த்துக்கோங்க' எனச் சொல்லிவிட்டுத் தொகுப்புச் சார்ந்து சில முக்கியமான அறிவுரைகளை வழங்கிய வா.மு. கோமு அவர்களுக்கும்; பின் அட்டையில் தமது விமர்சனத்தைச் சேர்த்துக்கொள்ள அனுமதியளித்த பேராசிரியர் அ. ராமசாமி அவர்களுக்கும்; எதிர் வெளியீட்டில் தொகுப்பிற்கு அனுமதியளித்த பதிப்பாளர் அனுஷ் அவர்களுக்கும் மனம் நிறைந்த நன்றி.

சுஜித் லெனின்
sujithlenin@gmail.com

உடையவள்

கடவுள் தன் வெற்றிலை வாயை அருகில் இருந்த சாணியின் வெண்ணிறச் சட்டையின் மீது படாமல் குதப்பியவாறு தங்களின் உரையாடலின் நீட்சியாக 'ஓகோ' என்றார். அந்த ஓகோ சிங்கத்தின் முழக்கம் போலவோ யானையின் பிளிறல் போலவோ இல்லாது பசி பீடித்த ஏழையின் சன்னமான முனங்கலாக வெளிப்பட்டது. சாணி தானும் ஒரு தளிர் வெற்றிலையை எடுத்து அதன் புறப்பக்க நீர் இருப்பை ஆடையில் துடைத்துவிட்டுக் காம்பைக் கிள்ளி பக்குவமாய் சுண்ணாம்பு தடவி சாயப்பாக்குடன் வாயில் இட்டுக் கொண்டான்.

எங்கே போகலாம் என்றார் கடவுள். தங்கள் சித்தம் என்றான் சாணி. ம்ம்ம் குற்றாலம் போய் வரலாமா எனக் கேட்டதும் சாணியின் வாயிலிருந்து வந்த 'பச்' என்ற ஒலி கடவுளை 'தேக்கடி' எனக் கேட்க வைத்தது. இப்போது சாணி காற்றின் வேகத்தைக் கணக்கிட்டவாறு இடப்பக்கம் திரும்பி எச்சிலை மேற்பல்லின் சந்தின் வழியாக புரிச்ச் எனச் சப்தம் எழத் துப்பினான். இப்போது கடவுளுக்கும் தன் கடைவாயில் எச்சில் சேர்ந்துவிட்டது போலத் தோன்ற தானும் வலது புறத்தில் 'புளிச்' என்ற ஒலிக்குறிப்புடன் துப்பினார்.

காலம் கடக்கிறது சாணி. நீயே ஓர் இடத்தைத் தேர்ந்து சொல். நான் சொல்லும் இடங்கள்தான் உனக்கு உவப்பாய் இல்லையே என்றார். ஆம் கடவுளே எத்தனை யுகங்கள்தான் குற்றாலம், தேக்கடி எனப் புற உலகையே சுற்றுவது? இம்முறை ஒரு மாறுதலுக்கு ஏதேனும் ஒரு உயிரியின் அக உலகிற்குள் சென்று வரலாமா? என்றான். இதைக் கேட்டதும் கடவுளுக்குத் தூக்கிவாரிப் போட்டாலும்கூட அதை ஏன் முயற்சி செய்யக் கூடாது எனத் தோன்றியது.

கடவுளும் சாணியும் பூமியை அடைந்தபோது மரங்கள் ஏதுமற்ற இரைச்சல் மிகுந்த பகுதியில் புற்களற்ற தடத்தில் நடந்து கொண்டிருந்த இமையாவைத் தேர்ந்தார்கள்.

இமையாவின் அக உலகம் இப்பிரபஞ்சத்தைக் காட்டிலும் பரந்ததாகப் பற்பல அடுக்குகளைக் கொண்டதாகக் கிடையாகவும் செங்குத்தாகவும் விரிந்து இருந்ததைக் கண்டு கடவுளும் சாணியும் ஒரு கனம் திகைத்துப் போயினர்.

பின்னர் அவளின் சேகரிப்பு அடுக்கித் திறந்து நினைவாகவும் காட்சிகளாகவும் இருந்த தரவுகளை ஒவ்வொன்றாகக் காணத் துவங்கினர். ஆம். அவர்கள் தங்களை இழந்தவாறு அவற்றில் இலயித்திருந்தனர்.

அவர்களுக்குள் திட்டமேதும் இல்லாமலேயே தனித்தனியே பார்க்கத் துவங்கினாலும் கடவுள் தன்னை மறந்த நிலையில் 'அடேய் சாணீ' என அலற அருகே வேறோர் காட்சியில் நிலைத்திருந்த சாணி திடுக்கிட்டு அனிச்சையாக 'ங்கோத்தா' என வாய்க்குள் முனங்கியவாறு கடவுளின் அருகில் வந்தான். அங்குக் கிடாயும் ஆடும் முயங்கும் காட்சியோடு அவள் புலன்கள் நின்றிருக்க இவர்களுக்கு அதில் கருவானது தரிக்கும் அற்புதக் காட்சியும் தெரிந்திருந்தது. அதனை அவர்கள் கண்டு முடித்தபோது கடவுளின் கண்களில் நீர்க் கோர்த்திருந்தது. பிறகு இருவரும் சேர்ந்தே பார்க்கத் துவங்கினர்.

பின்னர் சற்றே கவனித்துப் பார்த்தபோது இமையாவின் அகவுலக நினைவடுக்கானது பல்வேறு வடிவங்களில் தங்களினைத் தகவமைத்துக் கொண்டிருந்ததை உணர்ந்தனர்.

பூனை வடிவம்: இமையாளின் வீடு பூனைகளால் ஆனது. இல்லத்தில் எவரும் இல்லாத ஒரு சனிக்கிழமையின் பின்மாலைப் பொழுதில் இடது கன்னப் பகுதியில் செம்மையும் எஞ்சிய பகுதியில் பருத்திப்

பஞ்சினை ஒத்த வெண்ணிறத்தில் மெதுமெதுப்பான மயிர்களைக் கொண்ட தன் செல்லப் பூனையின் பின் கால்களைப் பிடித்து வீட்டின் சுவரில் அடித்திருந்தாள். அதன் தலை சிதறி மூளையும் உதிரமும் கொழகொழத்து சுவரிலும் அவள் ஆடைகளிலும் வழிந்தபடி இருக்கும் காட்சியைக் கண்டபின் கடவுளுக்கு வயிற்றைப் புரட்டுவதுபோல் இருந்ததோடு இருவரின் முகமும் அதிர்ச்சியில் உறைந்துக் காணப்பட்டன.

நெய் வடிவம்: அருகில் நெய் வாசம் கமழும் ஒரு குமிழியைத் திறந்தபோது அதில் வைகறைப் பொழுதும் சுப்ரபாதமும் கோவில் மணியோசையும் அடர்ந்திருக்க ஒவ்வொரு தெய்வத்திற்கும் நெய்தீபம் காட்டிச் சென்றவள் ஒரு தெய்வத்தருகே நிதானித்து அதன் வலது முலைக் காம்பை அகலினால் சுட்டாள். பிறகு அதில் தன் கை வைத்து லேசாகத் தடவிப் பார்த்து புன்னகைத்துக் கொண்டாள். இக்காட்சியைக் கண்டதும் கடவுளின் கால்கள் லேசாக நடுங்கத் துவங்கியதைச் சாணி உணர்ந்தான்.

நட்சத்திர வடிவம்: இதில் 'தூரத்துப் பார்வையில் தெரியும் நட்சத்திரங்களை இணைக்கும் புள்ளிகள் முக்கோணமாய் வால் கொண்டதாய் சதுரம் போன்றதாய் தெரிய வான் முழுக்க நிறைந்திருந்த நட்சத்திரங்கள் முழுமையும் ஒவ்வொரு வடிவத்தினுள்ளே பொதிந்திருப்பதாகவும் நாம் நமக்குத் தெரிந்த வடிவத்துடன் மட்டுமே அதனைப் பொருத்திப் பார்க்கிறோம்' என்றும் குறித்து வைத்திருந்தாள்.

மல்லிகை வடிவம்: அந்தியில் தான் சூடிய மல்லிகையானது வதங்கியதும் அதில் தொடுத்திருக்கும் நூலினைப் பிரித்தெடுத்து அவற்றை ஒரு காலியான நெகிழி டப்பாவில் சேகரித்து வைத்திருந்ததோடு அவை காய்ந்ததும் வாரம் ஒருமுறை தூய வெண்ணிறத் துணியில் கொட்டி முடிச்சிட்டு மண்ணுக்குள் புதைத்துக் கொண்டிருந்தாள்.

குழந்தை வடிவம்: இமையா இதுவரை தான் கொஞ்சிய குழந்தைகளின் உதடுகளில் முத்தமிட்டு அவர்களின் எச்சில் சுவையைத் தித்திக்கும் அமுதெனக் குறித்து வைத்திருந்ததோடு ஒவ்வொரு குழந்தைக்கும் ஒரு கனியின் பெயரையும் சூட்டி இருந்தாள்.

காதல் வடிவம்: இமையாவுள் நூற்றுக்கும் மேற்பட்ட காதற் நினைவுகள் முடிச்சு முடிச்சுகளாகத் தொங்கிக் கொண்டிருந்தன. அவற்றுள் குறிகளின் வடிவில் இருந்த நான்கு பேழைகளைத் தேர்ந்துக் காட்சிகளைக் கண்டனர்.

முதற் பேழையில் சாலையோர புங்கை மரத்தில் தன் குறியைத் தேய்த்துக் காமம் தொலைக்கும் பரியைக் கண்டிருந்ததும் அதுமுதல் வாரத்தில் ஏதேனும் ஒரு நாளில் தோன்றும் கனவில் 'சொந்த உடலில் பரியின்' தலையுடன் அதே புங்கையில் உறவு கொண்டாள். அதற்காக அவள் எள்ளளவும் வருத்தமோ அல்லது பயமோ கொள்ளாமல் அக்கனவிற்காகக் காத்திருப்பவளாகவும் இருந்தாள்.

இரண்டாம் பேழையில் தெருவில் நாய்கள் புணரும்போது குறிகள் பிரிக்க இயலாது பரிதவித்து நிற்பதுபோல் தானும் உறவின் முடிவில் நின்றால் எப்படி இருக்கும் என எண்ணிக் கொள்பவளாக இருந்தாள்.

மூன்றாவது பேழையில் எதிர்த்த வீட்டில் நோஞ்சானாகத் திரியும் நரை சூடிய பற்களில் பாதிக்கு மேல் உதிர்ந்திருந்த வயோதிகனின் மேல் இவளை அறியாமலேயே காதல் கொண்டிருந்தாள். அருகாமையில் நின்று அவர் எச்சில் தெரிக்கத் தெரிக்கப் பேசும்போது தன்னிலை இழந்து உச்சம் எய்துபவளாகி மேலும் மேலும் கிறங்குபவளாயிருந்தாள்.

நான்காவது பேழையில் தன் தோழியான வேங்கையாளின் மீது அதீதக் காதல் கொண்டிருந்ததோடு எப்போதும் அவளின் கையினைக் கோத்திருப்பவளாக இருந்தாள். தோழியாளின் உடற் சூடும் அவளின் மேனியில் வீசும் சம்மங்கிப் பூவின் மணமும் இவளைப் பாடாய்ப் படுத்தி இருந்தது. சில தனித்திருந்த கணங்களில் நீ ஆணாய் பிறந்திருந்தால் நமதுள்தான் திருமணம் நிகழும் என அவளின் காதுமடல் அருகே கிசுகிசுத்து வேங்கையாளைக் கூசச் செய்திருந்ததுடன் அவ்வப்போது காதிற் பற்பதிய முத்தமும் இட்டிருந்தாள்.

பசியின் வடிவம்: இவள் சோறு உண்ணும்போது ஒவ்வொரு முறையும் 'சாமிச்சோறு' என ஒரு கவளத்தை எடுத்து வைப்பவளாக இருந்தாள். மேலும் பந்தியில் இலையிட்டு உண்ணும்போது வெற்று இலையை அல்லாது சிறிது உணவுடன் அதனை மூடி வைக்கும் பண்பு உடையவளாய் இருந்தாள். சாமிச்சோற்றை எறும்புகளும்

இலையில் எஞ்சியதைப் பந்தியில் உண்ண இயலாத உயிரினங்களும் உண்ணும் என்பது அவளது நம்பிக்கையாக இருந்தது.

புளியம்பிஞ்சின் வடிவம்: இமையாவும் அவள் தோழியர்களும் பள்ளிக் காலங்களில் முட்டைகோஸ் மாமாவின் கிழக்குத் தோட்டத்தின் ஒரு மூலையில் பெருத்து அடர்ந்து நின்ற புளிய மரத்தின்கீழ் உதிர்ந்து கிடக்கும் பிஞ்சுகளைப் பொறுக்கித் தின்றது போக எஞ்சியவற்றைச் சீருடையான ஊதா பாவாடையினை மடித்து உள்ளே இட்டுக்கொள்வதுடன் கண்ணுக்கெட்டும் தூரம்வரை யாரும் இல்லை எனில் அவ்விடத்தில் நின்றவாறே சிறுநீர் பெய்து செல்லும் பழக்கத்தையும் வழக்கமாக்கிக் கொண்டிருந்தனர்.

முலை வடிவம்: மானுடர்க்கு மேற்பகுதியில் இரண்டு முலைகளும் அதில் முலைக்கு ஒன்று வீதம் இரண்டு காம்புகளும்; ஆட்டிற்கும் மாட்டிற்கும் பின்னங்கால் பகுதியில் ஒரு முலையோடு ஆட்டிற்கு இரு காம்பும் மாட்டிற்கு நான்கு காம்புகளும்; பூனை நாய் பன்றிக்கு முன்னங்கால் துவங்கி பின்னங்கால் வரை அடிவயிற்றில் ஆறு காம்புகளும் அதற்கு மேலும் உள்ளது எனில் படைப்பின் மூலமானது நமக்குச் சொல்ல வரும் செய்தி என்ன? என்ற வினா அவளுள் பசுமையாகக் கிடக்கிறது.

ஆல் வடிவம்: பருத்த தூர் விழுதுகள் கிளைகள் இலைகள் சிவந்து செறிந்திருக்கும் சிறுசிறு விதைகளோடு புழுக்கள் நெளிந்தோடும் பழங்கள்; பறவைகளின் கீச்சொலிகள்; வானரங்கள் என உயிரிகளால் நிறைந்திருக்கும் ஆல மரத்தினை வெகுவாய் நேசிப்பவளாய் இருந்தாள். அவளது அன்பானது எல்லை மீறிச் சென்று பரிபூரணத்தை அனுபவிக்கும் வேளையில் சட்டென்று அவளுள் உயரும் ஒரு குரலானது 'இம்மரம் ஏன் இப்போதே எரிந்து சாம்பலாகக் கூடாது? என்பதாக இருந்தது.

மாங்காய் வடிவம்: அவளொரு மாம்பூவெனத் தன்னைக் கற்பனை செய்து கொண்டதோடு அதனுள் வாழ்ந்திருக்கும் வண்டெனவும் தன்னைத் தகவமைத்துக் கொண்டாள். நீண்ட காத்திருப்பின் பின்னர் கனியைச் சுவைத்திருந்த நாவுகளின் மத்தியில் இவள் வெளிப்பட்ட போது பழத்தோடு சேர்ந்து 'நரிச்' என்னும் சப்தத்துடன் கூழானாள்.

வண்ண வடிவம்: அவள் சிறுசிறு கோடுகள் வரைவதோடு அவற்றினை இணைத்து ஓவியங்கள் என்றும் சொல்லிக் கொண்டாள். அதற்கு வண்ணம் தீட்ட செயற்கை வண்ணக் கலவையைப் பயன்படுத்தாமல் மலர்களினைப் பறித்து மிகக் கவனமாக அவற்றின் அடிப்பகுதியைப் பிரித்துவிட்டு அம்மலர்களின் இதழ்களில் சாறெடுத்து விரலையே தூரிகையாக்கி வண்ணம் பூசினாள். மேலும் அக்கலவைக்குத் தண்ணீரைப் பயன்படுத்தாமல் தம் எச்சிலையே பயன்படுத்தி இருந்தாள்.

தழல் வடிவம்: அவள் நெருப்புத் துண்டுகளை உண்பவளாக இருந்தாள். எரிக்கப்படும் ஒவ்வொரு மரத்திலிருந்தும் உருவாகும் துண்டுகள் தனித்த சுவையில் இருப்பதைக் கண்டிருந்தாள். மேலும் அத்துண்டுகளின் சுவைக்கு ஈடான ஒன்று இவ்வுலகில் இல்லை என்றும் குறித்திருந்தாள்.

ஆவாரம் பூ வடிவம்: ஆவாரம் பூவின் மஞ்சள் நிறத்தின் மீது அவளுக்கொரு பித்து இருந்தது. பள்ளி நாட்களில் அவளுக்கு அதனை முதன்முதலில் பரிசளித்த யசோதை முதல் தற்போது இறுதியாகப் பரிசளித்த கண்ணன் வரை முத்தங்களைப் பரிசாகத் தருபவளாக இருந்தாள்.

பேறுகால வடிவம்: சில வேளைகளில் மலச்சிக்கல் ஏற்படும்போது ஐயோ அம்மாவென முக்கி முக்கிக் கழிவினை வெளியேற்றுவதனைப் போலத்தானே பெரியவனைப் பெற்றெடுத்தபோதும் நிகழ்ந்தது. அப்படியென்றால்... என பிறந்ததும் தன் காம்பினினைச் சுவைத்தபடி இருக்கும் மகனின் மயிரினைக் கோதியவாறே சிந்தித்தபடி இருந்தாள்.

விதை வடிவம்: இவ்வுலகில் விலை மதிப்பில்லாதது எது என்றபோது 'விதை' என்றே பதில் சொல்லியிருந்தாள். ஏனையோரும் குழப்பத்துடன் அவளைப் பார்க்க 'மானுட இனம் அழிந்தபின் வள்ளுவனின் குறளால் கம்பனின் கவிதையால் பயனேதும் இல்லை. ஆனால் அத்தருணத்தில் ஒரு விதையால் பயன் உண்டு' என்றாள்.

பறவை வடிவம்: இமையா பறத்தல் பற்றி பலவாறாகச் சிந்தித்து இருந்தாள். 'நீர் தன்னுள் என்னைப் பறக்க அனுமதிக்கிறது. ஆனால் காற்று அனுமதிப்பதில்லை. ஏன்? ஏன்? ஏன்? எனப் பலமுறை தன்னைத்தானே கேட்டுக் கொள்பவளாய் இருந்தாள்.

மாமிச வடிவம்: "இலைகள் தழைகள் போன்றவற்றை உண்பதால் தாவர உண்ணிகள் தங்கள் மாமிசத்தை வளர்த்துக் கொள்கின்றன எனில் மாமிசத்தை வளர்க்கும் ஒன்று மாமிசம்தான் இல்லையா? பிறகேன் இவர்கள் இதனை 'அமாமிசம்' என்கின்றனர்?!" என ஒவ்வொரு முறையும் மரங்களிடம் முறையிட்டபடி இருக்கிறாள்.

கடவுளும் சாணியும் கண்ணொடு கண் நோக்கி தங்கள் அகவெளிப் பயணத்தை இத்துடன் முடித்துக் கொள்ளலாம் என எண்ணி வெளியேறியதுடன் பெரிதாக எதுவும் பேசிக் கொள்ளவுமில்லை.

உண்மையில் அவர்கள் களைத்திருந்தாலும் ஏதோவோர் சுறுசுறுப்பு அவர்களின் உடலில் தடதடத்துக் கொண்டிருந்தது. சற்றே துள்ளலுடன் சாலையோரத்தில் இருந்த தேநீர்க் கடையை நெருங்கி அளவான சர்க்கரையுடன் ஒரு பாலற்ற தேநீர் மற்றும் மிகையான சர்க்கரையுடன் ஒரு தேநீர் சொல்லிவிட்டுத் தங்கள் பயண அனுபவத்தைத் தங்களுக்குள்ளேயே அசைபோட்டுக் கொண்டிருந்தனர்.

தேநீர் வந்ததும் பருகத் துவங்கினர். அப்போது சாணி 'நான் ஒரு சாமான்யன் ஆண்டவரே. எனக்கு மானுட மனத்தின் எல்லையை அறியும் அளவிற்கான ஆற்றல் இல்லை. ஆனால் தாங்களோ எல்லாவற்றையும் படைக்கும் கடவுள். உங்களுக்கு எப்படி மானுடத்தின் அல்லது ஏனைய உயிர்களின் போக்குகள் தெரியாமல் இருக்கும்? எதனால் அவளின் செய்கைகளைக் கண்டு இவ்வளவு திகைப்படைகிறீர்? என்றான்.

கடவுள் இதழ் பிரியாமல் சிரித்தார். பின் 'சாணியாரே' என விளித்து 'ஒன்றை உருவாக்குவதுதான் நம் வேலையே அன்றி அதன் போக்குகளைத் தீர்மானிப்பது நம் வேலையல்ல. மேலும் இது இது இப்படித்தான் நடக்க வேண்டும் எனத் தீர்மானித்து வைத்துள்ளேன் என வைத்துக்கொண்டால் எதற்காக ஒன்றைப் படைத்து அதனை மீண்டும் அழிக்க வேண்டும்' என எதிர் வினாவும் தொடுத்தார்.

மௌனமாகத் தேநீரைச் சுவைக்க கடவுள் மீண்டும் 'இப்பிரபஞ்சத்தில் நான் உட்பட எல்லாமே ஒரு துளிதான். இங்கு நான் என்பது வெறும் நான் மட்டுமே. ஆகவேதான் உனக்குத் தோன்றிய அதே அளவு ஆச்சர்யங்கள் எமக்கும் தோன்றின' என்றார்.

சற்று நேர மௌனத்தின் பின், எங்க ஊர்ப்பக்கம் 'பெண் மனசு ஆழம்'னு சொல்லுவாங்க என்றான் சாணி.

அதே உங்க ஊர் பொண்ணுதான் 'எறும்பும் தன் கையால் எண்சான்'னு சொல்லிருக்காங்க தெரியும்தானே என்றார் கடவுள்.

அப்படியே சொல்லி இருந்தால் கூட 'அவங்க உடம்பத்தான சொல்லி இருக்காங்களே ஒழிய மனசை இல்லை' என்றான் சாணி.

தன் நெற்றியின் மையத்தில் யோசனைகள் கோடுகளாக உருவாகிட 'ம்ம்ம்' அதை அப்படியே புரிஞ்சுக்கணுமா என்ன? எனக் கேட்டுவிட்டு இடக்கையின் பெருவிரலால் இடது நெற்றிப்பொட்டை கீறிவிட்டவாறு 'பெண்ணோ ஆணோ சுண்டெலியோ வெளவாலோ சுள்ளெறும்போ கரையானோ உடம்பென இருக்கும் எல்லா உயிர்களுக்குமே மனம்மென்றும் ஒன்று இருக்கும். அந்த ஒவ்வொரு உயிருக்கான மனமும் இமையாவிற்கு இருப்பதைப் போன்றே ஆழமாகத்தான் இருக்கும்' என்றார்.

பிறகேன் 'அப்படி' சொல்லி வைத்தார்கள் எனத் தெரியலையே என்றான் சாணி.

'புனிதப்படுத்தல்' என்றார் கடவுள்.

'அப்படியென்றால்' என்றான் சாணி.

'வேறென்ன உளவியல் சார்ந்து பெண்கள் அறியாமலேயே அவர்களைத் தானொரு மேலான பிறவி என நம்ப வைப்பதோடு மென்மேலும் அவர்களின் உடன்பாட்டுடன் அவர்களை அடிமைப்படுத்தும் செயலுக்கான திட்டத்தின் வடிவம்' என்றார்.

சாணி தன் கீழுதட்டைப் பிதுக்கிட சற்று நேரம் இருவரும் எதுவும் பேசிக்கொள்ளவில்லை.

அதே நேரம் அவர்கள் நுழைந்துப் பார்த்த அகத்திற்கு உடையவள் அவர்களைக் கடந்து அருகில் இருந்த பூ விற்கும் ஆணிடம் இரண்டு முழம் மல்லிகை பூ எவ்வளவு? என விலை கேட்டுக் கொண்டிருந்தாள்.

– உயிர் எழுத்து, ஆகஸ்ட் 2022

பித்தனாரும் பூங்குன்றன் விளாதிமிரும் பாகம் 1

பித்தனார் தான் கதைகளென விரித்து எழுத வைத்திருந்த குறிப்புகளைத் திருடிய அவரின் நண்பர், அதனைத் தன் வீட்டுப் பரணில் எறிந்துவிட்டு தனக்குள் அவ்வப்போது இரகசியமாய்ச் சிரித்துக்கொண்டார். ஏறக்குறைய அறுபது ஆண்டுகளின் பின்னர், பரணில் ஏறிய பாம்பின்கண் நண்பரவரின் பேரனான பூங்குன்றன் விளாதிமிரின் கைகளில் கிடைத்தன, இந்தக் குறிப்புகள். அதனை வரிசைப்படி எண்களிட்டு ஒன்று முதல் ஏழு வரையிலான பக்கங்களில் உள்ள கதைகளைத் தனது சொந்தக் கதைகளென வெளியிடுகிறான் பூங்குன்றன்.

நுண்கதை: 1

மூவாயிரம் ஆண்டுகளுக்கு முன்னர் சுமார் நூற்றெழுபது வயதுடைய கூனலற்ற முதுகினை உடைய முதியவனொருவன் கல்லெறிய, கனிக்குப் பதிலாக அவன் இதுவரை கண்டிராத குஞ்சுப்பறவை விழ, பதறிய இதயத்தோடு காப்பாற்றத் துவங்கினான்... கண்களை மட்டுமே உணவாக உண்ணும் இயல்பு படைத்த அப்பறவை அதற்கென அலகு முளைத்ததும் பெரும் கருணையோடு அவனது ஒரு கண்ணை மட்டும் கொத்தித் தின்று, பின் தனது கூட்டை அந்தக்கண் இருந்த இடத்தில் உருவாக்கி வாழத்துவங்கியது...

நுண்கதை: 2

அதுவொரு மழைக்காலம். அருவி போல் பொங்கிப்பொங்கி மேகத்திலிருந்து நீர் வழிந்து கொண்டிருந்தது. தவறுதலாக ஒரு குட்டிமேகம், மின்னலுடன் மழையை அனுப்பிவிட்டது. அதனைப் பொற்கொடியென எண்ணிய ஆடுகள் சில பசியில் கடித்துவிட்டன. அதுவரை மென்மையாக வளர்க்கப்பட்ட மின்னல் தன்மேல் பற்கள்பட்டதால் நாணத்தில் மேலும் ஒளிர... அத்தனை ஆடுகளும் கருகின... பிறகு செய்யாத தவறுக்காக உயிரிழந்த ஆடுகளுக்குத் தானே காரணம் என எண்ணிய மேகம் வான் திரும்ப மறுத்து, நீரோடு தரை புகுந்து உயிர்விட்டது... அதன் நினைவாகத்தான் இன்றளவும் பூமி வரும் மின்னல்கள் வான் திரும்புவதில்லை...

நுண்கதை: 3

சாலையில் அழகாய் வரக்கூடியப் பெண்களை அவனால் இரசிக்காமல் கடக்கவே முடியாது... பிப்ரவரி 14/2040 ஆம் ஆண்டு பின்மாலைப் பொழுது... கண் மட்டும் தெரிவது போல ஹெல்மேட் அணிந்து டாமினார் 600 சிசி பைக்கில் வந்தவளை வைத்த கண் வாங்காமல் பார்க்க... வந்தவள் மில்லிமீட்டர் இடைவெளி விட்டு அவன் முன்னால் ப்ரேக்கிட்டு நிறுத்த... ஆடிப்போய்விட்டான்... லேசாகக் கண் சிமிட்டியவள் கலகலவென்று நகைத்தவாறு சென்றுவிட்டாள்... அதன் பிறகு, தன் 86 வது வயதில் அதாவது ஜனவரி 23/2066 இல் தான் இறந்து போகும் வரை, அந்தப் பெண்ணை அதே இடத்தில் தேடியவாறே இருந்தான்...

நுண்கதை: 4

‘படகு புயலில் சுழன்று சுழன்று அலைகள் மீது தவித்தது. அவர்களுக்கு நன்றாகத் தெரிந்துவிட்டது இனி இப்படகு தாங்காது என்று... அவர்கள் இது நாள் வரை தங்களை காப்பாற்றி வயிற்றுப்பாட்டுக்கு உதவிய கடல் அன்னைக்கு நன்றி செலுத்தினர்... பிறகு அனைவரும் ஒரே நேரத்தில் தங்கள் குரல்வளையை அரிந்துகொண்டு ஆர்ப்பரிப்பின்றி கடலில் விழ... தங்களின் இரையென அவர்களின் உடலினை ஆட்கொண்டன மீன்கள்... இதை வாசித்து முடித்ததும் மொழி என்னும் பெயர் கொண்ட மாணவி ‘மானுடர்கள் ஒருபோதும் அப்படி இறக்கத் துணிய மாட்டார்கள்’ என்றாள்... நான் புன்னகைத்தேன்.

நுண்கதை: 5

“காம்புகளற்ற முலைகளை உடைய... என்ற வரிகளை வாசித்துக் கொண்டிருந்தபோதே அவளது முகம், அந்த எழுத்தின் மீது ஏற்பட்ட ஒவ்வாமையில் கன்றிச் சிவந்தது... மானசீகமாக அவ்வரிகளைப் பெற்றவனை வைது தீர்த்தாள்... பின், ஒருவிதத் தயக்கத்துடன்... கதவினைத் தாழிட்டு... தன்னை நிர்வாணப்படுத்திக் காம்புகளைச் சோதித்துக்கொண்டு... ஆசுவாசமாய்ப் பெருமூச்சுவிட்டு அப்படியே கட்டிலில் சாய்ந்து கண்களை மூடினாள்.

நுண்கதை: 6

அந்த மலையடிவார கிராமத்தின் கிழக்குக் கோடியிலுள்ள வனப்பு மிக்க... பழங்களை உதிர்க்கும் கொடுக்காப்புளி மரத்தின் நுனிக்கிளையில் உள்ள பறவைக் கூட்டின் முட்டைகளை நாடி பாம்பு ஊர்ந்திருக்க அணிற்பிள்ளையைத் துரத்தியவாறு பூனை மரத்திலேறியது... பூனையின் கொழுகொழுப்பு கண்டு மரத்தடியைச் சுற்றி வளைத்தது இரண்டு நரிகள்... கடைசியாக வேட்டைத் துப்பாக்கியுடன் அவன் வந்தான்.

நுண்கதை: 7

வீட்டில் அனைவருடனும் அமர்ந்து எட்டரை மணிக்கு இரண்டு இட்டலிகளுக்கு மேல் உண்ண முடிவதில்லை அவரால்... அனைத்து விளக்குகளும் அணைக்கப்படும் இரவு பதினொன்று நாற்பது சுமாருக்கு வழக்கமாகவே பசி ஏற்படுகிறது... அதை வீட்டில் சொல்ல ஏதோ ஒன்று அவரைத் தடுக்கிறது... மனிதர், சில நேரங்களில் பசியில் வலிக்கும் வயிற்றினை அழுந்தப் பிடித்தும், முழங்காலால் அழுத்தி குறுகிப் படுத்தும், நீர் அருந்தியும், சில சொட்டுக் கண்ணீருடனும் உறங்கித்தான் போகிறார்... அவர் இப்போதெல்லாம் அவரின் பெற்றோரை அதிகம் நினைத்துக்கொள்கிறார்.

நுண்கதை: 8

நகர் உலா சென்ற மன்னர் அந்தப் பிச்சைக்காரனின் ஏழ்மை கண்டு தன் முத்திரை மோதிரத்தை பாத்திரத்தில் இட்டு வந்தார். மறுநாள் நள்ளிரவு அனைத்துக் காவலர்களிடமும் மோதிரத்தை அடையாளமாகக் காட்டி மன்னரின் அந்தரங்க அறைக்குள்

நுழைந்த அவன்... உறக்கத்தில் ஆழ்ந்திருந்த மன்னனின் கழுத்தை அறுத்து... உதிரத்தால் அபிசேகம் செய்யப்பட்ட கிரீடத்துடன் அரியணையில் அமர்ந்தான்.

நுண்கதை: 9

“பெர்முடா ட்ரை ஆங்கிளில் கி.பி.2020 இல் காணாமல் போன மிஸ்ட்-1899 கப்பல் படிமங்கள் வியாழன் கிரகத்தில் கி.பி.4572இல் கண்டறியப்பட்டது... அது முதல் விண் பயணங்களுக்கான நிதி ஒதுக்கீடு நிறுத்தப்பட்டுத் தொலை தொடர்புச் சாதனங்களுக்கென அதிக அளவில் ஆராய்ச்சிகள் மேற்கொள்ளப்பட்டன. அதன் விளைவாகவே இன்று அனைத்து கிரகங்களுக்கும் பெர்முடா ட்ரை ஆங்கிளின் வழியாக பயணங்கள் சாத்தியமாகி உள்ளன” என்ற கரையான்களால் அரிக்கப்பட்ட 4000 ஆண்டுகள் பழைமைமிகு செய்தித்தாளின் ஸ்கேன் காப்பியைக் கணினி தான் சுயமாக உலகம் முழுக்கத் தேடித்தேடி எரேஸ் செய்துகொண்டிருந்தது...

நுண்கதை: 10

திரு.பரத்துக்கும் திருமதி பரத்துக்கும் குழந்தை பிறந்தது... அதற்கு பால் பத்தாமல் போக ஆவின் பாலில் பால் வாங்கி பால் டப்பா மூலம் புகட்டினார்கள்... பிறகு 1-12 வரை, பிறகு கல்லூரி என வளர்ந்த குழந்தை திருமணம் செய்து குழந்தை பெற்றது... பிறகு வீடு கட்டியது... பிறகு குழந்தை பெற்று வளர்க்கத் துவங்கியது... இப்படியாக தனது பேரக் குழந்தைகளுடன் திரு.பரத் வாழ்வை ஊஞ்சலில் அமர்ந்து கழிந்தார், மன்னிக்கவும் கழித்தார்... சுபம் (இப்படிப் புரியறது போலக் கதை எழுதியாவது லைக்ஸ அள்ளுவோம்).

நுண்கதை: 11

பெண்களுக்கு ஆணாகவும், ஆண்களுக்குப் பெண்ணாகவும் தெரியுமாறு ஓர் அழகிய உருவத்துடனும், கிழசல் ஆடைகளுடனும் தெரு ஓரத்தில் உலவினார் கடவுள்... ஆச்சர்யமாய் ஒருவர் கூட ஏறிட்டுப் பார்க்கவில்லை... உண்மையில் அவருக்கு ஒன்றும் புரியவில்லை... சுற்றும் முற்றும் பார்த்துவிட்டு மேலும் தன் ஆடைகளைக் கிழித்துவிட்டுக் கொண்டார்... அப்பொழுதும் யாரும் அவரைக் கண்டுகொள்ளவில்லை... வெறுப்பான கடவுள் நிர்வாணமாக உலவத்துவங்க... ஒரே ஒரு பெருச்சாளி மட்டும்

அசட்டையாக அவரைக் கவனித்துவிட்டுத் தன்போக்கில் மேயத்துவங்கியதைக் கண்டு தற்கொலை செய்துகொண்டார்... (மானுட இனம் திருந்தியபின் தன் இருப்பு அவசியமில்லை என்றே அவர் அந்த முடிவை எய்தினார்).

நுண்கதை: 12

உன்னை யானை என்று அழைப்பதா அல்லது முட்செடி என்று எண்ணுவதா என்று எனக்கு எவ்விதக் குழப்பமும் இல்லை. வாழ்க்கை ஒவ்வொரு யானையிலும் ஒரு முட்செடியையும் ஒவ்வொரு முட்செடியிலும் ஒரு யானையையும் ஒளித்து வைத்துள்ளதைக் காண முடிகிறது... ஆகவே உன்னை யானை என்றோ முட்செடி என்றோ தனித்து அழைக்கப்போவதில்லை... உள்ளதை உள்ளவாறே ஏற்கிறேன்... முத்தங்கள்...

நுண்கதை: 13

தினகரன் ‘ஆழம் தெரியாம காலை விடக்கூடாது’ எனச் சொல்ல, தன் நண்பனுக்கு இவ்வாறாகப் பதில் சொன்னான் பூங்குன்றன் ‘காலை விட்டால்தான ஆழம் தெரியும்...’ இந்த நிகழ்வு பற்றி பின்னாட்களில் ‘தண் நிழல்’ பத்திரிகையின் நேர்காணலில் நினைவு கூர்ந்த பூங்குன்றன் ‘அப்படி தன் நண்பர்களிடம் விவாதிக்க அல்லது விதண்டாவாதம் புரிய சாண்டில்யனின் எழுத்துகளே காரணம் என்றும், அவரை வாசித்திராவிட்டால் வாழ்நாள் முழுக்கத் தான்வொரு நாவற்றவனாகவே வாழ்ந்திருப்பேன் என்றும் குறிப்பிட்டு, தன் கல்லூரி கால மற்றும் முதற்கட்ட வாசிப்பின் ஆசான் என்றும் அவரைக் குறிப்பிட்டிருந்தார்.

நுண்கதை: 13

நிலவற்ற இருளின் ஒளியில் அந்தத் தவளைக் குஞ்சு தன் தாயின் மீது ஏறியும் இறங்கியும் புரண்டும் வரப்பென நீண்டிருக்கும் தென்னை மரங்களின் அருகேயுள்ள கழனியில் விளையாடித் திரிய... சட்டென முதிர் நெற்று ஒன்று உதிர்ந்து தவளைக் குஞ்சின் தலை நேர் வர... தன் இயக்கத்தை ஒரு கணம் நிறுத்திக்கொண்டது பூமி... மிகச்சரியாக தன் முகம் முன் விழுந்த உருண்டையான ஏதோவொன்றின் மீது புரண்டு ஏறியது குஞ்சுத் தவளை... அதே கணம் மங்கள்யான் 2 தன் சுற்றுவட்டப்பாதையை தவறவிட்டு வெடித்துச் சிதறியது...

நுண்கதை: 14

புத்தன் என்பீல்ட் கிளாசிக் பைக்கில் இருந்து இறங்கியதும் கூலிங்கிளாசில் படிந்திருந்த தட்டான் பூச்சிகளின் வெண்ணிற உதிரத்தைத் தன் சட்டையின் இடது கீழ் புற நுனியால் துடைத்தான்... பின்னர், மறுநாள் முதல் ஹெல்மட் அணிந்து, அதற்குள் கூலிங்கிளாஸை அணியத் துவங்கினான்...

நுண்கதை: 15

கறுப்புடன் சற்றே காஃபி பொடியின் நிறம் கொண்ட... உமிழ் நீர்ச் சுரந்து வழியும் நாவுடைய அந்தச் செவலைப் பசு... முதுகெலும்பற்ற... பசிய நிறம் கொண்ட... முட்டைகளுடன் புழு ஒட்டியிருந்த இலையை உடைய செடியை... அப்படியே கடித்து விழுங்கியது...

ஐயம்- 1

ஓர் அறிவு உயிரி எனச் சொல்லப்படும் அந்தப்புழு எமன் என நீண்டு வரும் அந்த நாவு கண்டு உயிர்த் தப்பாமல் தம் முட்டைகள் மேல் மேலும் தன்னை இறுக்கிக் கொண்டது எதனால்?

ஐயம்- 2

புழுவை உண்டதால் பசு சைவமா? அசைவமா?

நுண்கதை: 16

வரலாற்று ஆய்வாளரும் தொல்லியல் துறை சான்றோருமான கார்க்கி நலன் தனது ஆய்வு கட்டுரையான 'இந்திய மரபும் சிற்பங்களும்' என்பதில், 'முதன் முதலில் மனிதர்கள் அதிலும் குறிப்பாக லெமூரிய ஆதிகுடியின் வழி வந்தோர் ஏன் தெய்வங்களைக் கற்களின் வடிவில் ஏற்றி வழிபடுகின்றனர் என்பதற்கு விடையாக 'கற்கள் என்பது முதலில் வேட்டையாடவும் பின்னர் நெருப்பினை உண்டாக்கவும் கண்டறியப்பட்ட கருவி. எனவே உயிர்க்காத்தலுக்கும் மானுட இனம் அடுத்த நிலையை எட்டவும் கற்கவும் காரணமாக இருந்தமையால் மறவாத நன்றியுடன் கடவுளை அதில் ஏற்றி வழிபடுகின்றனர்' என்கிறார்.

நுண்கதை: 17

அந்தத் தாழ்வாரத்தில் அவர்கள் நெருக்கியடித்து நின்ற வண்ணம் இருந்தனர். மழை ஓய்ந்தபாடில்லை. இன்னும் எவ்வளவு நேரம் நீடிக்குமோ என ஒவ்வொருவரும் யோசிக்கத் துவங்கிய கணத்தில் மழைத் துளிகளோடு தங்கமும் சொட்டத் துவங்கியது. ஆளாளுக்கு வேண்டிய மட்டும் அள்ளிக் குவித்தும்கூட தங்கம் கொட்டிய வண்ணமே இருந்தது. ஒவ்வொரு வீட்டிலும் தங்கமே குவித்து வைக்கப்பட்டது... மறுநாள் உலகம் முழுவதும் ஒவ்வொரு ஊரிலும் தங்க மழை பெய்த செய்தி அனைவருக்கும் தெரிய வர, மதிப்பு ஏதும் அற்ற பொருளானதுடன், ஒருகிலோ தங்கத்தை ஒரு ரூபாய் கூட கொடுத்து வாங்க எவரும் முன் வரவில்லை... அடுத்தடுத்த நாட்களில் மழையில் நீருக்குப் பதிலாக தங்கமே சொட்டியது... உலகின் கடைசி மனிதன் வறண்ட நாவுடன் இறந்தான்.

நுண்கதை: 18

உச்சிக் கிளையில் சிட்டுக்குருவி ஒன்று கூட்டினைக் கட்டி முட்டையிட்டு இருக்க அந்த மரம் வளர்ந்துகொண்டே இருந்தது... மேகம் தாண்டி ஆகாயம் தாண்டி மேலே மேலே மேலேயென... தாயின்றி அதிலிருந்து பிறந்த குஞ்சுகள் தங்களுடன் விளையாட நட்சத்திரங்களைத் தேர்வு செய்தன... ஒருமுறை அவ்வாறு விளையாண்டபோது சிட்டுக்குருவியின் சிறகினைக் கடனாகக் கேட்டது குட்டி நட்சத்திரமொன்று... பிறகென்ன மனிதர்கள் வாழும் பூமியை அடைந்த நட்சத்திரம் அவர்களிடமிருந்து துரோகத்தைக் கற்றுக்கொண்டு சிட்டுக்கு அதன் சிறகினை திருப்பித்தரவேயில்லை... அது முதல் சிட்டுவின் இனம் பூமியில் அழியத்துவங்க நட்சத்திர இனங்கள் வானில் பறந்து திரியத் துவங்கின...

நுண்கதை: 19

பிதாவே... முட்டையில் இருந்து வெளிப்படும் கோழிக்குஞ்சு தன் தாயின் பாதம் அடைவதாய் நானும் உன் பாதம் அடைகிறேன்... பரிசுத்த ஆவியால் என்னைச் சுத்தம் செய்... உன் உதிரத்தை என் பாவங்களுக்காய்ச் செலவிடு... உன் சிவந்த மெல்லிய அதரங்களால் என் நெற்றியில் மட்டும் முத்தமிடு (அவ்வாறு செய்வதே என் காதலிகள் சாபத்திலிருந்து உமை காக்கும்...) அப்படியே உன் நீண்ட கூந்தல் மயிரிலிருந்து ஒன்றை பிடுங்கி என்

சொட்டை மண்டையில் நட்டு விடு... ஒன்றுமற்ற அந்த வெற்று மண்டையில் காடென மயிராவது வளர்ந்து தொலைக்கட்டும்... உன்சித்தப்படி எழுதப்பட்ட இந்தப் பிரார்த்தனையை முடிக்கிறேன் ஆண்டவரே... போற்றி... போற்றி...

நுண்கதை: 20

“மகளே யசோதரை, இந்த உலகில் களைகள் என்பவை கண்டறியப்படாத மூலிகைகள் அல்லவா? நீர்ப் பாய்ச்சப்படாத நெல்லினும் களைகள் வளமையாக உள்ளதே எவ்வாறு அன்பே? மலர்கள் களை எனத் தெரியாமல் அதில் பிறக்கின்றதா? இந்த உலகில் களை என்பது கற்பின்றி வாழ்தல்... கற்பென்பது மனம் போல் வாழ்தல்” என்னும் வரிகளை அவள் வாசித்து முடித்தாள்... பிறகு நீண்ட நேரம் யோசித்தாள்... மிக மிக மெல்லிய பட்டாடை அணிந்து கண்ணாடியில் தன்னை இரசித்தவள் இருபத்தேழு தூக்க மாத்திரைகளை விழுங்கிவிட்டு உறங்கத்துவங்கினாள்...

நுண்கதை: 21

அண்ட சராசரங்களை ஆளும் கடவுளைப் பார்த்து அழுக்கு மூட்டைப்பூச்சி, ‘போயும்போயும் அற்ப மானுடப் பதர்களிடம் பிச்சை எடுத்துக்கொண்டு அவர்கள் செய்யும் மிக நல்ல காரியங்களைச் சகித்துக்கொள்வதற்குப் பதில் நீ பால்டாயில் குடித்துச் சாகலாம்’ என்றது... தன் நாவை தரை வரை தொங்கவிட்டு பல்லிளித்த கடவுள் “இதெல்லாம் பக்தியில சகஜமப்பா” என்றார்... பிறகு... இயற்கை அந்த நிகழ்வைக் கணக்கில் வைத்துக்கொண்டது... பாவம் கடவுளும் பக்தனும் சந்தித்தப் புள்ளியில் பூமி பிளந்து... செத்து ஒழிந்தனர்... பி.கு- இந்த நுண் கதையை வாசித்த கடவுள் குற்ற உணர்வின் மிகுதியில் வரும் காலங்களில் தன் கடமையைச் செவ்வனே செய்வதாகப் பூங்குன்றனுக்குச் சத்தியம் செய்து கொடுத்தார். ஆகவே... சூதானமாகத் திரியவும்.

நுண்கதை: 22

அந்தக் கோபுரத்தின் உச்சியில் நிர்வாணமாய் இருந்த கன்னி சிலையை அதன் எதிர்புறம் இருந்த ஆண் சிலை வைத்த கண் வாங்காமல் பார்த்தபடி இருந்தது... ஏனோ அந்தக் கன்னிக்கு அவன் மீது சற்றும் காதலில்லை... எனவே அவள் அன்பாகவும்

உக்கிரமாகவும் பல்வேறு வழிகளிலும் எவ்வளவோ சொல்லியும் அவள் மீதான பார்வையை அவன் அகற்றவேயில்லை... தன்நிலை எண்ணி அழுதிருந்த கன்னி தன்மீது கவிந்திருந்த புளியமர நிழலிடம் அதைச் சொல்ல, நிழல் மரத்திடம் சொல்ல, மரம் புறாவிடம் சொல்ல, புறா அந்தச் சிலையின் கண் மீது எச்சமிட்டது... சற்று நாளில் அதில் வேர்விடத் துவங்கிய அரசமரம் அந்த ஆண்சிலையை உடைத்தெறிந்து அவள் வேதனை போக்கியது... அன்று முதல் புறாக்கள் கோவிலின் விருந்தினர் ஆயினர்...

நுண்கதை: 23

கிணற்று நீரிலிருந்து தவறுதலாகக் குடத்துள் வந்த தவளை குஞ்சு; மற்றொரு முறை குட்டி மீன்; மேலும் ஒரு முறை பாம்புக்குட்டி என... ஒவ்வொரு முறையும், ஒவ்வொன்றும் கொண்டாட்டங்களின் மத்தியில் மானுடர்களால் கொல்லப்பட்டன... ஒரு நாள் மனிதன் ஒருவன் படிகள் அற்ற பழைய அழுக்குகள் மிகுந்த கிணற்றில் தவறி விழுந்தான்... அதில், வளர்ந்த தவளைகள், மீன்கள், பாம்புகள் எனச் சுற்றித் திரிந்தன... இரவுகள் இரண்டின் பின்னர் கண்டறியப்பட்டாலும் அவன் உயிருடன் இருந்தான்.

நீதி : "புலிக்குப் பசித்தாலும் பீயைத் தின்னாது."

நுண்கதை: 24

வணிகன் பாய்மரப் படகில் பயணித்தான்... கடற்கொள்ளையர்கள் அந்தப் படகினைச் சூழ்ந்தனர்... அவனிடமுள்ள அனைத்தையும் எடுத்துக்கொண்டவர்கள் அவனைப் படகோடு விட்டுச் சென்றனர்... வெற்றுக் கையுடன் எப்படி ஊர் திரும்ப இயலும் என்று யோசித்த அவன் கடலில் விழுந்து இறந்தான்... பாய்மரப்படகு அலையில் ஓயாது ஓடியது... ஆளற்று வரும் படகினை கண்ட கட்டுமரவாசி அதில் ஏறி தூண்டிலிட்டு மீன் பிடித்து விற்கத் துவங்கினான்... செல்வம் சேர்ந்தது... வணிகன் ஆனான்... பிறகு, பொருள் தேட அயல் தேசம் சென்று திரும்பியபோது... (இப்போது கதையை மீண்டும் முதலில் இருந்து துவங்கவும்)

நுண்கதை: 25

அவள் உதடுகளில் முத்தம் இட்டுக் கொண்டிருந்த போது சுரீர் எனக் கடித்தது எறும்பு... வலியினும் முத்தம் பெரிதல்லவா! அவன் மீண்டும் முனைய வெவ்வேறு இடங்களில் சுரீர் சுரீர் எனத் துவங்கிய வலி உடல் முழுக்க ஊடுருவியது... வாய்விட்டு அலறியவனை வியப்பாகப் பார்க்காமல் சிரிக்கத் துவங்கினாள், அவள். அவன் வலி பெருக பெருக அவள் சிரிப்பும் பெருகியது... உரத்து எதிரொலித்தது... வலிப்பு வந்தவன் போல உடலினை உதறத் துவங்கினான்... கட்டிலில் இருந்து உருண்டு கீழே விழுந்தவன் கனவென உணர்ந்தான். வியர்வையில் உடல் நசநசத்தது... மீண்டும் கட்டிலில் படுத்து அருகிருந்தவள் மீது கை வைக்க, தூக்கத்திலேயே விலக்கியவள் போர்வையை இறுக்கியவாறு உறங்கினாள்... அவன் தலையின் நரை மயிரில் இருந்து அந்தச் சுள்ளெறும்பு இறங்கத் துவங்கியது. சாளர ஓரத்தில் மூலை கிழித்து வைக்கப்பட்டிருந்த எறும்புப் பொடியின் கவர் இருளின் ஒளியில் பளபளத்தது.

நுண்கதை: 26

முதன் முதலாக வாகையும் பூவரசும் இந்தக் கொடூர மானுட இனங்களின் நன்றி கெட்டத்தனங்களைப் பொறுக்கமாட்டாமல் தங்கள் நிழல்களைத் தங்களுக்குள் ஒளித்துப் புரட்சி செய்தன... செய்தி மானுடரின் வதந்தியைப் போல உலகின் பல்வேறு நிலங்களிலும் காற்றின் வழி மிக மிக வேகமாகப் பரவியது. வெட்டப்படுதலுக்கும் எரிக்கப்படுதலுக்கும் குறைந்தபட்சம் மனதளவில்கூட மன்னிப்புக் கோராத பிண சென்மங்களை எதிர்ப்போம் கூடுவோம் வெல்வோம் எனப் புரட்சி முழக்கமிட்ட மரங்கள் ஒவ்வொரு பகுதியிலும் தங்கள் நிழல்களைத் தங்களுக்குள் ஒளித்துக்கொள்ளத் துவங்கின... முதலில் கவனிக்கப்படாவிட்டாலும் போகப் போக உலகெங்கும் இவ்விசித்திரப்போக்கை உணரத் துவங்கினர்... விஞ்ஞானம் இதற்கு பல்வேறு வியாக்கியானம் தர, அதனைக் கேள்வியுற்ற பறவைகள் மானுட புத்தியை எண்ணித் தலையில் அடித்துக்கொண்டன. என்ன நினைத்ததோ இப்பிரபஞ்சம், இப்போதெல்லாம் பூமியில் இரண்டு சூரியன்களை உதிக்கவைக்கிறது.

நுண்கதை: 27

மகனே அரிக்கும்போது சொரிவதற்கு யாரேனும் ஒருவரை ஏற்பாடு செய்ய இயலுமா? ஏன் பிதாவே தாங்களே சொரிந்துகொள்ள மாட்டீரா என்றவன் பதிலில் கேள்வியை வைத்தமையால் சிலுவையில் அறையப்பட்டதுடன் பரலோக சாம்ராஜ்ஜியத்தையும் இழந்தான்.

மகனே அரிக்கும்போது சொரிவதற்கு யாரேனும் ஒருவரை ஏற்பாடு செய்ய இயலுமா? நான் உள்ளபோது மற்றவர் எதற்கு பிதாவே என்றவன் பதினாறும் பெற்றதுடன் பரலோக சாம்ராஜ்ஜியமும் அடைந்தான். (இது கிறுத்துவம் சார்ந்தது என்ற சோகம் யாவருக்கும் வேண்டாம். அவரவர் சமயக்கடவுளருக்கு ஏற்ற வார்த்தையைத் தேவையான இடங்களில் இட்டு நிரப்பிக்கொள்ளவும்.)

நுண்கதை: 28

மகனே பூங்குன்றா... உன் திருமணத்தன்று மஞ்சள் பையில் சாத்துக்குடிக்கு பதிலாக ஆப்பிள் வழங்கலாம் என்றாள் அம்மா. அதெல்லாம் இயலாது தாயே... வேண்டுமானால் 'ஆப்பிளுக்குப் பதிலாகத் தக்காளி வழங்கலாம் என்றேன். அம்மா மறுக்கவே, 'வெளியூர்த் தக்காளிக்கு ஆப்பிள் என்றும் உள்ளூர் ஆப்பிளுக்குத் தக்காளி என்றும் பெயரென்றேன்... பிறகென்ன, வழக்கமாக இப்படியான நுண்கதைகளை நாம் எப்படி இடக்கையால் ஒதுக்கி மிக எளிதாகக் கடக்கின்றோமோ அதே வழியில் தாயாரும் தக்காளியைக் கடந்தார்.

நுண்கதை: 29

"வண்டுகள் தங்களின் உமிழ்நீரை மகரந்தங்களில் நனைத்து நொதிக்கச் செய்து பின்னர் நிலவின் ஒளியில் காயவைக்கும் போது தேன் உருவாகிறது" என்பது பூங்குழலி கி.பி.2560 இல் துவங்கி 6 ஆண்டுகளின் பின் கண்டறிந்த ஆய்வின் முடிவாகும்... மறுநாள் தன் கட்டுரையை இணையத்தில் பதிவேற்றம் செய்யலாம் என யோசித்தவள் மல்லிகையைச் சூடினாள். பிறகு, இரவு உணவை உண்டவள் தன் மூன்றாவது காதலனுடன் பேசிவிட்டுக் கண் அயர்ந்தாள். வைகறையின் துவக்கத்தில் நிலவொளி மேகத்துள் மறைந்த நேரம் தலையில் இருந்த மல்லிகை மலர்கள் அவள்

கழுத்தைச் சுற்றிக்கொண்டன. இரண்டு நாட்களின் பின்னர் அவள் பிணம் காய்ந்த மல்லிகைகளின் மத்தியில் அழுகிக் கிடந்தது.

நுண்கதை: 30

தனது முப்பதாவது நுண்கதையை எழுதி முடித்த நலன் "ரெனால்ட்ஸ் பேனாவின் ஊதா நிறத் தலையைக் கழற்றிவிட்டு ரீபிலை எடுத்து அதன் அடிப்புறத்தால் (இடக்கன்னத்தைச் சுருக்கியும் அரைக் கண்கள் மட்டும் திறந்திருக்கும்படியும்... வாயையும் சிறிது பிளந்தவாறு) காதை குடைந்தபடி யோசிக்கையில் 'இனி பார்வைக்கு வைக்கப்படும் நுண்கதை குறித்து விமர்சனம் கருத்துக்கள் பகிரும் ஒவ்வொருவருக்கும் 10/- ரூபாய் பத்து மட்டும் அன்பளிப்பாக வழங்கப்படும்' என்று அறிவிக்கலாம்" என்ற முடிவினை எடுத்தான். அறிவித்தான். பிறகு தனது நுண்கதையை இணையத்தில் பதிவேற்றிவிட்டு வழக்கம்போலக் காத்திருக்கத் துவங்கினான்.

***

(நுண்கதை 13 இருமுறை உள்ளதே பூங்குன்றனின் வல்லான்மைக்குச் சான்று என்பதுடன் பாகம் 1 முற்றிற்று.)

– நடுகல்: கொரோனா கால இதழ் 10, ஏப்ரல் 2021

அதுவாதல்

அவனது உடல் சிறு சிறு துணுக்குகளாகச் சிதறிப் போவதை வேடிக்கைப் பார்த்த வண்ணமிருந்தான்.

***

அலெக்ஸாண்ரோ கார்லஸ் தனது பதினோராவது வயதில் 'சாண்டியல்யனின் கடல் ராணியை' வாசித்தான். அது அவனை மிதக்கவைத்தது. பின் அவரைத் தேடித்தேடி வாசிக்கத் துவங்கியவன் 'நீலரதியை' வாசித்தபோது முற்றிலும் அவரது அடிமையாகவே ஆகிப்போனான். தன் பதின் மூன்றாவது அகவைக்கு, முன்னரே சாண்டில்யனின் அத்தனை புத்தகங்களையும் அதிலும் குறிப்பாக வரலாற்றுப் புதினங்களை வாசித்து முடித்தான்.

பிறகான நாட்களில் தமிழில் உள்ள அனைத்து வரலாற்றுப் புதினங்களையும் வாசிக்க ஆர்வம் கொண்டு சிலவற்றை முடிக்கவும் முடித்தான். சிலவற்றை முடிக்க இயலாமல் வைத்தும் விட்டான். அவன் மனம் சாண்டில்யனிலேயே ஊறிக் கிடந்தது.

இப்படியான நாட்களில் 'சாண்டில்ய விளைவால்' கட்டையான புத்தகங்களைத் தேடித் தேடி வாசித்த போது வெகு யதேச்சையாக அதாவது அவனது பதினாறாவது அகவையில் ராகுல சாங்கிருத்தியாயனின் 'வால்காவிலிருந்து கங்கை

வரை' நூலை ஊரின் அருகாமையில் உள்ள நூல் நிலையத்தில் இரவலாகப் பெற்று வாசித்தான். அதில் 'ஆதியில் தாய்வழிச் சமூகமாக இருந்தபோது குடும்பத் தலைவியானவள் தம் இளம் மகவோடு கலவி கொள்ளும் பகுதியை வாசித்து அந்நிகழ்வோடு தன்னைப் பொருத்திக்கொண்டு யோசித்தான்'. எவ்வளவு முயன்றும் அவனால் அதனைக் கடக்க இயலவில்லை. அவன் உடல் நடுநடுங்க அந்தப் புத்தகத்தைக் கீழே வைத்துவிட்டான்.

அன்றைய நாளின் பின்னர் அவன் புத்தக வாசிப்பையும் தன் தாயாரோடு பேசுவதையும் அறவே நிறுத்திக் கொண்டதோடு வீட்டின் கூரையை நெடுநேரம் வெறித்துப் பார்க்கும் பழக்கத்தை வழக்கப்படுத்திக் கொண்டான்.

என்னய்யா உடம்புக்கு எதுனா பண்ணுதாயா? எனப் பெற்றவள் பரிதவிப்போடு கேட்டு அவன் நெற்றியிலும் கழுத்திலும் கை வைத்துப் பார்த்தபோது கூசிப் போனதோடு, உடன் அவ்விடம் விட்டு அகன்றும் ஓடிவிட்டான். அவள் பதைபதைத்துப் போனாள். பெருமூச்சு விட்டுக்கொண்டு 'சரியாகிவிடுவான்' எனத் தன்னைத்தான் தேற்றிக் கொண்டதோடு மனம் தாளாது அவ்வப்போது கண் கலங்குவாள்.

ஊரில் எவரேனும் இறந்து சுடுகாட்டில் அவியும் போது அந்த உடல் சிந்தும் புகையினை நுகரப் பழகினான். வெட்டியான் அந்த இடம்விட்டு அகலும் சமயத்தில் அதன் அருகே சென்று எலும்புகள் சடசடத்து எரிந்து முறியும் ஓசையையும் கறியும் மயிர்களும் உருகி நெருப்போடு கலக்கும் காட்சியையும் காண்பான். முதல் சில நாட்கள் வெட்டியான் அவனை விரட்டிப் பார்த்தான். பிறகு அவனால் தனக்குத் தொல்லையேதும் இல்லை என்பதோடு சிறு துணையாகவும் இருப்பதால் அவனது இருப்பைப் பற்றி எதுவும் கண்டுகொள்வதில்லை. சில நாட்கள் எரிந்து முடித்து எஞ்சும் சாம்பலைத் தன் உடல்மீது பூசிக் கொள்வதோடு சிறிது வாயில் இட்டுச் சுவைத்தும் கொள்வான்.

நண்பர்களோடு நீச்சல் அடிக்கச் செல்வது மீன் பிடிக்கச் செல்வது வெண் நரம்பில் கண்ணி கட்டியும் வீடுகளில் எலி பிடிக்க வைத்திருக்கும் பெட்டியை வைத்தும் அணில் பிடிப்பது அவற்றை உப்பும் மிளகாயும் இட்டு காட்டுப் பகுதியிலேயே சுட்டுத் தின்பது சிட்டுக் குருவியின் முட்டைகளைத்தேடி முட்புதருள் அலைவது அவை கிடைத்தால் சாணிக்குள் வைத்து நெருப்பில் போட்டு

வெந்ததும் சாணத்தைப் பிரித்துவிட்டு முட்டையை எடுத்து உண்பது என அவனது குழந்தைப் பருவ சாகசங்களில் இருந்து ஒவ்வொன்றாகத் துண்டித்துக் கொண்டான்.

அலெக்ஸின் தந்தை அவனது நடத்தைக் குறித்து எதையும் பெரிதாக எடுத்துக் கொள்ளவில்லை. அவன் வாசிக்கும் புத்தகங்களும் வாழும் உலகமும் அவனைப் பார்த்துக்கொள்ளும் அவன் வளர்வது போல் வளரட்டும் என்ற சிந்தை கொண்டவராகையால் அவனை அவன் போக்கிலேயே விட்டுவிட்டார்.

தாய் தந்தை சுற்றம் நட்பு என ஒவ்வொருவரும் அவனை எந்த அளவிற்கு நெருங்கிச் சென்றனரோ அதைவிட அதிகமாக அவன் அவர்களிடம் விலக்கம் கொண்டான்.

பிறகொரு ஞாயிறு அன்று தேவாலயத்தின் குரல் வழியாக 'பிதாவானவன் முதலில் ஆடவனையும் அவனது விலாவில் இருந்து பெண்ணையும் படைத்ததைக் கவனித்தான். இதுவரை இருநூற்றுக்கும் மேற்பட்ட முறை இதனைக் கேட்டிருந்தாலும் இன்று அவனுள் ஏதோ ஒன்று கொழகொழத்து நெகிழ்ந்தது. அப்படியென்றால்!

அப்படியென்றால்! அவர்கள் அவர்களுக்குள்ளும் அவர்களின் சகோதரர்களுக்குள்ளும் அவர்களின் சந்ததிக்குள்ளும் புணர்ந்து புணர்ந்து புணர்ந்து... அவனுக்குத் தலை இடப்பக்கத்தில் விண்விண்னென்று தெறிக்கத் துவங்கியது. இடக்கையால் அதனை அழுந்தப்பிடித்தவாறு தான் உள்ளிழுக்கும் மூச்சுக்காற்றினை சிறுசிறு இடைவெளியில் நெஞ்சுக்கூட்டினுள் நிறைத்துப் பின்னர் ஒரே முறையில் அதனை வெளியேற்றியவாறு தான் அமர்ந்திருந்த வாகை மரத்தடியை அதன் தோலில் காணப்படும் கருப்புத் திட்டுக்களைப் பச்சையாக உருண்டு மருவெனத் திரண்டிருக்கும் சதைத் திரட்சியை பழுத்து உதிர்ந்து கிடக்கும் வயோதிக இலைக் கொத்தினைக் காலடியில் ஓடித்திரியும் சுள்ளெறும்புகளை என வெறித்தபடி இருந்தான்.

அலெக்ஸ் இப்போதெல்லாம் மேற்சட்டை அணிவதில்லை. உடை தன் உடலின்மீது படியும்போதெல்லாம் ஏதோவொரு நடுக்கம் அவனைத் தொற்றிக்கொள்ளத் துவங்கியது. அவனது பெற்றோரை, அந்நியரைக் கண்டதும் விலகும் மழலையென விலக்கியே வைத்திருந்தது அவன் ஆழ்மனம். எதனொடும் ஒட்டுதல்

இல்லை. சில நேரங்களில் தெருவோரப் புழுதியில் படிந்திருக்கும் சிறுவர்களின் காலடிச் சுவடுகளுடனும் அவற்றின்மீது படிந்திருக்கும் பாதுகைகளின் விளாறல்களினையும் வலது கை ஆட்காட்டி விரலால் சமன் செய்து குழந்தைகளின் பாதங்களை மீட்பவனாக இருந்தான்.

அவனுக்கு வயது பத்தொன்பதை நெருங்கியபோது இடையில் தந்தையின் வேட்டியில் சிறு பகுதியினை மட்டும் கிழித்து உடுத்துபவனாக மாறியிருந்தான். தேகம் ஒரு கோரையின் மெலிவுடனும் எல்லையற்ற பெருங்காற்றைக் கடக்கும் இலாவகத்துடனும் ஒத்திசையப் பெற்றிருந்தான். தன் மகவை சாண்ரோ சாண்ரோ என அழைத்து ஏங்கிய தாய்மனம் அவனது போக்கினைக் கண்டு தாள இயலாமல் பெரும் ஓவியனின் கைப்பட்ட சோகமயமென உருக்கொண்டு நடமாடத் துவங்கினாள். அவனைப் பொருத்தவரை வீடு என்பது வெறித்துப் பார்ப்பதற்கான மற்றொரு இடமென ஆகிப்போயிருந்தது.

தன் ஊரின் நடுவே ஓடும் ஆறு இப்போது அவனது அடைக்கலமாக மாறி இருந்தது. நடு இரவிலும் அவன் தன் கழுத்துவரை நீருள் அமிழ்ந்திருக்கப் பழகியிருந்தான். ஒருமுறை இதனைப் பற்றி அறியாமல் வைகறையின் துவக்கத்தில் அவசரத்திற்கு ஒதுங்கிவிட்டு வந்த லாரி ஓட்டுனர் தனித்து சுடரென மிதக்கும் தலைகண்டு விழுந்தடித்து ஓடிய கதையும் இதனைப் போன்ற இன்னபிற கதைகளும் உண்டு.

நீர்வரத்து அற்றுப் போனவுடன் அவன் உடைகளை அணிவதும் அற்றுப்போனது. அவன் உடலை மயிர்கள் தங்களுக்கென எடுத்துக் கொண்டன. நீரானது அலெக்ஸைப் பிரிந்தது முதல் தன் கடைவாயில் ஒரு வேம்பினை மென்ற வண்ணம் தலையைக் குனிந்தவாறு நடந்து கொண்டிருக்கிறான். அவன் இப்போதெல்லாம் யாரையும் எதிர்ப்பதோ அல்லது எதிர்பார்ப்பதோ இல்லை. பசிக்கும் வேளையில் ஏதோ ஒன்றைத் தின்றுப் பழகியிருந்தான். உணவு அவனுக்குத் தேவையற்றதாக இருந்ததோடு அவனைக் கட்டுப்படுத்தும் ஒன்றாக ஒருபோதும் இருக்கவில்லை.

இப்போது அவன் தன் ஊரினைப் பிரிந்து பல மாதங்கள் ஆகிவிட்டன. அவனைத் தெய்வ அடியாரென மக்கள் அழைக்கின்றனர். வேம்புச் சாமியென்ற பொருள்பட அவரவருக்கு

உரித்தான மொழியில் அலெக்ஸைக் கண்டு பக்தியுடன் கையெடுத்துக் கும்பிட்டு நகர்ந்து கொள்கின்றனர்.

அவனது கால்கள் வெடித்தும் நகங்கள் நீண்டு சுருண்டும் அழுக்குடன் காணப்பட்டாலும் சுடரும் விழியானது எல்லாவற்றையும் அழித்தபடி முன்னேறியே செல்கிறது.

காட்டுவழியில் நிற்கும் கள்ளிச் செடிகளிடம் தன் பற்கள் தெரியும் அளவிற்குச் சிரித்து உரையாடும் அலெக்ஸ் புற்களையும் தாவரங்களையும் மரங்களையும் மிகுந்த காதலோடு கொஞ்சியபடியும் குழந்தைக்குப் பாலூட்டும் தாய்மைபோலும் எந்தக் கணத்திலும் நெகிழ்ந்தபடியே இருக்கிறான்.

அவன் கண்கள் கற்களின் மீதும் மரங்களின் மீதும் சிற்பங்கள் மீதும் ஊர்ந்து படர்ந்திருக்கும் தெய்வங்களைக் கண்டு இரக்கம் கொண்டன. சாலைகளில் பாரம் சுமக்கும் மாடுகளையும் குதிரைகளையும் கண்டு கண்ணீர் சிந்தின. கிழித்துத் தொங்கவிடப்பட்டிருக்கும் உயிரற்ற இறைச்சிகளின் மீது வெறுமை படர்ந்த பார்வையை வீசின.

அவன் கால்கள் எல்லாவற்றையும் கடந்து ஏதோ ஒன்றில் சரண் அடையத் துடிக்கும் வெறிகொண்ட ஆற்றின் நீரென நில்லாது நடந்து கொண்டே இருந்தன.

***

அவனது உடல் சிறு சிறு துணுக்குகளாகச் சிதறிப் போவதை வேடிக்கைப் பார்த்த வண்ணமிருந்தான்.

***

கார்லோஸ் தான் பயணிக்கத் துவங்கிய இரண்டு ஆண்டுகளின் பின்னர் மேற்குத் தொடர்ச்சி மலையை அடைந்தான். அங்குள்ள மானுடர்கள் விதவிதமான நிறங்களில் ஆடைகள் அணிந்திருந்ததோடு குளிரினைத் தடுக்க பல்வேறு வடிவ ஆடைகள் உடுத்தி இருந்ததைப் பார்த்தான்.

அவனைப் பொருத்தவரை 'வெயில் நிலமோ குளிர் நிலமோ தாவரமும் சரி பிற உயிரினமும் சரி தத்தம் இயல்பின்படியே இருக்கின்றன. ஆனால் பாலையென இயற்பில் திரிந்த மானுடர் மட்டும் இப்படியாகத் திரிவதால் அவன் அங்கும் தம் சுயத்துடன் வாழத் தலைப்பட்டான். ஊரார் இனாமாகக் கொடுத்த

ஆடைகளைத் தாண்டிச் சென்றவன் பனி ஊறிய மஞ்சுக்களை ஆடையாக அணிந்தபடி மலை முகட்டின் ஈரப்பாறை ஓரத்தில் மல்லாந்துக் கிடந்தான்.

மலை தன் இரகசிய எல்லையை அவனோடு ஒவ்வொன்றாகப் பகிர்ந்து கொண்டது. முதிர்ந்து விழுந்து தரையில் சிதறிக் கிடந்த மரப்பட்டைகளை முத்தமிட்டான். உண்ணிப் புதர்களிலும் இண்டம் புதர்களிலும் புகுந்து முட்பட்டு ஏற்படும் கீறல்களில் வேங்கையின் மரத்தில் உருவாகும் கருமை கலந்த செம்மையின் சாந்துப் பொட்டினை ஒத்த உதிரம் கசிய முழந்தாளில் முகம் புதைத்தவாறு அமர்ந்திருந்தான்.

மலை அணில் ஒருமுறை தன் குட்டியுடன் அவனைக் கடந்திருந்தது. பிறகான நாட்களில் தனித்திருந்த அணில் குட்டி இவன் முதுகுப்புறத்தில் நீண்டு பழுத்து அடர்ந்த கொடிகளெனக் கிடந்த மயிர்கள்மேல் ஏறி விளையாடியபடி இருந்தது.

இந்தக் குட்டியின் விளையாட்டைப் பார்த்த குரங்குகள் அவன் முன்பு சென்று ஈறுகள் தெரியப் பற்களைக் காட்டியும் கரணமிட்டும் ஓரத்தில் இருந்த பாறைகளிலும் மரங்களிலும் குதித்தும் அவனோடு உறவு கொண்டன. ஓடையைப் போல் இவனும் மிக அமைதியாக அவைகளை எதிர்கொண்டான்.

நீர்தேடி வரும் விலங்குகளின் எச்சரிக்கையான உணர்வுகளினை மிகத் துல்லியமாக எடைபோடும் கார்லஸ் நாட்பெருகப் பெருக காற்றில் மிதந்து வரும் அவற்றின் நாற்றம் கொண்டே அது எவ்விலங்கென அறிந்து கொண்டான்.

நாட்போக்கில் அவைகளும் அவனை அவைகளில் ஒன்றெனவே எண்ணத்துவங்கின. ஒருமுறை புலி தனது மிகக் கூரிய நகம் கொண்ட காலுடன் அவன் குரல்வளையை குறிபார்த்து பாய்ந்தவேளை அவன் பின்புறத்தில் தோன்றிய யானைக்கூட்டத்தால் காப்பாற்றப்பட்டான். தான் தாக்கப்படப் போவதை ஒரு விளையாட்டெனக் காணத் தயாராக இருந்த அவன் தான் காப்பாற்றப்பட்டதையும் விளையாட்டெனவே கொண்டான். பிறகு அந்த யானையின் கூட்டத்தைத் தொடரத் துவங்கி அவைகளோடு அந்த மலை முழுக்கத் திரிந்தான்.

ஒரு மழைநாளின் பின்னிரவில் ஆழ்ந்த மழையின் மொழிகளுக்கு மத்தியில் வேட்டையாடப்பட்ட காட்டுப் பன்றியின் மரண ஓலம்

அவன் மனநிலையை மேலும் சமன் இழக்கச் செய்தது; அது முதல் அவன் பிற உயிர்களின் ஓலத்தைக் கேட்கும்போதெல்லாம் தன்னைத்தான் தாக்கிக் கொள்ளத்துவங்கினான். யானைகள் அவன் தனித்திருப்பதே சிறந்தது என்ற எண்ணத்தில் அவன் வழியில் குறுக்கிடவில்லை.

மழை நாளில் தாமாய் உருவாகிச் செல்லும் நீர்த்தடத்தினைத் தொடர்ந்து வெளியேறத் துவங்கினான். இடையே வேம்பின் காயொத்த கிளைநுனியில் முட்களால் சூழப்பட்ட கோட்டான் பழங்களைப் பறித்து உண்டுகொண்டான். பாறைகளின் இடுக்கில் அன்னாசிப் பழமொத்த தூரினைக் கொண்ட ஈஞ்சி செடியிலிருந்து கருத்த முதிர் பழங்களைப் பறித்து உண்டுகொண்டு போதைப் புற்களின் கூர்மையைத் தன் உடற்தோலால் சோதித்தபடி முன்னேறிக் கொண்டிருந்தான்.

மலையும் தரையும் சந்தித்த புள்ளியில் நகர்ந்து கொண்டிருந்த எறும்புகளை நோக்கிப் புன்னகைத்தவன் சிறிது நேரம் அவை செல்லும் திசையை உற்று நோக்கினான். பிறகு மீண்டும் ஒருமுறைகூட அந்தச் சரிவுகள் மிகுந்த பசிய மலை பார்த்துத் திரும்பாமல் அதன் எதிர்த்திசையில் நடக்கத்துவங்கினான்.

***

அவனது உடல் சிறு சிறு துணுக்குகளாகச் சிதறிப் போவதை வேடிக்கைப் பார்த்த வண்ணமிருந்தான்.

***

தமது முப்பதாவது வயதில் முதன்முதலாக அலெக்ஸாண்ரோ கார்லஸ் தென்முனையில் உள்ள பேராழியைச் சந்தித்தான். தம் பள்ளி நாட்களில் 'ஆழி என்பது தம்மைச் சுமக்கும் காகிதத்தை நனைக்காத பெரும் நீர்ப்பரப்பு' என்று தமக்குள்ளேயே உரையாடியது நினைவிற்கு வர உப்புச்சுவையும் அழுகிய நிணத்தின் நாற்றமும் கரிய அடர்பச்சையில் நீரினைக் கொண்டு நுரைத்துப் பொங்கும் அலைகளின் ஊடாகத் தன் காலடியில் நழுவியோடும் மணல்களோடு கைகளை விரித்தபடி ஆழியுள் இறங்கி நடக்கத் துவங்கினான். ஒரு மீன்குஞ்சினை ஏந்திக்கொள்ளும் தாயென அவனைத் தமக்குள் ஏந்திக்கொண்டு கொண்டாடித் தீர்த்த பேராழி தன்னையே அவனிடம் ஒப்படைத்தது.

இப்போது அவன் ‘கடல் வாசி’ ஆகிப்போனான். ஆங்காங்கு கிடக்கும் சங்குகளை மீட்டு கடலுள் எறிந்தபடி இருந்தான். கட்டுமரங்களில் ஒட்டி நின்ற பசிய பாசிகளோடு தன் கன்னத்தை இழைத்தவாறு கொஞ்சிப் பேசியருந்தான். உப்பு நீரில் கரைந்த உடல் வெயில் குடித்தவுடன் அடையும் எரிச்சலை வெகுவாக இரசித்து வெடிச்சிரிப்பென சிரித்தபடி இருந்தான்.

அவன் கடற் பறவைகளின் கீச்சொலிகளையும் மீனினங்களின் இறந்த உடலங்களையும் அவற்றில் நெளிந்தோடும் புழுக்களையும் கடல் காற்றையும் மணலையும் மீனவனின் உடலில் நெளிந்தோடும் உழைப்பின் துடுக்கையும் வலைச்சியரின் கந்தலையும் பெரும் வாஞ்சையோடு சுற்றிச் சுற்றிப் பார்த்த வண்ணமிருந்தான்.

சடசடத்துக் கடல்மீது பொழியும் மழையினைக் குதூகலத்துடன் இரசிப்பவன் அதன் ஓரத்தில் தோன்றி மறையும் மின்னலைக் கைக்கொள்ள எண்ணி அலைமீது ஏறி ஒவ்வொரு முறையும் பயணிக்க அலை அவனைக் கரையில் கிடத்துகிறது. அவன் பிஞ்சுக் குழந்தையின் பிடிவாதத்துடன் மீண்டும் மீண்டும் முயல மழை தன்னை நிறுத்திக்கொள்வதோடு மின்னலும் மறைகிறது. இவன் இந்த விளையாட்டை மிகவும் விரும்பி ஏற்பவனாகச் சலிப்பின்றி சுழன்றபடியே இருப்பதோடு உடல் முழுக்க மணலினை அள்ளிப் பூசி மணலை உடையாகக் கொள்கிறான்.

இதே போன்ற ஒரு மழை நாளின் பின்னிரவில் தளைகளில் இருந்து தப்பிதமான கட்டுமரம் ஒன்றினை நீரினுள் கண்டெடுத்த கார்லஸ் பெரும் குதூகலத்தோடு அதனைப் பற்றிக் கொண்டான். பெருங்காற்றும் மின்னலும் மழையும் கடலும் அவனை உள்ளே உள்ளே உள்ளே என இழுக்க எல்லாவற்றிலும் ஏதோ ஒன்றைக் கண்டடையும் அவன் தனித்தீவின் மடியில் மறுநாள் தஞ்சமடைந்திருந்தான்.

***

அவனது உடல் சிறு சிறு துணுக்குகளாகச் சிதறிப் போவதை வேடிக்கைப் பார்த்த வண்ணமிருந்தான்.

***

ஒவ்வொரு நிலமும் ஒவ்வொரு உடலும் ஒவ்வொரு விழியும் அவனை ஒவ்வொரு விதமாக எதிர் கொண்டன. ஆனால் அவன் எல்லாவற்றையும் ஒரே விதமாக எதிர் கொள்பவனாகவே இருந்தான்.

மணலில் மல்லாந்து இருந்தவனின் மார்புவரை அலைகள் மோதிச் சென்றன. அவனுக்கு எதிர் திசையில் முளைத்திருந்த பரிதி நீராடிய புத்துணர்வில் மினுங்கிக் கொண்டிருந்தான். அவன் கண்கள் பாதி திறந்தபோது கடல் நீரில் பரிதியின் கதிர்கள் தம் நடனத்தை அரங்கேற்றிக் கொண்டிருந்தன. அவனது ஒவ்வொரு சிமிட்டலுக்கும் வண்ணங்கள் மாற்றம் கொண்டன. அவன் தன் இமைகளைச் சடசடத்தும் மிக மென்மையாகவும் அதனினும் மென்மையாகவும் என நடனம் புரியும் வண்ணங்களோடு விளையாடிக் கொண்டிருந்தான். கட்டுமரம் அவர்களை வேடிக்கைப் பார்த்தவாறு கடல் தாலாட்டும் சுகத்தை அனுபவித்துக் கொண்டு அவனைப் போலவே படுத்திருந்தது.

அலெக்ஸ் எழுந்து நடக்கத் துவங்கினான். அது அடர் வனமாக இல்லாமல் மருத நிலத்தில் உள்ள காடுகளின் தன்மையை ஒத்திருந்தது. கரையோரத்தின் பாறைகள் கூர்த்தும் பலநாள் அபிசேகம் செய்யப்பட்ட தெய்வச் சிலைகளின் மினுங்கல் கொண்டும் கடற் பறவைகளின் எச்சத்தால் அலங்கரிக்கப்பட்டும் இருந்தன.

தென்னையும் மூங்கிலும் வாழையும் நீர் நிரம்பிய தண்டுகளையும் அகன்ற இலைகளை உடைய தாவரங்களையும் என அந்த நிலம் தனக்கெனத் தனித்துவமானத் தேர்வுகளைக் கொண்டிருந்தது.

முதிர்ந்து மணலில் வீழ்ந்து கிடக்கும் ஒவ்வொரு நெற்றையும் குளிறுகள் மொய்த்துக் கொண்டிருக்கின்றன. அவற்றின் காலடித் தடங்கள் மணலை உடலைப் பிளந்தபடி இருக்க அவன் தன் உடல்மேல் சடைத்துக் கிடக்கும் மயிர்களைக் கோதியவாறு பார்த்துக் கொண்டிருக்கிறான்.

கணங்கள் பொழுதுகளாகிக் கடக்கக் கடக்க ஒரு தீர்மானத்திற்கு வந்தவனாகத் தன் கழுத்தின் உயரத்திற்கு ஏற்ற அளவில் குழி ஒன்றைத் தோண்டி இறங்கி நின்று சரிபார்த்துவிட்டு மீண்டும் சற்று ஆழமாகத் தோண்டினான். பிறகு வெளியேறியவன் பூமியில் வேர்விடத் துவங்கி இருந்த நெற்று ஒன்றை கைப்பற்றி அதனைச் சுற்றிச் சுற்றி பார்த்துவிட்டு உனக்கு உண்பதற்கு என்ன வேண்டும் என்றான். நெற்று அவனுக்குப் பதிலேதும் சொல்லாமல் மண்ணைப் பிரிந்த துயரத்தில் வேரெனும் அதன் மயிர்கள் காற்றில் ஊசலாடியபடி வர குழிக்குள் இறங்கி தமது தலையில்

நெற்றினை வைத்துக்கொண்டு இடது கையால் அது சரியாமல் பிடித்தவாறு தன்னை மூடிக்கொள்ளத் துவங்கினான்.

காற்று ஓய்ந்தது; அலை பின்னோக்கி நகர்ந்தது; கடலின் ஒரு மூலையில் மின்னல் தோன்றியது. முதலில் இடுப்பு, பின் மார்பு, தோள், கழுத்து, நாசி, விழி என நீண்டு தன்னையேப் புதைத்துக் கொண்டான். அதன் வேர்கள் மணலைப் பற்றியும் பற்றாமலும் இருந்த போது மழை வலுத்துப் பெய்யத் துவங்க அவன் தலையிலிருந்த மண் சிறிது சிறிதாகக் கரையத் துவங்கியது.

அலெக்ஸ் மின்னலையும் மழையையும் பார்த்துப் புன்னகைத்தவாறு தன் தலையிலிருந்து முகத்தின் வழியாகக் கரைந்தோடும் மணலை இரசித்தான். மழை மொத்தமாகக் கொட்டி ஓய்ந்தபின் பச்சை மழலையின் பாதங்களை ஒத்திருந்த நெற்றின் வேர்களை முத்தமிட்டு மீண்டும் தன் தலையின் மீது மண்ணை ஏற்றி அதனை நட்டு வைத்தான். அடுத்தடுத்த பொழுதுகள் அவனை எந்தவகையிலும் பாதிக்கவில்லை. அவன் ஆத்மார்த்தமாக அதற்கு வழிகொடுத்தான். 'பாறையை மலரச் செய்யும் வித்தையை அறிந்ததல்லவா வேர்' அதற்குத் தெரிந்திருந்தது அவனை எப்படி எடுத்துக்கொள்ள வேண்டுமென்று.

முதலில் அவனின் சடைத்த மயிர்களின் வழியாகச் சிறிது சிறிதாக ஊடுருவியது. அது ஏதோ எறும்பொன்று புறங்கையில் தவழும் குறுகுறுப்பை வழங்கிட அவனது உடல் மணலுள் புதைந்து கிடந்தாலும் சிலிர்த்துக் கொண்டது. பிறகு மணலுள் புதையும் கூலாங்கல்லின் இலாவகத்துடன் சிறுவலியின்றி தன் கபாலத்துள் நுழையும் வேர்களை அவன் உணர்ந்தபோது பொறிப்பொறியாய் வண்ணங்கள் கிளம்பி அவனை எங்கெங்கோ அழைத்துச் சென்றன. பிறகு, அவன் உடல் சிறிது சிறிதாய்ச் சுருங்கிச் சட்டென ஒரு புள்ளியில் குவிந்து நெற்றின் குருத்து நூலளவு வளர்ந்து நாற்றானபோது அவன் அதுவாகியிருந்தான்.

***

அவனது உடல் சிறு சிறு துணுக்குகளாகச் சிதறிப் போவதை வேடிக்கைப் பார்த்த வண்ணமிருந்தான்.

– நடுகல்: வெயில் கால இதழ், 13 ஜுன் 2022

பித்தனாரும் பூங்குன்றன் விளாதிமிரும்

பாகம் 2

பித்தனார் தான் கதைகளென விரித்து எழுத வைத்திருந்த குறிப்புகளைத் திருடிய அவரின் நண்பர், அதனைத் தன் வீட்டுப் பரணில் எறிந்துவிட்டு தனக்குள் அவ்வப்போது இரகசியமாய்ச் சிரித்துக்கொண்டார். ஏறக்குறைய அறுபது ஆண்டுகளின் பின்னர், பரணில் ஏறிய பாம்பின்கண் நண்பரவரின் பேரனான பூங்குன்றன் விளாதிமிரின் கைகளில் கிடைத்தன, இந்தக் குறிப்புகள். அதனை வரிசைப்படி எண்களிட்டு எட்டு முதல் பனிரெண்டு வரையிலான பக்கங்களில் உள்ள கதைகளைத் தனது சொந்தக் கதைகளென வெளியிடுகிறான் பூங்குன்றன்.

நுண்கதை: 1

உண்மையில் இதனை உள்ளபடியே பதிவிட சற்று சங்கடமாய் இருந்தாலும் கூட, இந்த மானங்கெட்ட ஈனப்பிறவிகளான மானுடர்கள் ஒரு நீரபிஷேகத்தைக் கூடவா உருப்படியாய்ச் செய்யக்கூடாது! என்ன இருந்தாலும் கடவுள் அல்லவா! பார்த்தான். தன்னருகே ஒரு நாயை வரவழைத்து தனக்கான அபிஷேகத்தைத் தானே செய்து கொண்டான். அதாவது, அல்லித்துறை - ராம்ஜிநகர் சாலையில் ஈபி ஆபிஸ் கடந்ததும் உள்ள வளைவின் மீது வேம்படியிலுள்ள கருப்பு வண்ண சிலைமேல் நாய்

தன் வலது காலை உயர்தியவாறு விட்டுவிட்டு சிறுநீர்க் கழித்தது. (மானுடர்க்குத்தான் நாய் என்பது அற்பம்போல.)

நுண்கதை: 2

மிக வேகமாக வந்த காரின்மூலம் கொல்லப்பட்ட குட்டி மற்றும் தாய் நாய் தேவதைகளாக மாறும்முன் கடவுளின் வாசலைத் தவிர்த்து யமனின் ஆபிஸை அடைந்தனர். அவர்கள் ஏதும் சொல்லாமலே பார்வையை வைத்து உணர்ந்த யமன் அந்த வாகன ஓட்டியின் முகவரியைக் குறித்துக்கொண்டு தனது பாசக் கயிற்றைத் துண்டெனத் தோளில் சுமந்தவாறு பூமி நோக்கி பயணப்பட்டான். மறுநாள் செய்தித்தாளில் 'கார் ஒன்று விபத்துக்குள்ளானதாகவும் அதனுள் இரு குழந்தைகள் உட்பட ஏழு நபர்கள் நசுங்கி இறந்திருந்தனர்' என்றும் செய்தி வந்தது.

நுண்கதை: 3

"காற்றில் மீன்களென பறவைகள் நீந்திக் கொண்டிருக்கப் படகெனப் பாய்ந்தோடும் மேகங்கள்; பூமியின் எங்கோ ஓர் ஓரத்து கானகத்தில் பூத்து எல்லாவற்றையும் தின்றுக் கொண்டிருக்கும் நெருப்பு; நிசப்தத்தின் இரைச்சலாய் மலையுச்சி சிற்றோடையின் சலசலப்பு ; பெருநகர் மத்தியில் நீலப் படத்திற்குத் தயாராகும் பிஞ்சுக் குழந்தை; இரயில் கக்கும் கருவெண் புகையைத் தீட்டிக் கொண்டிருக்கும் ஓவியனின் தூரிகை" என்ற கவிதையை எழுதிவிட்டு தூக்கிட்டுத் தற்கொலை செய்துக் கொண்டாள் கவிதைக்கென நோபல் பரிசு பெற்ற அந்த இளங்கவி.

நுண்கதை: 4

மனிதர்கள் அனுப்பிய செயற்கைக்கோள் தங்கள் கிரகத்தின் மேல் படர்வதை செவ்வாய் கிரகவாசிகள் அதன் உட்பகுதியில் இருந்து பார்த்துக் கொண்டிருந்தனர். அதாவது அவர்கள் வசிப்பிடம் பூமியில் உள்ளதைப் போல மேற்பரப்பில் இல்லாமல் உட்பகுதியில் அமைந்திருந்தது. அவர்கள் தாங்கள் விரும்பிய தரவுகளை மட்டும் ஒவ்வொறு முறையும் அனுப்பிவிட்டு, தங்களின் வேலைகளைத் தொடர்ந்தனர். நாம் இங்கு நமது சாதனைப் பட்டியல்களை நீட்டிக் கொண்டு இருக்கிறோம்.

நுண்கதை: 5

2019ஆம் ஆண்டுவரை அதாவது கொரோனா காலத்திற்கு முன்பு வரை தமிழர்களால் பெரியார் என அறியப்பட்ட புத்தியாளன் சிலையாய் திருச்சிராப்பள்ளியின் மத்தியப் பேருந்து நிலையத்தில் வெயிலையும் மழையையும் காக்கைகளையும் குருவிகளையும் இந்த அற்ப மானுட மூளைகளையும் சிந்திக்கச் சொல்லியபடி புன்சிரிப்புடன் நின்றார். என்ன நினைத்திருக்கும் அரசு! வயோதிகன் எவ்வளவு நாள் பனி மழை வெயில் இருள் என அவதிப்படுவான் என்றா? அவரைச் சுற்றி வழவழப்பான கம்பிகளையும் கூரையையும் இட்டு நிழலில் நிறுத்தியது. பிறகென்ன, இப்போதும் பெரியார் நின்றபடியேதான் உள்ளார், ஆனால் அவரின் புன்னகை எவர் கண்ணுக்கும் புலப்படவில்லை.

நுண்கதை: 6

இந்த உலகின் முதல் மனிதனும் கடைசி மனிதனும் சந்தித்துக் கொண்டனர். நிர்வாணமாய் நின்றிருந்த முதல் மனிதன், நல்ல வெளிர்நீல சட்டையுடன் இன்செய்த ஃபேண்ட், டை, சென்ட் பூசிய அக்குளோடு நின்று இருந்தவனின் அருகில் சென்று அவன் முகத்தில் காறி உமிழ்ந்தான். பிறகு தனது நீண்ட மயிர்களைக் கோதியவாறு நடக்கத் துவங்கினான். தன்னை யாரும் கவனித்தார்களா எனச் சுற்றும் முற்றும் பார்த்த கடைசி மனிதன் தன் ஃபேண்ட்டின் இடப் பக்க பாக்கெட்டில் இருந்து மடிப்பு கலையாத கர்ச்சீப் எடுத்து அதன் ஒரு பக்கத்தால் எச்சிலைத் துடைத்துவிட்டு, மறுபக்கத்தில் முன் எச்சரிக்கையாகக் கொட்டி வைத்திருந்த பௌடரை முகத்தில் பூசிக்கொண்டு எதுவுமே நடவாதது போல பையுள் கை நுழைத்து புன்சிரிப்போடு முதலாமவனுக்கு எதிர்ப் பக்கத்தில் நடக்கத் துவங்கினான்.

நுண்கதை: 7

நீண்ட நாட்களாக புலி ஆசனத்தில் அமர்த்தி வைக்கப் பட்டதால் கடவுளுக்கு அடிப் பகுதியில் புண் வந்துவிட்டது. எத்தனையோ முறை எத்தனையோ பக்தர்கள் "இக்காரணத்தால்" தம்மிடம் வேண்டிக் கொண்டதை நினைத்துக் கொண்டவர், தனக்கு வந்த பின்னரே வலியை நன்றாக உணரத் துவங்கினார். பிறகு, சற்று ஆயாசத்தோடு ஒருபக்கமாகச் சற்று சாய்ந்தவாறு பூமி வந்தவர், என்ன காரணத்தாலோ டாக்டர்களைக் காண மறுத்து, மெடிக்கல்

ஷாப்பில் ஆயின்மென்ட் வாங்கி மீள வானகம் திரும்பினார். இரவில் யாவரும் உறங்கிய பின்னர் மருந்திட்டு குப்புறப்படுத்து உறங்கத் துவங்கிய கடவுள் வரப்போகும் இந்த நுண்கதையை நினைத்து பெருமூச்சு விட்டுக் கொண்டார்.

நுண்கதை: 8

“புணர்தலைத் தொழிலாகக் கொண்ட ஒருவன் அல்லது ஒருத்திக்கு நிம்மதி தரும் செயல் எதுவோ அதன் பெயரே இறை” என்ற வரிகள் கல்லூத்து மலையின் எட்டாவது பாறையில் காணக் கிடைக்கும் எனச் சிலர் சொல்ல, அப்படியொரு மலையே இல்லை என ஒரு சாரார் வாதிட்டனர். நமக்கு “மெய்ப் பொருள் காண்பதே அறிவு” எனப் போதிக்கப் பட்டு இருப்பதால் நாம் முன் முடிவின்றி நமது தேடலைத் துவங்குவோமாக என அறிவித்தார் அந்தக் கண்ணாடி அணிந்த குறுந்தாடி மனிதர்.

நுண்கதை: 9

உயிர் என்பது எது? இந்தச் சிக்கலான கேள்வியை எளிமைப்படுத்தி எது இல்லையென்றால் உயிர் இல்லை என்றாகும் எனப் பார்போம். உதாரணமாக ஒரு கோழியை கொலை செய்வதென்றால் அதன் கழுத்தை அறுக்கிறோம். உதிரம் தெறித்தோடுகிறது, கோழி இறக்கிறது. எனில், உதிரத்தின் பெயர்தான் உயிரா? அதே கோழியை நீருள் அழுத்துகிறோம் அப்போது உதிரம் வருவதில்லை எனில் உதிரம் உயிரல்ல என்றாவதுடன், மூச்சுக்காற்றுதான் உயிரென்றால் காற்றுதான் அழிவதில்லை அல்லவா! எனில் நாம் வாழும் இப்பூமி முழுக்க நிறைந்துள்ளது உடலற்ற உயிர்கள்தானா! நாம் குடித்து வாழ்வது நம் மூதாதைகளின் உயிரைத்தானா! சுவாசிக்கப் பழகிய அத்தனை உயிர்களும் மூதாதையர்களா! என்றெல்லாம் எண்ணிக் கொண்டு இருந்தவன் குட்டிப் பூனையின் மியாவ் சப்தத்தால் கலைந்தான்.

நுண்கதை: 10

மழைவிட்ட குசுதான் வானவில் என்றான். அடேய், வானவில் என்பது மேகங்களின் குழந்தை என்றேன். அதைத்தான் நானும் சொல்கிறேன் என்றான். அதெப்படி குழந்தையும் குசுவும் ஒன்றாகும் என்றேன். ‘முன்னால் வந்தால் குழந்தை பின்னால் வந்தால் குசு’ என்றான். உனக்கு மூளை குழம்பிவிட்டது நண்பா என்றேன்.

அவன் புன்னகைத்தவாறு நீ சொன்னால் உண்மையாகத்தான் இருக்கும் என்றான், அவனிடம் என்ன பேசுவது? நானும் உங்களைப் போல மௌனமாக இருந்தேன். சரக்குக்குப் பக்கத்தில் சைடிஷாக ஊறுகாய் இருக்க எடுத்து நக்கத் துவங்கினேன். அவன் குடிக்கத் துவங்கினான்.

நுண்கதை: 11

அந்தக் காலத்தில் கயிறு இல்லை; எனவே மனு நீதிச் சோழன் எனச் சொல்லப்படும் அரசன் நீதி வழங்க காட்டுக் கொடியுடன் மணியைப் பிணைத்திருந்தான். சோழனின் மகன் கன்றின் மீது தேரைச் செலுத்திய போது, வெகு இயல்பாகப் பசியோடு இருந்த எருமை (அந்தக் காலத்தில் பேப்பர்கள் கிடைக்காத காரணத்தால்) ஊரின் மையத்தில் தொங்கிக் கொண்டிருந்த காட்டுக் கொடியில் ஆங்காங்கே இருந்த சிறுசிறு இலையைக் கடிக்க மணி அசைந்தது. பின்னர் நடந்த கதை உலகறியும் என்பதால் இந்த நுண்கதை இத்துடன் நிறைவடைகிறது.

நுண்கதை: 12

மக்கள் என்னை பூமியின் அதிபராகத் தேர்ந்தெடுத்தபோது, எனது பயணங்களுக்கென நானூறு கோடி செலவில் கார் உருவாக்கப்பட்டது. ஒருநாள் சாலை ஓரத்தில் தேனீர் அருந்தியபோது, மாடு தனது அரித்த முதுகைச் சொரிய காரின் ஒரு மூலையைப் பயன்படுத்த, இளகிய மனம் கொண்ட நான் அந்தக் கடை அருகிலேயே காரை நிறுத்திவிட்டு வந்துவிட்டேன். பின் நாட்களில் மக்கள் “மாட்டுக்கு கார் கொடுத்த மகான்” என்று போற்றினர். சிலரோ வரிப்பணம் என்னாவது என்றனர். நான் பின்னவர்களுக்கு மேற்கோள் எனக் கீழ் வரப்போகும் கதையைக் கூறத் துவங்கினேன்.

கதை: ரதம் பழுதுப் பட பாகனை வைத பாரி நடந்தே மலை ஏறி அரண்மனை அடைந்தான். இரு நாட்களின்பின் அவ்வழி வந்த புலவன் சக்கரம் உடைந்து கிடந்த தேர்மீது முல்லை கிடப்பது கண்டு “முல்லைக்குத் தேர் கொடுத்த பாராளும் தார் வேந்து” எனப் பாடி அவையில் பரிசில் பெற்றபோது பாகனின் கண்கள் மன்னவனைச் சந்திக்க, பாரி தனது பார்வையைத் தாழ்த்திக் கொண்டான். ஔவை நெல்லிக் கனியை மென்று கொண்டிருந்தாள்.

நுண்கதை: 13

மன்னர் கன்னத்தில் கையூன்றி அமர்ந்திருக்க, தலைமை அமைச்சர் மெல்லிய குரலில் மன்னரிடம் காரணம் கேட்டார். துக்கம் தொண்டையை அடைக்க, அவன் செய்த காரியத்திற்கு எனத் துவங்கியவர், தன் மனக் கண்ணில் மயிலுக்குப் போர்வைப் போர்த்தும் மகனைக் கண்டார். மேகம் கண்டால் தோகை விரிப்பதுதானே மயிலின் இயல்பு! அதற்குக் குளிர் என்று எந்த மூடனாவது போர்வையைப் போர்த்துவானா? "நாளை மக்கள் மத்தியில் இவனுடைய இம்மூடத்தனம்" என மன்னர் பெருமூச்செரிய, விழி மூடி யோசித்த அமைச்சர் புலவர்களை அனுகினார். விளைவு, பேகன் வள்ளல் ஆனான்.

நுண்கதை: 14

*வினாக்கள். 5*2=10*

16. சூரியனைப் பற்றிச் சிறு குறிப்பு வரைக.

** சூரியன் என்பது பகலில் மட்டுமே வெளிவரும் பயந்தாங்கொள்ளி ஆகும்.*

** கழுகு கொத்தி விழுங்கிவிடும் என்ற பயத்தால்தான் மிகவும் உயரத்தில் உள்ளது.*

** சூரியன் என்பது வானத்தில் உள்ள மின்மினிப் பூச்சியின் குண்டி ஆகும்.*

நுண்கதை: 15

தரையில் காட்டுச் செடிகளில் பூத்திருந்த மலர்கள் மத்தியில் காதலோடு விளையாடியபடி இருந்தன, அவ்வண்ணத்துப் பூச்சிகள். வானில், சங்கிலி மற்றும் நீண்ட வால் கொண்டும்; வாலற்றும்; காதுகளோடும்; காதுகளற்றும் மேகத்துள் நீந்தியவாறு இருந்த பல்நிற பட்டங்கள் மலர்த் தோட்டம் என அவைகளுக்குத் தோன்றியிருக்க வேண்டும். தங்களின் மென் சிறகால் காற்றைப் பிளந்தவாறு உச்சியை அடைந்தன. கண்ணாடி நூலில் அகப்பட்டிருந்த ரோசா நிறப் பட்டம் பெரும் மூர்க்கத்தோடு இடவலமாய் காற்றில் திமிரிக் கொண்டிருக்க, ஆவாரம் பூ மஞ்சளில் கருவிழி போன்ற வட்டங்களால் நிரம்பி நின்ற பூச்சியின் சிறகில் அந்நூல் பட, இரண்டில் ஒன்று ஒற்றைச் சிறகிழந்து தள்ளாடியபடியே

விழத் துவங்கியது. மற்றொன்று அதன் அருகிலேயே பெரும் துயரத்துடனும் கண்ணீருடனும் பறந்து வர, தரையில் விழுந்த இணை ஒற்றைச் சிறகால் பறக்க முயன்று தோற்றுத்தோற்று மயங்கி விழுந்தது. இரு நாட்களுக்குப் பின்னரும் எறும்புகள் தின்ற மிச்சத்தின் அருகிலேயே அதன் இணை காத்திருந்தது.

நுண்கதை: 16

சிவந்த செம்மை நிறத்துடன் கறுமை கலந்த மண் சட்டியை அவர்கள் கண்டடைந்த போது, மகிழ்ச்சியில் ஆரவாரம் செய்தனர். நிச்சயம் தங்கள் குழு புதையலை அடைந்து விட்டதாய் ஒவ்வொருவரும் தங்களுக்குள் கைகளைத் தட்டிக்கொண்டும் (யப்பா சாமி இது கொரோனா ஒழிப்புக்கான கை தட்டல் இல்லீங்க) அணைத்துக் கொண்டும் வெற்றியைக் கொண்டாடினர். பிறகு, தங்கள் குழுவிலுள்ள அனைவரும் அதன் தலைப் பகுதியை மிக மென்மையாகத் தட்டித்தட்டித் திறந்தனர். உள்ளே இருளும் ஒளியும் கலந்து பெருத்தும் சிறுத்தும் இருந்த சிற்சில பாறைத் துகள்களும் தூசிகளும் சுற்றிய வண்ணம் இருந்தன. அவர்களின் கண்கள் வெற்றி பெருமிதத்துடன் ஒருவரை ஒருவர் நோக்கிக் கொண்டதுடன் அந்தக் குழுவின் தலைவரின் பெயரான 'பால்வெளி' என்பதையே தங்களின் புதையலுக்கும் சூட்டி மகிழ்ந்தனர்.

நுண்கதை: 17

மதங்களுக்கு இடையே ஏற்படும் சண்டைகளைத் தவிர்க்க என்ன வழி என்று யோசித்த கடவுளர் மூவரும் இணைந்து ஒரு பெண்ணைத் திருமணம் செய்து கொண்டு தாங்கள் பேணும் சமத்துவத்தைப் பக்தக் கோடிகளுக்குக் கோடிட்டுக் காட்டினர்.

ஓர் ஆண்டிற்குப் பின்னரான பிரசவத்தில் மகவுகளில் மூத்தது வெண்பன்றிக் குட்டியாகவும், அடுத்தது அன்னாசிப் பழமாகவும், இளையது ஓணான் குஞ்சாகவும் பிறந்து வான் உலகை வலம் வந்தன.

கடவுளர்களின் மனைவியர்களும் அதே காரணத்திற்காக மூன்று மதங்களில் இருந்தும் ஒவ்வொரு ஆண்களைத் தேடி மணந்து கொண்டனர்.

இப்போதெல்லாம் ஆண் கடவுளர் தங்களுள் ஒருவரையொருவர் கண்கொண்டு பார்த்துக் கொள்வதில்லை.

நுண்கதை: 18

ஒரு மீன் குஞ்சால் நீரில் உறங்க இயலும்;

ஒரு குஞ்சுப் பறவையால் காற்றில் உலவ இயலும்;

ஒரு சுண்டெலிக் குட்டியால் இரவில் பார்க்க இயலும்;

ஒரு பூவை, அதில் தேனைச் சின்னஞ் சிறு புல்லால் பிறப்பிக்க இயலும்.

இப்போது சொல் இப்பிரபஞ்சத்தில் உயர்ந்தது எது? என்ற கேள்வியைக் காப்பியனின் முன்வைத்தது இயற்கை. தன் தலையைக் குனிந்திருந்த காப்பியனின் வாயிலிருந்து சொற்கள் முணுமுணுப்பாய் வெளிப்பட்டன.

நுண்கதை: 19

அதுவொரு பின் மதிய நேரம்; சாலையில் அவ்வப்போது வாகனங்கள் சென்றுகொண்டிருந்தன. வானம் மேகத்தை சிறுசிறு துணுக்குகளாகக் கத்தரித்துப் போட்டிருக்க காற்றற்ற பெருவெளி ஏதோவொன்றை எதிர்பார்த்து நின்றிருந்தது. அப்போது சாலையோரத்துப் புற்றிலிருந்து வேதாளம் ஒன்று காளான் வடிவத்தில் முளைத்தது. அதன் வெண்ணிறம் இருசக்கர வாகனத்தில் சென்ற பதினேழு வயது இளமையாவனை ஈர்த்திட, வந்தவன் காளானை பிடுங்கினான். பிடுங்கப்பிடுங்க குடல் போல் நீண்டு வந்தபடியேயிருந்த அதன் அடிப்பகுதி இரையை விழுங்கும் மலைப்பாம்பென அவனுடலைச் சுற்றிக்கொள்ள, பிதுங்கிய அவனது விழி நிலத்தில் தெறித்துவிழுந்தது. பின்னர் உயிருடன் அவன் உடலை புற்றினுள் இழுத்து மறைந்தது காளான். அப்போது அவ்விடம் கடந்த பேருந்தின் சக்கரத்தில் அரைபட்டு ‘டப்’ என்னும் ஒலியுடன் விழியானது வெடித்துச் சிதறியது.

நுண்கதை: 20

அந்தப் பிரபலமான சாலையின் ஓதுக்குப்புற குப்பைக் குழியானது பிராய்லர் கோழியின் கழிவுகளோடு நாற்றம் மிகுந்து காணப்பட, பிறந்து ஆறு மாதங்களே ஆன, கொழுகொழுப்பான ரோஸ் நிறக்

கன்னங்கள் கொண்ட குழந்தை வெற்று மேனியோடு ஒரு ஓரமாய்க் கிடந்தது. அது அழுது அழுது ஓய்ந்து மயங்கிய நிலையிலும், அதன் எளிய உயிர் நெஞ்சுக் குழியில் மெலிதாய்த் துடித்தபடி இருக்க, கழுகுகள் இரண்டு குழந்தைக்கு நேர் மேலே வட்டமிடத்துவங்கின. இப்போது, துர்நாற்றத்தையும் அழுகிய இடக்கையையும் உடலென உடைய ஒரு உருவம் அந்தக் குப்பை குழி நோக்கி வந்து கொண்டிருந்தது.

நுண்கதை: 21

காக்கா கருப்பு

கக்கா கருப்பு

கீதா கருப்பு

கிளி கருப்பு

கூடு கருப்பு

குடு கருப்பு

கேளு கருப்பு

கெண்ட கருப்பு

கை கருப்பு

கொசு கருப்பு

கோடு கருப்பு

கௌதாரி கருப்பு

இன்று முதல் இது கவிதை என்றும் இதை இயற்றியர் கவிஞர் என்றும் அழைக்கப்படுவதுடன், 'கருப்பு கவி என்ற பட்டயமும் சான்றிதழும்' நம் சங்கத்து சார்பில் வழங்கப்படுகிறது. மேலும், நம் சங்கத்தில் இணைய விரும்பும் நண்பர்கள் ரூபாய் ஐயாயிரம் நன்கொடை வழங்கி உறுப்பினர் ஆவதுடன் ஆண்டிற்கு ஆயிரம் செலுத்தி கொடையைப் புதுப்பித்தும் கொள்ளலாம்.

நுண்கதை: 22

முதிர்ந்த பட்டைகளில் படிந்துள்ள பாசிகளின் நிறத்தில் இருந்த அந்த உயிரினங்கள் மிகமிகப் பிரமாண்டமாய் இருந்தன. அவற்றின் வால் மட்டும் திமிங்கிலத்தின் அளவு இருக்கும் என்று வைத்துக் கொள்ளுங்களேன். அதன் கண்கள் கரு நிறத்திலும் அதன்

உட்பக்கம் வெண் வட்டம் கொண்டதாகவும் இருந்தன. மிக உயர்ந்து நீண்ட பனை அளவு அதன் இறகுகள் இருந்தன. அந்த உயிரிகள் சூரியன் உதித்ததும் அதனைத் தேடி அடைய பறக்கத் துவங்கின. உயரே உயரே எனச் சென்று வெப்பத்தால் உடல் கருகிச் சாம்பலாய்ப் பூமியில் உதிர்ந்தன. கீழே இருந்த ஒவ்வொரு உயிரும் மற்றையது இலக்கை அடைந்துவிட்டது என எண்ணியே தமது பயணத்தையும் துவங்கின. இப்படித்தான் அந்த இனம் நம் பூமியை விட்டு மறைந்தன. நாம் அதனை டைனோசர் என்று அழைக்கப் பழகிக் கொண்டோம்.

நுண்கதை: 23

'கற்கண்டால் ஆன சிற்பம் நீ' என்றேன். மிக உக்கிரமாக முகத்தை வைத்திருந்தவள் ஏளனத்தோடு, எப்படிக் கண்டறிந்தாய்? என்றாள். மனதுள் 'கடித்துப் பார்த்துதான்' எனச் சொல்லென்று (வழமையான) குரல் ஒலிக்க, அந்தப் பாழாப் போன குரலினால் இதுவரை பட்டதே போதுமென்று வலிந்து அதைத் தவிர்த்து, 'இதோ உன் வியர்வைச் சொட்டுகளைச் சிற்றெறும்புகள் சுற்றிக் கிடக்கிறதே அதை வைத்துத்தான்' என்றேன். சிறிது நேரம் மௌனமாக என்னை உற்றுப் பார்த்தவள் 'போடா லூசு' என்றவாறே தன் கையில் இருந்த வீணையை வாசிக்கத் துவங்கினாள். நான் பூசாரியின் கையில் இருந்த தட்டில் ரூபாய் பத்தை இட்டுவிட்டு, சூடத்தைத் தொட்டு வணங்கி, திருநீரை நெற்றியில் சற்றே அகன்ற கோடென இழுத்தவாறு துள்ளலோடு அவ்விடம் விட்டு அகன்றேன்.

நுண்கதை: 24

கூரையைப் பிய்த்துக்கொண்டு தங்கமும் வைரமும் வைடூரியமும் விழுந்தன. உண்மையில் அவர்களால் இதை நம்பவே இயலவில்லை. அந்த ஏழ்மையான வீட்டில் தெய்வம் கண்ணைத் திறந்துவிட்டதாகப் பூரிப்புடன் அனைத்தையும் தொட்டுத் தடவி முத்தமிட்டுத் தங்கள் உடல்மேல் வைத்து இரசித்துக் கொண்டனர். வாசலில் படுத்திருந்த நாய் மட்டும் இதையெல்லாம் கண்டுகொள்ளாமல் இருந்தது. பொழுது புலரும் தருவாயில் தேவலோகத்தில் இருந்து இறகுடன் பறந்து வந்த புரவி தேரில் இருந்தவர்கள் அந்த நகைகளை அள்ளி மூட்டைக் கட்டியவுடன் பறந்து சென்றனர். அப்போது ஏற்பட்ட கைகலப்பில் அந்த வீட்டில் இருந்தவர்களுக்கு ஆங்காங்கே சிரைந்து

உதிரக் காயம் ஏற்பட்டிருக்க பிய்க்கப்பட்ட கூரையின்மேல் வானம் செந்நீல நிறத்தில் காட்சி அளித்தது.

நுண்கதை: 25

வியர்வைப் படிந்திருந்த சட்டை மார்போடு ஒட்டி இருந்தது. தலையில் விறகுச் சுமையோடு அவள் வந்து கொண்டிருந்தாள். தூரத்தில் மருதை, எருமை கன்றுகளை மேய்த்துக் கொண்டிருப்பது தெரிந்தது. அவன் பிறந்தபோது அவனது மூளை தன் வளர்ச்சியை நிறுத்தி இருந்தது. காலம் செல்லச் செல்லவே அது இவர்களுக்குப் புலப்பட்டது. பெரிய அளவில் செல்வமற்ற அக்குடும்பம் அரசு மருத்துவமனையோடு நிறுத்திக்கொண்டது. மனிதர்கள் அவனுக்கு எப்போதும் அந்நியமாகிப்போக அவன் சிறுவயது முதல் எருமைகளோடு அன்பானான். எருமைகள் அவனைக் கொஞ்சின; இவனும் எருமைகளைக் கொஞ்சினான். அவள் தன் சும்மாட்டை சரி செய்தவாறு அவனைக் கடந்து கொண்டிருந்தாள்.

நுண்கதை: 26

தனது வலக் கையை முன்னாலும், சரியாக அதே கணத்தில் இடக் கையைப் பின்னாலும் வைத்துத் தன் கோவணத்தை இறுக்கிச் சரி செய்தவாறு தன் திருவாய் மலர்த்தி, டேய் யானக்காது மத்தேயு 10:11 என்னனு தெரியுமா? என்றான் 'அதல்லாம் நமக்கெதுக்குடா' என்றவாறு தன்நுனி நாவில் எச்சில் தொட்டு கூராக்கப்பட்ட மயிற் தோகையை காதில் நுழைத்தவாறு மறுமொழி கூற, புன்னகைத்த கந்தன் 'நல்ல மேய்ப்பன் தன் ஆடுகளுக்காகத் தன் சீவனைக் கொடுக்கிறான்' அப்படீனு அதுல இருக்கு என்றான். யானையான் இன்னும் அலட்சியமாக அதுக்கென்னடா இப்போ என்றான்... இல்லை டா அந்தாளுக்கு 'கொழுத்த ஆடு பலி கொடுக்கப்பட்டதுனு மத்தேயுக்கு முன்னாலேயே ஒருத்தன் சொல்லி இருக்கான்டா' என்றான் சிறியோன். தன் தம்பியை அருகே அழைத்த காதன் 'தம்பி நாம நம்ம வேலையப் பாப்போம். நாம அவனை நோண்ட அவன் நம்மள நோண்ட எதுக்கு டா வம்பு' என்றவாறு, மிக நிதானமாக மேலும் தன் காதைக் குடைய, தன் கோவணத்தை மீண்டும் ஒருமுறை சரி செய்து கொண்டான் மயிலன்.

நுண்கதை: 27

தன் தாத்தாவின் நரை ஓடிய சுருட்டை மயிர்களும்; சவுக்கு மரங்களின் வியர்வையென ஒளிர்ந்த குளிர்க் காற்றும்; இதமாய் காட்டு விறகின் தணலும்; அதனினும் இனிதாய் வலக்கையில் சர்க்கரை ஏந்தி நுனி நாவால் தொட்டபடி இடக்கையில் இருந்த கடுங்காபியை மிடறாய் விழுங்கியும் மகிழ்ந்திருந்த நினைவுகள் ஒரு புதிரென மனதுள் முகிழ, தன் முகத்தில் தோன்றிய புன்னகையுடன் கடைசி மூச்சினை இழந்து கொண்டிருந்தான் துறைவன்.

நுண்கதை: 28

உங்களுக்கு நினைவில்லையா! என வியப்புடன் வினவினாள். ஆம் என்றேன். எப்படி உங்களால் இவ்வளவு எளிதாக மறந்து விட இயலுகிறது என்றாள். என்னிடம் அதற்குப் பதில் இல்லை என்பதோடு முகத்திலும் ஒரு மென்னகை தோன்றியிருக்க வேண்டும் என்றே எண்ணுகிறேன். உறுமலோடு முகத்தையும் அகத்தையும் வைத்திருந்தவள், விட்டு விட்டுக் கேட்கும் மின் விசிறியின் க்ராங்க் க்ராங்க் சப்தத்தைப் போன்று சடசடத்துக் கொண்டிருந்தாள். மனம் ஒன்றுமற்ற ஒன்றின்மீது சூனியத்தல் நிலைத்திருக்க அவள் பேசிக்கொண்டே இருந்தாள். பார்வை மட்டும் அவள் மீதே இருக்க நான் கொஞ்சம் கொஞ்சமாகப் பிரபஞ்சத்தில் கரைந்து கொண்டிருந்தேன்.

நுண்கதை: 29

ஆதியில் பூமியில் உள்ள தாவரங்கள் வளரத் துவங்கியதும் ஒளியைப் பெறும் முயற்சியில் இலையின் மீது இலையும் கிளையின் மீது கிளையும் தாவி ஒன்றையொன்று அழித்துக் கொண்டதுடன் சூரியன் இருந்த திசையின் பக்கமே வளரத் துவங்கி, சற்று நாட்களில் தரையில் படர்ந்து அழுகிப்போயின. இந்நிகழ்வைக் கண்டு தன் கன்னத்தை இடக்கையால் தாங்கியபடி அமர்ந்திருந்த இயற்கையைப் பார்த்த பூமிக்கு மனம் தாளவில்லை. அதுவரை நிலையாக நின்றிருந்த பூமி, சூரியனை நோக்கி தன்னைத்தான் சுழற்றிக் கொள்ளத் துவங்கியது. பிறகான நாட்களில் மரங்கள் படர்ந்தும் உயர்ந்தும் வளரத் துவங்கின.

நுண்கதை: 30

பிதாவே என அழைத்ததும் பிதாவானவர் தம் ஹெட்செட்டை எடுத்து அணிந்து கொண்டமையால் பிரார்த்தனை பின்னர் தொடரும்.

***

(இந்தக் கதைகள் தன்னால் எழுதப்பட்டவையல்ல என எழுந்த விமர்சனம் பற்றித் துளியும் அலட்டிக் கொள்ளாமல், அதனைத் தனக்கான செலவற்ற விளம்பரமாகத் தக்கவைத்துக் கொள்ளும் நோக்கில் இதுவரை 'அதுபற்றி' வாய் திறவாமல் இருப்பதோடு, தற்போதெல்லம் அயர்ன் செய்யப்பட்ட மடிப்புக் கலையாத வெள்ளைச் சட்டைகளை மட்டுமே மாண்புமிகு மதிப்பிற்குரிய பெருந்தகையாளார் பூங்குன்றனார் பயன்படுத்துவதாகவும் கேள்வி.)

– நடுகல்: கொரோனா கால இதழ் 11, ஆகஸ்ட் 2021

வீடடைந்தவள்

1

அரும்பனிடமிருந்து அப்படியான வார்த்தைகளை செவ்வந்தி எதிர்ப்பார்த்திருக்கவில்லை. ஒரேவொரு விநாடி மட்டும் அவனைப் உற்றுப் பார்த்தவள் கலங்கிய கண்களுடன் அறைக்குள் நுழைந்து தன்னைப் பூட்டிக்கொண்டாள்.

'எப்பப்பாரு இவளோட இதே தொல்லை மயிராப் போச்சு' என்ற முனங்களுடன் சாப்பிட்ட பூனைக்குட்டியொன்று தன் வலப்பக்க உடலை அரும்பனின் தொடையில் செல்லமாக உரசி அகன்றது.

அவனுக்கு அதன் பிறகு சோற்றில் கவனம் செல்லவில்லை. அந்தக்குட்டியின் ஓசையற்ற நடையை வெறித்துப் பார்த்திருந்தவன் கையைக் கழுவி துண்டில் ஈரத்தை ஒற்றியபடி அறைக்குள் நுழைந்தான்.

செவ்வந்தியின் விசும்பல் போர்வையையும் மீறி அவனைத்துளைக்க அறைக்கதவைத் தாழிட்டு சொல்வதற்கு எதுவுமற்றவனாகத் தலையில் கைவைத்தவாறு சுவரில் சாய்ந்தமர்ந்து 'திருமணமான இந்த ஆறு மாதத்தில் இவள் இப்படி அழுவது இதுதான் முதல்முறை' என எண்ணியவன் குரலில் கனிவுடன் செவ்வந்தி என்றான். அவளின் விசும்பலைத் தவிர

பதிலென எதுவும் கிடைக்காது போக அதீத தலைவலியுடன் தகதகவென எரியும் விழிகளுடன் இரவு முழுமையும் உறங்காமல் விழித்திருந்தான்.

அழுதழுது களைத்திருந்த செவ்வந்தி நள்ளிரவின்பின் உறங்கியிருந்தாள். அவளுக்குக் குழந்தையை அணைத்தவாறு அசந்து தூங்கிக் கொண்டிருப்பதுபோல இருந்தது. மிக மிக எச்சரிக்கையுடன் அவளருகே வந்த பூனை குழந்தையின் குரல்வளையைக் கவ்வி தன் முன்னங்கால்களின் இடையில் போட்டு இழுத்துச் சென்று தம் குட்டிகளுக்காகக் குரல் கொடுத்தது. குழந்தையின் குரல்வளையில் இருந்து பெருகிய குழறலான சப்தங்களும் வழிந்தோடும் உதிரமும் அவளை நிலைகுலைத்திருக்க குட்டிகள் தங்களின் இரையின் உடலை நகங்களால் பிளந்து சதைகளைப் பிய்த்துத் கடைவாயில் அதக்கித் தின்றபடி இருந்தன. அதனைக் கண்டவளின் உடலில் வியர்வை பெருகியோட திடுக்திடுக்கென அடித்துக்கொள்ளும் இதயத்துடன் எழமுடியாது வெறுமனே பார்த்துக்கொண்டுக் கிடந்தாள். அவளது கண்களில் நீர் வழிந்தபடி இருந்தது.

இப்போது பூனையின் உடலிலிருந்து உதிர்ந்த மயிர்கள் சுவாசத்தில் கலந்து குழந்தையின் இதயத்தை அடைந்ததோடு முதல் இரண்டு நாட்கள் வயிற்றுப் போக்கை ஏற்படுத்தின. குழந்தை மிகவும் தளர்ந்திருக்க மூன்றாம் நாளில் குழந்தையின் உடல் முழுக்க பூனையினது மயிர்கள் வளரத் துவங்கி உடலை நிறைத்திருந்தன. விக்கித்துப்போனவள் அதனையே உற்றுப்பார்த்தபடி இருக்க மயிர்கள் வளர்ந்து வளர்ந்து நீண்டு செவ்வந்தியின் குரல்வளையை சுற்றி அழுத்தத் துவங்கின. அவள் விழி பிதுங்கியபோது அலறத்துவங்கிய குழந்தையின் குரலானது ‘மியாவ்வை’ ஒத்திருந்தது.

மறுநாள் காலை உதயத்தில் எழுந்த செவ்வந்தி தாய்வீட்டிற்குக் கிளம்பினாள். அரும்பன் எதுவும் பேசிக்கொள்ளவில்லை. அவளை அங்குச் சேர்த்துவிட்டுப் பணியிடத்திற்கு விரைந்தான்.

2

அவனுக்கு அவன்மீதே எரிச்சலாக இருந்தது. ‘இந்தக் கல்யாண மயிரெல்லாம் நமக்கு சரிபட்டு வராதுனா எவன் கேக்கறான்? இப்போ அனுபவிக்கிறது யாரு? பாவிங்களா நான் உண்டு என் வேலை உண்டுனு சுத்திக்கிட்டுக் கிடந்தேன். இப்பப்பாரு கூட ஒன்னைத் தூக்கித்தோளுல வச்சுக்கிட்டு... கஷ்டம்.

இவனுங்க 'ஊர்ல உள்ளவன் அதைச் சொல்லுறான் இதைச் சொல்லுறான் அந்தாண்ட அப்படிச் சொல்லறாங்க இந்தாண்ட இப்புடிச் சொல்லறாங்க அது அப்படி ஆயிடும் இது இப்படி போயிடும்னு சொல்லி இப்போ நம்ப பொழப்புள்ள நாறுது சை' எனத் தனக்குள்ளேயே அலுத்துக்கொண்டவன் 'யார் என்ன சொன்னாலும் உனக்குனு சொந்த புத்தினு ஏதும் இல்லையா' என்ற தன் அகத்தின் குரலையும் அவதானித்தபடியிருந்தான்.

3

அரைவேக்காட்டுப் புடலையில் தேங்காய்த் துருவல் மணத்திருந்தது; கடுகின் தாளிப்போடு கடலைப்பருப்பிட்ட முட்டைகோஸ் பொரியல்; வெங்காய மற்றும் உருளைக் கிழங்காலான பஜ்ஜிகள்; அப்பளத்துடன் பாயாசம்; கொள்ளுத் துவையலென விருந்து முடிந்ததும் கால்களை நீட்டியவாறு முதுகைச் சுவரில் சாய்த்து அமர்ந்திருந்தான் அரும்பன்.

செவ்வந்தி பாத்திரங்களை எடுத்துக்கொண்டு சமையல் அறையில் நுழைந்திருந்தாள். மின்விசிறி சீரான இடைவெளியில் 'சர்க் சர்க்' சப்தத்தை இசைத்தபடி சுழன்றிருந்தது.

சோஃபாவில் அமர்ந்திருந்த மச்சினன் சிக்கலற்ற புன்னகையுடன் 'என்ன மாமா ஏதோ பிரச்சனைனு பாப்பா சொன்னா' என்றான்.

'அப்படீலாம் எதுவும் இல்லையேப்பா' என்றான் அரும்பன்.

'அப்போ தெருநாயை வெரட்டுறது போல எல்லார் முன்னாடியும் அவளை 'ச்சீப்போன்னு' சொல்லிருக்கீங்க அதுக்குப் பேரு என்னவாம்' என்றவாறு அருகில் வந்து அமர்ந்தார் மாமியார்.

'முதல்ல ரோட்டுல போறவங்க முன்னாடி நான் அவளை அப்படிச் சொல்லலை. வீட்ல உக்காந்து சாப்டுட்டு இருக்கப்பத்தான் சொன்னேன். இரண்டாவது அவளை அப்படிச் சொல்லணும்னு எந்த நோக்கமும் இல்லை. அவ 'அப்படிச்' சொல்லவும் நான் கோபத்துல சொல்லிட்டேன்' என்றான் அரும்பன்.

சமையல் அறையில் குழாயில் நீரினைத் திறந்துவிட்டவாறு பாத்திரம் தேய்க்கும் ஒலி துல்லியமாகக் கேட்டபடி இருந்தது.

அவ 'அப்படி' என்னாதாங்க சொன்னா? என அரும்பனை கூர்ந்து நோக்கியபடி மாமியார் கேட்க, 'விருந்தினை நினைத்து

தமக்குள் சிரித்துக்கொண்டவன்' பற்களின் நடுவில் நுழைந்திருந்த முட்டைகோஸ் துணுக்கினை நுனிநாவால் நிரடி எடுத்து மென்றபடி 'பூனை குட்டி போட்டதும் குச்சிப்பையில எடுத்துட்டுப்போயி கரும்புக் காட்டுல விட்டுருவேன்னு' சொன்னா அதான் நானும் 'உன்னோட புள்ளையவும் குச்சிப் பையில எடுத்துட்டுப்போயி கரும்புக் காட்டுல விட்டுருவேன்னு சொன்னேன்' என்றான் அரும்பன்.

இப்போது மாமியாருக்கு முகம் சிவந்துவிட்டது. மாமனார் இருமிக்கொண்டார். மச்சினன் சிரித்தவாறே மேலும் சோஃபாவில் தன்னை நன்றாகப் பொருத்திக் கொண்டான்.

ஏங்க 'பூனைக்குட்டியும் புள்ளையும் எப்படீங்க ஒண்ணாகும்' என மூச்சிரைத்தபடி மாமியார் கேட்க 'என்னைப் பொருத்தவரைக்கும் இரண்டும் ஒன்னுதாங்க' என்றான் அரும்பன். அப்போ 'நீங்க ஊரைக்கூட்டி எம்மகளைக் கல்யாணம் பண்ணியிருக்கக் கூடாதுங்க. ஒரு பூனையைத்தான் கல்யாணம் பண்ணியிருக்கனும்' என்றார். அரும்பன் தீர்க்கமாக அவரை ஊடுருவிப்பார்த்தபடி இருக்க 'அதுவும் உன்பிள்ளை உன்பிள்ளைனு சொல்லறீங்க அப்போ அந்தப் புள்ளை உங்களோடது இல்லையா?' எனக் கண்களில் வழியும் நீரோடு கேட்க ஐயோவெனப் பதறியபடி 'அதுக்கு அர்த்தம் அது இல்லைங்க' என்று மெல்லிய குரலில் முனங்கினான் அரும்பன்.

தன் கண்களில் வழிந்த நீரைத் துடைத்துக்கொண்ட மாமியார் 'பூனைக் குட்டியை யாரும் பொறந்தவுடனே தூக்கிக் காட்டுக்குள்ள விடச் சொல்லலைங்க. கொஞ்சநாள் கழிச்சு விட்டாப் போதும். அதுங்க வேட்டையாடிப் பொழச்சுக்குங்க' என்றார்.

செவ்வந்தி வறடீயை எடுத்து வந்து அரும்பன் முன்னால் வைத்துவிட்டு 'நீ ஏம்மா அழுதுட்டு உட்காந்திருக்க' என்று நீர்வழியும் கண்களோடு உடைந்த குரலில் வினவியவாறு அகல 'நானும் அதைதாங்கச் சொல்லறேன். புள்ளையும் கொஞ்சம் வளந்தோடன போயி கரும்புக் காட்டுல விட்டுறலாம். இல்லைனா டவுன்லபோயி எதுனா ரோட்டு ஓரமா விட்டோம்னா அதெல்லாம் பொழச்சுக்கும்' என்றான் அரும்பன். வறடீ மின்விசிறியின் காற்றில் ஆறியிருக்க அந்த உரையாடல் தற்காலிகமாக நின்றிருந்தது.

4

2006 ஆம் ஆண்டின் மத்தியில் ஏதோவோர் சனி அல்லது ஞாயிற்றுக் கிழமையின் பகல்பொழுதாக இருக்க வேண்டும். சாண்டில்யனின் கடல்புறாவின் முதல்பாகம் கிடைக்காமல் இரண்டாம் பகுதியை எடுத்து வீட்டின் முன்னர் உள்ள மரத்தடியில் அமர்ந்து வாசித்துக்கொண்டிருந்த நேரத்தில் மிகமிக மெல்லிய அடிவைத்து மெலிந்த தேகத்துடன் வீடடைந்தாள் அவள். 'மேகப்பொதிகளை நிறமெனத் தன்மீது சுமந்தபடி இருந்தவளுக்கு நிலா என்று பெயர் சூட்டினான்' அரும்பன்.

வேட்டை நாய்களிடமிருந்தும் பொறிகளிலிருந்தும் எப்படித் தப்பிப்பது என்பதனைக் கற்றுத் தேர்ந்து ஒரு சுயம்புவாக வளரத்துவங்கியவள் அன்றைய நாள் முதல் இன்றைய நாள் வரை குடும்பத்தில் ஒருத்தியாகயிருந்து வருகிறாள். அவள் எவ்வளவோ வாரிசுகளை ஈன்ற போதிலும் ஏனோ அவை ஒவ்வொன்றும் ஒருசில ஆண்டுகளைக் கூடத் தாண்டியதில்லை. எவ்வளவு நெருங்கிய உறவோ நட்போ அது யாராக இருப்பினும் இதுவரை ஒரு குட்டியைக்கூட இரவலாகத் தந்ததுமில்லை. ஒருவேளை அப்படித் தந்திருந்தாள் அவை உயிர்த்திருக்குமோ என்னவோ என்ற எண்ணத்தினுள் இலயித்திருந்தான் அரும்பன்.

2011 ஆண்டு முதுஅறிவியல் படித்துக்கொண்டிருந்தபோது நண்பர்கள் மத்தியில் 'நேற்றைய இரவு எனதருகில் படுத்து நிலா குட்டிகளை ஈன்றது' என்றபோது அரும்பனின் தோழிகளில் ஒருத்தி 'உன்பக்கத்துல படுத்தாடா குட்டிப்போட்டுச்சு' என வினவ 'ஆம். மூன்று குட்டிகள்' என்றவாறு சிரித்துவைத்தவன் அவளது விஷமத்தனமானக் கேள்வியைக் கண்சிமிட்டல் மூலமாக மிகத் தாமதமாக உணர்ந்துகொண்டான்.

"இந்த மனிதர்களையும் அவர்களின் சிந்தனையின் போக்குகளையும் எண்ணி மரத்திருந்தான் அரும்பன். எவ்வளவு சுயநலம் இவர்களுக்குள். தங்களுக்குத் தாங்களே மனிதன் எனப் பெயர் சூட்டிக்கொண்ட விலங்கினம் தங்களின் குட்டிகளைப் பிள்ளைகள் என மேன்மைப்படுத்திக்கொள்வதுடன் பிற உயிரினங்களைச் சிறுமையும் செய்கின்றன. இந்த மானுடர்கள் எறும்பு முதற்கொண்டு நகர்ந்து திரியும் உயிரிகளின் கண்களினை ஒருகணமேனும் உற்றுப் பார்த்திருப்பனரா?! அவ்வாறு பார்த்திருப்பின் அவைகளின் விழி கேட்கும் வினாக்களுக்கு இவர்களின் பதில் என்னவாக இருக்கும்.

பாவம் ஏழை மானுட இனம். எப்பொழுதும் தன் இனத்தினைத் தற்காத்துக்கொள்ள ஏனைய இனங்களினை அழித்தொழிக்கும் தொழிலை ஏதோவோர் பெயரினைக் கொண்டு செய்தபடியே உள்ளன எனத் தமக்குள் எண்ணியபடி நொந்தவனாகயிருந்தான்."

5

செவ்வந்தி மீண்டும் புகுந்தவீடு வந்திருந்தாள். 'உண்ணும் வேளையில் சூல் கொண்டிருந்த நிலா அரும்பனின் மடியில் ஏறி மிக இலாவகமாகப் படுத்ததைப் பார்த்தாள்'. எதுவும் பேசமால் சாப்பிட்டு முடித்தவள் வேலைகளை முடித்துவிட்டு அறைக்குள் நுழைந்துகொண்டாள்.

'மறுநாள் இரவு அரும்பன் உண்டுமுடித்து கைகழுவியபின் நிலா அவனது தட்டினுள் வாய்வைத்து நீர் அருந்துவதனைக் கண்டாள். அவளுள் அப்படியொரு அருவருப்பு எழுந்தது. காலை வேளைகளில் வீடு முழுக்க இறைந்துகிடக்கும் இறைச்சித் துண்டுகளும் பூனைகளின் கூக்குரலும் அவளுள் சுழன்று கொண்டேயிருந்தன. ஏதேதோ சிந்தித்தவளுக்குச் சிறிது நேரத்திற்குப் பின்னர் குமட்டிக்கொண்டுவர குளியலறையில் நுழைந்து கதவைத் தாழிட்டுக்கொண்டாள்'.

அன்றைய இரவில் அரும்பனின்மீது அவளுக்கு எரிச்சலான எரிச்சலாக வந்தது. 'நம்ம என்ன சொன்னாலும் இவனுக்குப் புரிய மாட்டேங்குது. இன்னும் புள்ளைப்பொறந்துட்டா எப்படிச் சமாளிக்கப்போறோம்' என்ற எண்ணம் மேலிட தம் வயிற்றில் கைவைத்து வருடிக் கொண்டவள் இளஞ்சூட்டோடு கண்களில் வழியும் கண்ணீரைத் துடைத்தும் கொள்ளாமல் 'நம்பளை மாதிரியே ஏன் இந்தப் புள்ளையும் நாளைக்கி இந்தப் பூனைக்குடும்பத்துல பொறந்து சிரமப்படணும் பேசாமக் கலைச்சிடலாமா' என்று சிந்தித்தவாறே உறங்கிப்போயிருந்தாள்.

6

செவ்வந்தி அதன் பிறகு அதிக நாட்கள் புகுந்தவீட்டில் இருக்கவில்லை. பரிசோதனைகளைக் காரணம்காட்டி பிறந்த வீட்டிலேயே தங்கிக்கொண்டவள் சில மாதங்களில் பிள்ளையும் பெற்றுக்கொண்டாள்.

7

தங்களுக்குக் குழந்தைப் பிறந்ததும் 'குழந்தையும் கையுமாகச் சுற்றிக்கொண்டிருந்த அரும்பனால் ஒரு பூனைக் குட்டிக்கும் குழந்தைக்குமான வேறுபாடென எதையும் கண்டறிந்துவிட இயலவில்லை'. அவனது பார்வையில் 'இரண்டு குட்டிகளுமே தோன்றும் இடத்தில் உச்சா அடித்தன; ஆய் போயின; கண்களை உருட்டி மிரளவைத்தன; தம் தளிர் சிரிப்பால் உவகைக்கூட்டின; நகத்தால் கீறலிட்டன; மிகை சப்தங்களுக்கு வெகுவாய்ப் பயந்தன; மிக முக்கியமாய் தம்தாயை அதீதமாய் நேசித்தன; பசியெனில் கதறின; அன்பால் கட்டிப்போட்டன'.

8

செவ்வந்தி என்றான் அரும்பன். சற்று நிமிர்ந்துப் பார்த்தவளிடம் 'வீட்டைவிட்டு வந்து ஏழெட்டு மாசம் ஆகிடுச்சு இல்லையா' எனக் கேட்க 'ஆமாம்' என்றாள். எப்போது போகலாம் என்றவனிடம் 'இப்பவேக்கூட போகலாம். ஆனா வீட்ல பூனைங்க இருக்கக் கூடாது' என்றாள்.

அரும்பனுக்கு சொல்லொனாக் கோபம் ஏற்பட குரலை உயர்த்தியவாறு 'சரிடீ அதெயெல்லாம் விஷம் வச்சுக் கொன்னுடறேன் இல்லை எங்கேயாவது தூக்கிட்டுப்போயி விட்டுடறேன். ஆனா நீ இனிமே உங்க அம்மா வீட்டுக்கு வரக்கூடாது. அப்படியே வந்தாலும் ஒரேவொரு நாள் மட்டும் தங்கிட்டு மறுநாள் நம்ம வீட்டுக்கு வந்திடணும்' என்றான். கண்கள் கலங்கப் பார்த்தவள் சிவந்த கண்களுடன் 'சரி' என்றாள். அரும்பன் தலையைக் கையில் பற்றிக்கொண்டு சுவரோரமாக அமர்ந்துவிட்டான்.

'அவளோட அம்மா வீட்டுக்கு அவளைப் போகக் கூடாதுனு சொல்லறதுக்கு நம்ம யாரு? வரவர நம்மளோடப்புத்தி ஏன் இவ்வளவு கீழ்த்தரமா வேலைப்பாக்குது எனத் தன்மீதே துப்பிக்கொண்டான்'. பிறகு தணிந்த குரலில் 'பூனை இருந்தா அது பேசாம இருந்துட்டுப் போகுதுடீ. நீ உன்னோட அறையில இரு. அது உன்னைய என்னப் பண்ணப்போகுது?' என்றான். முறைத்தவள் 'என்னைக்காவது சோஃபாவை சுத்தம் பண்ணிருக்கீங்களா? பண்ணிருந்தா எவ்வளவு முடி உதிர்ந்து கிடக்குதுனு தெரியும்' என்றவாறு 'முடி வயித்துக்குள்ளப் போயி புள்ளைக்கி உடம்பு முடியாமப் போயிடும்' என்றாள். 'வேறகாரணத்தாலலாம் உடம்பு முடியாமப் போகாதா?

என்றான் அரும்பன். மென்மையாகச் சிரித்தவள் 'போகும்தான். ஆனா ஒணான்னு தெரிஞ்சே அதை எடுத்து யாரும் வேட்டிக்குள்ள விட்டுக்க மாட்டாங்க இல்லையா? என்றாள். அரும்பன் அவள் முகத்தையே பார்க்க 'தட்டுல வாய் வைக்கிது; சொம்புல வாய் வைக்கிது; வீடெல்லாம் பேண்டு வைச்சிருது; ஏதோ ஒன்னுரெண்டு பூனை இருந்தாப் பரவாயில்லை. வீடெல்லாம் பூனையா வச்சிக்கிட்டு' என்றவாறு சற்று நிதானித்தவள் 'யாரும் வெசம் வைச்சுக் கொல்லலாம் சொல்லலை. நாங்களும் பூனை வளர்த்து இருக்கோம். வரும். அழகாச் சாப்பிடும்; எந்தச் சேட்டையும் பண்ணாது; இதுவரைக்கும் எதையும் பிடிச்சுட்டு வந்துத் தின்னு வீட்டை நாறடிச்சது இல்லை' என்றாள் செவ்வந்தி. அதனைக் கேட்டு சிரித்தவன் 'நீங்க பூனைய பூனையா வளத்திருக்கீங்க. ஆனா நாங்க பூனைய புள்ளையா வளத்துட்டோம். அதான்' என்றான் அரும்பன். இதைக்கேட்டு அவள் முகம் சிறுத்ததோடு 'எதை எங்க வைக்கணுமோ அதை அங்கதான் வைக்கணும்' என்றாள். வாதத்தை வளர்க்க விரும்பாதவனாக அவன் கண்களை மூடியவாறு பின்னந்தலையில் கைகோத்துக்கொண்டு அமைதியாக அமர்ந்திருந்தான்'.

9

இரண்டு நாட்களின் பின் செவ்வந்தியிடம் 'இல்லை. என்னால பூனைக் குட்டிகளை எங்கேயும் பிடிச்சு விட முடியாது. அதனால எப்போ வீட்டுல பூனைங்க இல்லையோ அப்போ நீ புள்ளையோட வந்தாப்போதும்' என்றான் அரும்பன். முகத்தை இறுக்கமாக வைத்துக்கொண்டவள் 'சரி' என்ற ஒற்றை வார்த்தையோடு முடித்துக்கொண்டாள்.

10

அன்றையநாள் இரவில் அரும்பன் வீட்டிற்கு வந்து குளித்து முடித்து உணவு உண்ணும்போது ஏதோவொன்று குறைவதை உணர்ந்தவனாக 'அம்மா நிலா எங்க போச்சு? சத்தத்தையே காணும்?' என்றான். 'அதுக்கு ஒரு வாரமாவே உடம்பு சரியில்லாம இருந்துச்சு தம்பி. இரண்டு நாளைக்கி முன்னால வீட்டைவிட்டுப் போனது இன்னும் வீடு வந்து சேரலை' என்றாள். நிலாவின் குட்டியினுடைய மூன்று குட்டிகள் அவனைச் சுற்றி அமர்ந்திருந்தன. அரும்பன் பெருமூச்சுடன் சோற்றைப் பிசைந்தபடியிருந்தான்.

– நடுகல்: குளிர் கால இதழ் 14, நவம்பர் 2022

பித்தனாரும் பூங்குன்றன் விளாதிமிரும்
பாகம் 3

பித்தனார் தான் கதைகளென விரித்து எழுத வைத்திருந்த குறிப்புகளைத் திருடிய அவரின் நண்பர், அதனைத் தன் வீட்டுப் பரணில் எறிந்துவிட்டு தனக்குள் அவ்வப்போது இரகசியமாய்ச் சிரித்துக்கொண்டார். ஏறக்குறைய அறுபது ஆண்டுகளின் பின்னர், பரணில் ஏறிய பாம்பின்கண் நண்பரவரின் பேரனான பூங்குன்றன் விளாதிமிரின் கைகளில் கிடைத்தன, இந்தக் குறிப்புகள். அதனை வரிசைப்படி எண்களிட்டு பதிமூன்று முதல் பதினேழு வரையிலான பக்கங்களில் உள்ள கதைகளைத் தனது சொந்தக் கதைகளென வெளியிடுகிறான் பூங்குன்றன்.

நுண்கதை: 1

பிதாவே,

உனக்கு ஒரு பெண்ணைப் பார்த்துத் திருமணம் செய்து வைக்கலாம் என்று நினைக்கிறேன். அதனை நீ ஆதரிக்கிறாய். பிறகு, இவ்வுலகில் உள்ள அனைவருமே என் குழந்தைகள்தானே எனக்கு எதற்குத் திருமணம் எனத் திருப்பிக் கேட்கிறாய். நான் சற்றுக் குழப்பத்துடன் உனக்குப் பிறகு பரலோக ராஜ்யத்தை ஆள்வதற்கு ஆள் வேண்டாமா? எனக் கேட்டுக் கொந்தளித்துப் போகிறேன். மேரியாள் தன் மூக்கினைச் சிந்தியவாறு முந்தியால் கண்ணீரைத் துடைத்துக்கொண்டு, ‘இந்தப் பாழாப்போனவனுக்கு

எம்புட்டுச் சொல்லியும் புத்தி வர மாட்டுது கண்ணு, உன்ன மாதிரி நாலு பேரு கேட்டாத்தான ஆச்சு' என்றவாறு சுக்கு டீ போடச் செல்லும்போது என் பெயரினை மோட்சத்திற்குப் பரிந்துரை செய்கிறாள். இப்போது பிதாவாகிய நீ என்மீது எரிச்சல் அடைகிறாய். உன் வார்த்தைகள் மெதுமெதுவாகத் தீப்பற்றிக் கொள்கின்றன. அன்பின் வடிவான உன்னில் நான் சாம்பலாகிப் போகிறேன்.

மேரியாள் தயாரித்து வந்த சுக்கு டீ குடிக்க ஆளின்றித் தனித்துக் கிடக்கிறது. பிதா கண்ணாடியில் பார்த்தவாறு தன் நீண்ட கூந்தலில் உள்ள ஈர்களைக் குத்திக்கொண்டு இருக்கிறார்.

நுண்கதை: 2

இடது கை ஐபோனைப் பற்றி இருக்க, வலது கையில் குச்சி மிட்டாயை வைத்திருந்த திரு.பன்னாடை தன் சுவாசத்தைச் சீர் செய்து கொண்டார். பின்னர் ஐ போனை சட்டையின் மேல் பையில் தலைகீழாய் வைத்துவிட்டு, சரசரக்கும் சப்தத்துடன் மிட்டாயைச் சுற்றியிருந்த காகிதத்தைப் பிரித்து அதனைக் கசக்கி எறிந்துவிட்டு வெண்ணிறக் குழாயோடு ஒட்ட வைக்கப்பட்டிருந்த மிட்டாயின் தலையை தன் கடைவாயின் ஓரத்தில் அதக்கிக் கொண்டார். உடன் ஊறிய எச்சிலை அவசரமாய் விழுங்கி செல்ஃபி எடுக்கத் துவங்கினார்.

மாபெரும் கட்சியின் மாமாபெரும் தலைவரான திரு.பன்னாடை தனது செல்ஃபிக்களை இணையத்தில் பதிவேற்றத் துவங்கினார்.

பொன்னாடை அணிந்திருக்கும் திரு.பன்னாடை அவர்கள் நம் நாட்டின் இளையவர்களின் உற்ற தோழன் என்று சுய கட்சியினரும்; 'ஏழு கழுதை வயசாகுது பன்னாடை முட்டாய நக்கிட்டு இருக்கு பாரு' என எதிர்க்கட்சியினரும்; 'உருப்படியா பண்ண வேண்டிய வேலை எவ்வளவோ இருக்க' எனக் கம்யூனிஸ்டுக்களும் தங்களுக்குள் பேசிக் கொண்டனர்.

திருமதி. பன்னாடை தன் நீண்ட மயிர்களை அள்ளி கொண்டையாய் முடிந்து கொண்டு, பருப்பு மத்து இருக்கும் இடத்தைப் பார்த்தவாறே திரு.பன்னாடையின் வருகைக்காகக் காத்திருக்கத் துவங்கினாள்.

நுண்கதை: 3

அவன் நட்சத்திரங்களை விற்றுக் கொண்டிருந்தான். ஒவ்வொருவரும் மிகுதியாய் ஒளிரும் நட்சத்திரங்களையே விரும்பியதோடு அதிகமும் பேரம் பேசியே வாங்கிச் சென்றபடி இருந்தனர். அவன் அதற்குப் பழகி இருந்தான். அவர்களின் செய்கையை எண்ணி அவனுக்குள்ளேயே அவ்வப்போது சிரித்துக் கொள்வான். விடியலில், கோணியின் அடியில் மங்கிய நிலையில் விற்காமல் கிடந்த ஏழெட்டு நட்சத்திரங்களைக் குப்புறக் கவிழ்த்துவிட, ஒன்றைப் பார்த்து ஒன்று புன்னகைத்தவாறு பறந்து சென்றன. பிறகு, மறுநாள் வியாபாரத்திற்காக வலையை விரித்து வைத்துவிட்டு உறங்கச் சென்றான்.

வாங்கப்பட்ட நட்சத்திரங்களில் சில வறுத்து உண்ணப்பட்டிருந்தன. சில கட்டிப்போடப்பட்டு குழந்தைகளுக்கு விளையாட்டுப் பொம்மை ஆகியிருந்தன.

நுண்கதை: 4

"சுவர்க்கபுரியின் ஆட்சியர் அலுவலகத்தில் பணியாற்றும் அதிகாரியான திருமதி.துளிர், குமாஸ்தாவான திரு.பண்பு மற்றும் டாய்லெட் கழுவும் திரு.சடையன் ஆகியோர் யதேட்சையாக ஒரே தெருவைச் சேர்ந்தவர்களாக இருந்ததோடு ஒரே சூப்பர் மார்க்கெட்டில் மளிகை மற்றும் காய்கறி வாங்குபவர்களாகவும் இருந்தனர். அவர்களைத் தனித்தனியே பார்க்கும்போது ஒவ்வொருவருக்கும் இரு கைகளும் ஒற்றை வயிறும் வாயும் கண்கள் ஒரு ஜோடியுமெனவே இருந்ததோடு குடும்பத்தினருக்கும் அவ்வாறே இருந்தன. இருப்பினும் அவர்களின் ஊதியமானது முறையே ரூ.70000/-, ரூ.30000/-, ரூ.6000/- என வழங்கப்பட்டது."

சுவர்க்க புரியில் புதிதாகப் பதவியேற்ற மன்னர், 'பண்டங்களின் விலையானது அனைவருக்கும் ஒன்றாகவே இருப்பதால் அனைத்துப் பணியாளர்களுக்கும் சம ஊதியமே வழங்கப்படும். அதே வேளை அதீதமாகப் படித்தவர்களுக்குப் பதவி உயர்வு வழங்கப்பட்டு கௌரவிக்கப்படுவர்' எனச் சட்டம் இயற்றினார்.

'கொந்தளித்துப்போன அறிவுசார் சமூகம் சட்டம் நிறைவேற்றப் பட்ட 30 நாட்களுக்குள் புதியவருக்கு 16 நாள் காரியம் செய்து சாந்தி செய்து கொண்டது'.

நுண்கதை: 5

ஒரு ஊர்ல ஒரு குயில் இருந்துச்சாம். அந்தக் குயிலுக்கு மனுசங்க மாதிரி வாழ்ந்துப் பாக்கணும்னு ஆசை வந்துச்சாம். உடனே அது புளியம்பிஞ்சைப் பாத்துத் தன்னோட ஆசையச் சொல்ல, குயில மனுசனா மாத்தி விட்டுருச்சு பிஞ்சு. என்னத்தான் மனுச உருவம் வந்தாலும் குயிலுக்கு அது புத்திதான இருக்கும். பாவம், சூது வாது இல்லாம ஊரைச் சுத்தத் தொடங்குச்சு. அப்பறம் என்ன சந்தேகக் கேசுல போலீசுல மாட்டி, பிறகு நடந்ததெல்லாம் பெரிய கதை. மூணு வருசம் கழிச்சு அந்தப் புளியமரத்தைத் தேடிப் போச்சு குயிலு. மரம் இல்லாம பிஞ்சு மட்டும் எப்படி இருக்கும்! அப்பறம் குயிலுக்கு குயிலா மாற வழி தெரியலை. அதனால அது இப்பவும் மனுசனாத்தான் சுத்திட்டு இருக்கு.

நுண்கதை: 6

அன்பே கொய்யாக்கனி,

உயிரற்ற ஒன்று இவ்வுலகில் உண்டென நம்புகிறாயா? என்றேன்; ஆம். நிறைய உள்ளது என்றாள்; எங்கே சொல் பார்க்கலாம் என்றேன்; ‘கல்’ என்றாள். ‘மலரினும் மெல்லிய வேர்களுக்கு வழிவிடும் ஒன்றையா உயிர் அற்றது என்கிறாய்!’ என்றேன். பின், ‘காற்று’ என்றாள்; ‘உயிரற்ற ஒன்று எவ்வாறு உயிர்களுக்குச் சுவாசம் ஆகும்’ என்றேன். அடுத்து ‘தீ’ என்றாள்; ‘சுடும்; சாம்பல் செய்யும்; படரும்; எனப் புன்னகைத்தேன்’. தன் வலக்கையின் ஆட்காட்டி விரலின் நகத்தைக் கடித்துத் துப்பியவாறு ‘நீர்’ என்றாள்; ‘பாய்ந்தோடும்; எல்லாவற்றையும் துளைக்கும்; தாகம் தீர்க்கும்’ என்றேன். அவள் மிக மௌனமாக வெகு சிரத்தையோடு ஒவ்வொரு விரலின் நகத்தையும் கடித்துத் துப்பத் துவங்கினாள். நான் அவளின் பதட்டத்தையும் பற்களின் வனப்பையும் இரசித்தவாறே அடுத்த வார்த்தைக்காக அமர்ந்திருந்தேன்.

நுண்கதை: 7

எங்க அப்பா, நாங்க சின்னப் பசங்களா இருக்கும் போது, ‘எங்கேயாவது போறப்போ பேப்பர்ல எதுனா எழுதிக் கிடந்துச்சுனா, ‘அது குண்டித் தொடச்சுப் போட்டதா இருந்தாக் கூட சரி’ எடுத்துப் பிரிச்சுப் படிச்சுப் பாக்கணும்னு சொல்லி இருக்காரு. உங்களுக்குக் கேலியாக்கூட தெரியலாம். ஆனா

அதுதான் உண்மை. அது போல ரோட்ல கல்லு மண்ணு பட்டு கசங்கி அழுக்காகிக் கிழுஞ்சுக் கிடந்த பேப்பர்ல பென்சில்ல எழுதி இருந்ததைத்தான் இப்போ நீங்க வாசிக்கப் போறீங்க.

நுண்கதை: 8

"காற்றெனப்படுவது
'முதிர் இலையை இறுதிச் சடங்கிற்கு இட்டுச்
செல்லும் தோழமை' என்கிறாய்;
முதலில் நான் மறுக்க நினைக்கிறேன்;
பிறகு ஆமோதிக்கிறேன்;
அதன் பிறகு அது பற்றிச் சிந்திக்கிறேன்;
அதனினும் பிறகு இதென்ன அபத்தம் என்று எண்ணுகிறேன்;
அதை உன்னிடம் சொல்லவும் செய்கிறேன்.
நீ என்னை மூடன் என்கிறாய்;
இரசிப்புத் தன்மை அற்ற ஜடம் என்கிறாய்;
உன் கவிதையை உதாசீனம் செய்ததாகக் கூறுவதோடு,
வார்த்தைகளால் புண்படுத்தி புண்பட்டும் போகிறாய்;
நான் உண்மையில் குழம்பிப் போகிறேன்;
இப்போது கவிதைப் பற்றிய சிந்தனையைவிட
உன்னைப் பற்றி அதிகமாகச் சிந்திக்கிறேன் என்கிறேன்;
நீ மேலும் முகம் சுழிக்கிறாய்;
நான் உன்னை சமாதானம் செய்யப் பயன்படுத்தும் அத்தனை
வார்த்தைகளும் எதிர்மறை பயன்களையே அளிக்கின்றன;
இப்போதெல்லாம் நீ கவிதைகள் எழுதுவது இல்லை;
அல்லது என்னிடம் அது பற்றிப் பேசுவது இல்லை;
அது ஒரு பக்கம் ஆசுவாசத்தையும்
மறுபக்கம் அச்சத்தையும் தருகிறது;
பார் இப்போதெல்லாம் நாம் நாமாகவே இருப்பதில்லை."

நுண்கதை: 9

தண்ணீர்க் குடுவையில் முழுவதும் நீர் நிரப்பப்பட்டு மேசைமீது இருந்தது. என் பார்வைக்கு நீர்க்குமிழிகள் ஓரத்தில் ஒட்டியவாறு இருக்க, அவை நம் பூமியைப் போன்று உயிர்கள் வாழும் கிரகங்களாக இருக்காதா? என்றேன். நன்றாக விளையாடிவிட்டுச்

சுஜித் லெனின்

சட்டையில் புழுதி படிய வந்த நலன் கார்க்கி, என் வார்த்தைகளைக் கவனித்துவிட்டு, மிக நிதானமாகக் குடுவையின் மூடியைத் திறந்து 'மடக் மடக்' என்ற சப்தத்துடன் தாவானில் நீர் வழிய அருந்தியபின், 'நீ சொன்ன கிரகங்கள் எல்லாம் என் வயிற்றுக்குள் போய்விட்டது' மாமா, எனச் சோகமான பாவனையோடு சொல்ல, நான் மெதுவாக நகைத்தவாறு 'கிரகங்கள் மனிதர்களால் தின்று செரிக்கப்பட்டுக் கொண்டேதான் இருக்கின்றன. ஆகவே கவலைப்படாதே மருமகனே' என்றேன். அப்போது ஓடியவன் இரண்டு மாதங்களாகியும் இங்கு வரவேயில்லை.

நுண்கதை: 10

"ஒவ்வொரு நாளும் நாம் காணக்கூடிய கனவுகள் தொடர்பற்று இருப்பதாய்த் தெரிந்தாலும் அவை ஒரு நாளில் எண்ணற்ற புள்ளிகளை இணைக்கும் சிக்குக் கோலத்தின் கோடெனப் பூர்த்தி அடையும். அப்போது நாம் பூமியில் இறந்திருப்போம்" என்றார் மண்ணாங்கட்டி. அதெப்படி உமக்குத் தெரியும் என்றான் கொட்டைமுத்து. தொடர்ந்து ஏழு மாதங்களாகத் தமது சகோதரியின் டைரிக் குறிப்புகளை வாசித்துக் காட்டினார் மண்ணாங்கட்டி. அவளின் நினைவாற்றல் அவர்களுக்குப் பிரமிப்பூட்டியது. அவளது கனவுக் குறிப்பின் கடைசிக் கன்னி பூர்த்தியாகி இருந்தபோது அவள் முடிந்திருந்ததை அவர்கள் உணர்ந்து கொண்டனர்.

நுண்கதை: 11

அடுத்த 200 வது ஆண்டின் முதல் கதை.

காற்று மோதியதும் மலர்கள் கருகி சாம்பலாய் உதிரத் துவங்கின. பூமியெங்கும் இவ்வாறே நிகழ, ஒன்று கூடிப் பேசிய வேர்கள் பூப்பதை நிறுத்திக் கொண்டு, கரு சுமந்து தாவரங்களைப் பெற்றெடுக்கத் துவங்கின. ஆம். தாவரங்கள் பாலூட்டிகளான கதையிது.

நுண்கதை: 12

பிதாவானவர் உயிர்த்தெழ ஏன் மூன்று நாட்களை எடுத்துக் கொண்டார் தெரியுமா? எனக் கேட்டார் கழுகார். அது பற்றி துல்லியமாகத் தெரிய வேண்டுமென்றால் அவரை ஆணியால்

அறைந்து தொங்கவிடப் பட்டிருந்த சிலுவையைத்தான் கேட்க வேண்டும் என்றான் குருவி. வழியில் பசிக்கெனச் சில கண் விழிக்காத குஞ்சுப் பறவைகளை வேட்டையாடி உண்டபடி இலக்கை அடைந்திருந்த கழுகார், சிலுவை இருந்த இடத்தில் முளைத்திருந்த கள்ளிச்செடியிடம் கேட்க, குளிர் காயும் பொருட்டு விறகெனப் பயன்படுத்தினார் குள்ளர். ஆகவே அதுபற்றித் தெளிய குகையிடம் கேட்கச் சொல்ல, குகையோ இட மூலையில் படிந்திருக்கும் புகையிடம்தான் கேட்க வேண்டும் என்றது. உடன் கழுகார் தம் சிறகினைப் பிரித்துச் சிக்கெடுத்தவாறே புகையிடம் கேட்க, உண்மையில் சிலுவையில் அறைந்த ஊழியர்கள் கையூட்டுப் பெற்றுக் கொண்டு ஆணியை ஆழ இறக்காமல் அடித்துச் சென்றனர். குழுமியிருந்த கூட்டம் கல்லால் அடித்துக் கொல்லும் என்ற பயத்துடன் பிதாவானவர் தொங்கியிருக்க, அவரை மக்கள் திரள் முன் புதைத்துச் சென்றனர், ஏனைய காவலர். பணத்தின் பலம் சவப்பெட்டியினில் உள்ளும் சாப்பாடென இருந்தது. மூச்சுக் காற்றுக்கு ஓட்டை இடப்பட்ட மூங்கில் கழி கொடியுடன் நட்டு வைக்கப்படும் என்று சொல்லப்பட்டதுடன் பெட்டியோடும் பிணைந்திருந்தது. பிறகு, காவலர்கள் பேச்சுக் குரல் கேட்காத போது வந்த மீட்பர்களால் காப்பாற்றப்பட்ட பிதாவானவர் எழுந்து ஓடித் தப்பிப் பிழைத்தார் என்றது குகைப் புகை. மூன்றாம் நாளின் கதையை அறிந்த கழுகார் தம் தாடி மயிர்களை 'வறட் வறட்' என்ற எரிச்சல் தரும் சப்தம் மிகுமாறு சொறிந்துக் கொண்டார்.

நுண்கதை: 13

'பரிசுத்தமான காதலைத் தேடி அலையாதே மகனே. காதல் என்றாலே பரிசுத்தம்தான்' என்றாள் உமையாள். அதெப்படி அம்மா சரியாகும்? என்றான் குமாரன். மகனே கேள், 'தளிரைத் தடவிச் செல்லும் விரல்கள் ஆகட்டும், மேனியின் மீது விழும் சூடான ஆட்டுக் குட்டியின் புழுக்கை ஆகட்டும், முதுகில் பதியும் பூனையின் கால் தடம் ஆகட்டும், நடையில் கேட்கும் கொலுசின் ஒலியாகட்டும், கலைந்து செல்லும் எறும்பின் திசையாகட்டும், ஐயோ எனப் பதறும் மனம் ஆகட்டும், இப்படி எல்லாவற்றிலும் செலுத்தப்படும் அன்பு தூயது இல்லையா? என்றாள். யம்மா நீ வேறம்மா. நா அந்தக் காதல் பத்தி சொல்லலம்மா என்றான். 'காதலில் இந்தக் காதல் அந்தக் காதல் என்றெல்லாம் எதுவும்

இல்லை அன்பே. காதல் என்றால் காதல் அவ்வளவுதான்' என்றாள். அவன் நின்று கொண்டேயிருந்தான்.

நுண்கதை: 14

அன்பே மருதாணி,

இதுவரை உன்னைக் கொஞ்சிய வார்த்தைகளை எண்ணிப் பார்க்கையில் ஒரு பக்கம் புன்னகையும், இன்னொரு பக்கம் எரிச்சலும் அடைகிறேன்.

ஆனால் பார் அன்பே ஒரு முறை கூட நான் அதீதமாய் உன்னைப் புகழ்வதாய் நீ சொல்லவேயில்லைதானே!

உன் அழகின் மீது உனக்கிருந்தது எவ்வளவு நம்பிக்கையோ அதே அளவு பித்து எனக்கு.

ஒன்று நீ என்னைக் கண்டித்திருக்க வேண்டும் அல்லது புறக்கணித்திருக்க வேண்டும். ஆனால் நீயோ சாத்தானைக் கையாளத் தெரிந்த பக்குவப்பட்ட கடவுளைப்போல் பட்டும் படாமல் நடந்து கொள்கிறாய்...

உண்மையில் உன்னை நேசித்தவர்களின் அல்லது நேசிப்பதாய் நடித்தவர்களின் அல்லது நேசிப்பவர்களின் பட்டியல் வெகு நீளமானதாய்க்கூட இருக்கலாம்.

உன்னளவில் நீயும் என்னளவில் நானும் சரியானவர்களாகக் காட்டிக் கொள்ளவே எப்போதும் முயல்கிறோம்.

இதுவரை போனதெல்லாம் போகட்டும் அன்பே; இனியாவது இத்தகு தவறுகளில் இருந்து மீள்வோம்; ஒப்பனைகளற்ற ஒன்றிலிருந்து புதிதாய்த் துவங்குவோம்; முத்தங்கள்.

"என்பதான 'வார்த்தைகளை (கவிதையை அல்ல)' 'எழுத்தால் உளறிய' பூங்குன்றன் நிறை போதையின் விளைவால் 'கனவுக் கன்னி எனப் பதிந்திருந்த எண்ணிற்குப் பதிலாகக் கணக்கு வாத்தி என்ற எண்ணிற்கு அனுப்பியமையால்' இது நுண்கதையின் வடிவை அடைகிறது."

நுண்கதை: 15

கடவுளர் மேல் தாங்கள் ஏன் இவ்வளவு விமர்சனங்களை வைக்கிறீர்கள்? எனக் கோதை கழிந்தானிடம் கேட்டாள். உண்மையில் கடவுளருக்கும் எமக்கும் எவ்வித வாய்க்கால் தகராறும் இல்லை. ஆனால் தோழி, “இதோ நம்மருகில் இருக்கும் இயற்கையை அதாவது மணம், மரம், நீர், காற்று போன்றவற்றை உணரும் அளவிற்கு நீங்கள் சுட்டும் இறையை என்னால் உணர இயலவில்லை” என்றான். அவள் மீண்டும் ஆனால் திரு. கழிந்தான் அவர்களே “கடவுளரை எம் போன்றோரால் உணர இயல்கிறதே” என்றாள். தோழி உங்களுக்குப் புரியவில்லை என்று நினைக்கிறேன். “அன்பு, காதல், கருணை, வலி, தாகம் போன்ற உணர்வுகளை அனைவரும் உணர இயலும்போது இறை என்னும் உணர்வை அனைவராலும் உணர இயலவில்லை அல்லவா? ம்ம்ம் தாகம் தீர்ப்பதால் நீர் இறை; சுவாசம் தருவதால் காற்று இறை; இப்படி ஒவ்வொன்றிலும் இறையை உணரும் என்னால் கடவுளரில் இறையை உணர இயலவில்லை (இப்போது கழிந்தான் கோதையைப் பார்த்துப் புன்னகைத்தவாறு) ஆகவே, இங்கு நான் முன்வைக்கும் விமர்சனம் என்பது ‘இறை என்பது எது’ என்பது பற்றிய தீர்க்கமான விவாதங்களைத் தோற்றுவிக்கத்தானே அன்றி பொழுது போக்கிற்காகவோ அல்லது பிறரின் மனதைப் புண்படுத்தவோ அல்ல” எனத் தமது நிலைப்பாட்டினைத் தீர்க்கமாக முன்வைத்தான். அவள் அவனை ஊடுறுவிப் பார்த்த வண்ணமிருந்தாள்.

நுண்கதை: 16

கடைசியாகப் பெய்த கன மழையின் பயனாக இத்தனை நாட்களாகக் கண்ணில் படாத அந்தப் பாறைக்குள் ஓர் ஆள் நுழையும் படியான சந்து நரையனுக்குத் தட்டுப்பட்டது. அதற்குள் வேறு ஏதாவது உயிர்கள் நுழைந்துள்ளனவா? எனக் காலடித் தடங்களைத் தேடியவன் அவ்வாறு எதுவும் இல்லாதது கண்டு சற்றே நிம்மதியுடன் உள்ளே நுழைந்தான். அப்போது இடது தோளில் பாறையின் முனை கீறியதால் தோல் சிராய்ந்ததில் ஏற்பட்ட உதிரக் கசிவில் சற்றே எரிச்சல் ஏற்பட்டது. அதை அதிகம் பொருட்படுத்தாமல் ‘வெளியில் எவ்வளவுதான் வெயில் அடித்தும் உள்ளே குளிர்ச்சியாக இருந்ததை அனுபவித்தான்’. பிறகு, வெளிச்சம் குறைவாக இருந்தமையால் தன் கைபேசியில்

விளக்கை ஒளிரச் செய்து அதுவொரு முக்கோண அமைப்பிலான குடைவு என்பதைக் கண்டு கொண்டதோடு அதில் இருந்த ஓவியத்தைப் பார்த்தான். பிரமித்து மீண்டும் மீண்டும் அதில் இலயித்தவன் அதனை போட்டோவாகவும் செல்ஃபியாகவும் எடுத்துக் கொண்டான். பிறகு, குகையை விட்டு வெளியேறி மரத்தடியில் அமர்ந்து அந்தப் படங்களை ஜூம் செய்து பார்த்தான். அதில் "ஆணும் பெண்ணும் எதிரெதிர் நின்றிருக்க அவர்களின் கண்களில் இருந்து பிறக்கும் நரம்புகள் வேர் என நீண்டு அவர்களைச் சுற்றி பூமியில் படர்ந்திருந்தன. அவர்கள் முகம் மற்றும் உடலில் கண்களைத் தவிர வேறெதுவும் காட்டப்படவில்லை. வண்ணக்கலவை இன்றி கரித்துண்டங்களால் வரையப்பட்டிருந்த அவ்வோவியத்தின் அடிப்பகுதியில் முறிந்த மரங்கள் தீட்டப்பட்டிருந்தன. நரையன் தான் சேகரித்தப் படங்களை டவர் கிடைக்கும் இடத்தில் நின்று, வாட்சப்பில் காதலிக்குப் பகிர்ந்துவிட்டு அந்த மலையிலிருந்து கீழே இறங்கத் துவங்கினான்.

நுண்கதை: 17

அந்தியில் அந்தப் பலாப் பழத்தை அறுத்துப் பிளந்து அதிலிருந்த தேன் என ருசிக்கும் சுளைகளை உண்டு முடித்த பின், அதன் கொட்டைகளைப் பழைய பாத்திரத்தில் சேகரித்து வைத்துவிட்டு உறங்கத் துவங்கினர். நிலா புறப்பட்ட சிறிது நேரத்தில் அந்தப் பாத்திரத்தில் இருந்த கொட்டைகள் ஆமையென அடக்கி வைத்திருந்த தத்தமது உறுப்புகளை வெளியெடுத்து ஆடியும் பாடியும் வேட்டைக்குச் சென்றும் கொண்டாடித் தீர்த்ததோடு அவர்களில் திடகாத்திரமான சிலரைத் தரையில் இட்டுப் புதைத்தனர். மறுநாள் பொழுது புலர்ந்தபோது கொட்டைகள் அதே பாத்திரத்தை அடைந்திருந்தன. அன்றைய பகலில் வீட்டார் கொட்டைகளில் பாதியை வேகவைத்தும் மீதியை வறுத்தும் தின்றுத் தீர்த்தனர். அதன் பின்னர் மூன்றாம் நாள் நிலவொளி படரத் துவங்கியதும் புதைத்தவை ஒரு சிறிய கேள்விக் குறியென உயிர்க்கத் துவங்கின.

நுண்கதை: 18

நேற்று நள்ளிரவில் ஒரு பதுமையும் ஒரு பிசாசும் மனைவியும் அமர்ந்து பேசிக்கொண்டு இருந்தனர். உண்மையில் மூன்று பெண்களின் அருகே அமர்ந்து கதை கேட்டல் என்பது எவ்வளவு பெரிய சாகசம் என்பதை உணர்ந்த வரலாற்றுத் தருணம் அது. அவ்வப்போது நெளியும் என்னைப் பார்த்து பதுமையும் பிசாசும் இரக்கப்பட மனைவியானவள் இரண்டே இரண்டு எலுமிச்சை இலைகளைப் போட்டு மூன்று கப்களில் ப்ளாக் டீ கொண்டுவரச் சொன்னாள். அடுத்தப் பத்தாவது நிமிடத்தில் மிகுந்த பணிவோடு அவர்கள் முன் டீயைச் சமர்ப்பித்தேன். அருந்தினார்கள். பிறகென்ன, பதுமையும் பிசாசும் மனைவியைப் பரிதாபமாகப் பார்க்கத் துவங்கினர். அதன் பிறகு ஒரு நாளும் அவர்கள் இரவில் சந்தித்துக்கொள்ளவே இல்லை.

நுண்கதை: 19

1. 'உன் உடல் வேண்டுமானால் நோஞ்சன் உடம்பாக இருக்கலாம். உன் புத்தி ஒரு 'கிரிமினல்' புத்தி'.

2. 'இந்த உலகிலேயே அதிகமாக என்ஜாய் செய்யக்கூடிய மனிதன் என்றால் நீ ஒருவன்தான்'.

3. அதெப்படி எப்போதும் 'இவ்வளவு திமிராகவே' இருக்க முடிகிறது!.

4. 'God உன்னைக் குப்புறப் படுக்க வைத்து புல்டோசரை ஏற்றிக் கொண்டிக்கும் போதுகூட எப்படி உன்னால் 'இப்படி' இருக்க முடிகிறது'.

 - என்பது போன்ற கேள்விகளை / கருத்துக்களை / குற்றச்சாட்டுகளை முன்வைத்தபோது எழுத்தாளர் மைர்நேசி,

ஒருவேளை நீங்கள் சொல்வதெல்லாம் உண்மையாகக் கூட இருக்கலாம். ஆனால் நான் என்னளவில் 'இயல்பாகத்தான்' வாழ்கிறேன். ஒருவேளை நீங்களும் அப்படி வாழ விரும்பினால் செய்ய வேண்டியது ஒன்றே ஒன்றுதான், 'வாசிக்கப் பழகுங்கள்' அதேபோல் 'உங்கள் குழந்தைகளை வாசிக்கப் பழக்குங்கள்'. Music, Dance, State First எடுத்தல் என எல்லாவற்றையும் விட 'வாழ்தல்

முக்கியம்' அல்லவா? 'வாசிப்பு வாழ்தலைக் கற்றுக் கொடுக்கும்' என்று பதில் அளித்தார்.

நுண்கதை: 20

சுடர் தன் தலையைக் கோதிக் கொண்டாள்; பிறகு நிதானமாகத் தன்னைச் சுற்றி நின்றிருந்தவர்களைப் பார்த்தாள்; இதழோரம் தோன்றிய அலட்சியப் புன்னகையுடன் தன் இடக் கையால் கூட்டத்தை விலக்கியபடி மெதுவாக நடக்கத் துவங்கினாள்; அங்கிருந்தவர்களில் சிலர் அவளைப் பிரமிப்புடனும் சிலர் குழப்பத்துடனும் மற்றும் சிலர் ஒருவர் முகத்தை மற்றொருவரும் பார்த்துக் கொண்டதுடன் கலைந்து செல்லத் துவங்கினர்.

நுண்கதை: 21

இறைவனும் இறைவியும் புணர்ந்து கொண்டிருந்தபோது தெரித்து விழுந்த உயிர்த் துளிகளே இப்பிரபஞ்சம் என்றார் சுவாமிகள்; அதைக்கேட்ட பக்தர்கள் தங்கள் கன்னத்தில் போட்டுக்கொண்டனர்; பகுத்தறிவாளர்கள் காதுகளை மூடிக் கொண்டதுடன் பக்தர்களைப் பரிதாபத்துடன் நோக்கினர்; இதனை வாசித்தவர்கள், எழுதியவனை நல்ல வார்த்தைகளில் அர்ச்சனைச் செய்ததுடன் முகத்தையும் கோணிக்கொண்டனர்; எழுதியவர் தன் மனைவி நெற்றியில் இட வரும் திருநீற்றை மிகப் பௌவியமாகக் குனிந்து ஏற்றுக் கொண்டிருந்தார்.

பரலோகத்தில் பிதாவிற்கெல்லாம் பிதாவானவர் தம் பக்தர்களை எண்ணி மெய் சிலிர்த்தவாறு நான்கு முழம் கயிற்றை விலைக்கு வாங்கிக் கொண்டிருந்தார்.

நுண்கதை: 22

'ஆமைக்கும் முயலுக்கும் ஓட்டப் பந்தயம் நடந்தது'.

அ. ஓட்டப் பந்தயம்னு சொல்லிட்டு ஓடுச்சுனு சொல்லாம ஏன் நடந்துச்சுனு சொல்லணும்?

ஆ. என்னிக்காவது ஆமையோ முயலோ வந்து நாங்க போட்டி போடுறம்னு சொன்னுச்சா?

இ. பந்தயம் முடிஞ்ச உடனே அதுக இரண்டையும் எங்க வைச்சு இருக்கானுங்கணு பக்காவாக நோட் செய்தவன், திருடி, வறுத்து தின்றுத் தீர்த்தான்.

ஈ. நீதியின் பொருட்டு சொல்லப்பட்டது என்றவரிடம் 'எவ்வளோ பெரிய நீதிமான்கள் நீங்கள்' கேலி பொங்கச் சிரித்துக் கடந்தது மூஞ்சூர் எலி.

நுண்கதை: 23

“என்னோட கொழந்தை ரொம்ப ரொம்ப அழகா இருப்பா; அவளைப் பாத்துட்டுத் தூக்கிக் கொஞ்சாமலோ கன்னத்தைப் புடுச்சுக் கிள்ளாமலோ போன ஒருத்தரக்கூட நா பாத்ததே இல்லை; அவ சிரிக்கிறப்போ பல் இல்லாமத் தெரியிற வாயோட அழகச் சொல்ல வார்த்தையே இல்லை” எனக் கண்களில் நீர்வடியத் தேம்பியவன், தமது இடது தோள் பட்டையை உயர்த்தித் தலையைச் சற்றே சாய்த்து வழிந்தோடும் கண்ணீரைத் துடைத்துக் கொண்டதுடன், தம் தேவதை பேருந்துச் சக்கரத்தின் அடியில் நைந்து கறிகறியாய் பிய்ந்து கிடந்த இடத்தை எண்ணிப் பார்த்தவாறே, காலடியில் ஊர்ந்து சென்ற எறும்புகளுக்கு வழிவிட்டவாறு அவைகளிடம் சொல்லிக் கொண்டிருந்தான்.

நுண்கதை: 24

மகவே, என்ன வரம் வேண்டும் கேள் என்றார் கடவுள்.

பதில் 1 : 'இனி வரம் கொடுக்கும் வரத்தை எமக்கு அருள வேண்டும்' என்றார் பக்தர்.

பதில் 2 : 'ஏம்லே சொரி முத்து, என்ன கேக்கப் போறேனு தெரியாத நீ எப்புடிலே கடவுளா இருக்க முடியும்! கருமத்தை உன்னை நம்பியா இத்தனை வருசம் தவம் கிடந்தேன்! எனக் கூறியவாறு காறி உமிழ்ந்து விட்டு கோவணத்தை உதறியபடி / புடவையை இடுப்பில் இழுத்து சொருகியபடி அகன்றார் பக்தராக இருந்தவர்'.

பதில் 3 : 'சாமி அப்பப்போ முதுகு அரிக்கிது, இரண்டு கையும் பின்னால திருப்ப எட்ட மாட்டுது. அதுனால அப்போதக்கி மட்டும் செரமம் பாக்காம வந்து, பூமாரி சொரிஞ்சு விட்டுட்டுப் போயிடுங்க' என்றார் காவியார்.

அடுத்தச் சில தினங்களில் கடவுளார் தம் பதவியை ராஜினாமா செய்துவிட்டுத் துறவறம் பூண்டார்...

நுண்கதை: 25

மொத்தம் இருபதிலிருந்து முப்பது குருவிகள் இருக்கலாம். வெகு தீவிரமாகவும், அதேவேளை தங்களுக்குள் மிகக் குதூகலமாகவும் விளையாண்ட வண்ணம் பறந்துக் கொண்டிருந்தன.

வழக்கமாகச் செல்லும் திசையில், திடீரென மிகுந்த எழிலோடு தெரிந்த ஊதா வண்ண மலரினை நோக்கித் தங்கள் பயணத்தைத் திருப்பின. பிறகு, போதும் போதும் என்னும் வரையில் தேனைப் பருகி அகன்றன.

உலகிலுள்ள அனைத்து செய்தி மற்றும் பொழுதுபோக்கு ஊடகங்களும் 'பூமியில் திடீரென இறங்கிய வேற்று கிரக உயிரிகள் கடல் நீரை மொத்தமாகக் குடித்து அகன்றன என்ற செய்திகளோடு அவை பூமியுள் நுழைந்தபோது எந்த வகையான அறிவியல் உபகரணங்களும் இயங்கவில்லை' என்றும் அலறிக் கொண்டிருந்தன.

நுண்கதை: 26

"எள் அளவில் இருந்த விதை வேர் விடத் துவங்கியதும் பெருத்த சப்தத்துடன் பெரும் பெரும் தீ பிளம்புகளாய்ச் சிதறி உடைந்தது அந்த நிலம்". பிரபஞ்சத்தின் தோற்றம் குறித்து மூட்டைப் பூச்சிகள் தங்களது பள்ளிகளில் இவ்வாறே கற்று வருகின்றன எனப் பிரபல உயிர்-பிரபஞ்சவியல் ஆய்வாளர் தக்காளி தம் ஆய்வுக் கட்டுரையில் (வினோதம் - இதழ் 46) குறிப்பிட்டுள்ளார்.

நுண்கதை: 27

நரகத் தலைவனின் இல்லத்தில் நடைபெற்ற பேச்சு வார்த்தையின் முடிவில், முறுகலாக வறுக்கப்பட்ட இறைச்சித் துண்டுகளையும், காய்ச்சப்பட்டப் பட்டைச் சாராயத்தையும் மிஸ்டர் அல்லது மிஸ் கடவுளார் மரியாதையின் நிமித்தம் சாப்பிட்டுத் திரும்பினார். சுவர்கத்தில், சிலர் ஏக்கத்தோடும் சிலர் விரக்தியோடும் சிலர் கடவுளின் இடம் எப்போது காலியாகும் எப்போது நாம் கடவுளாவோம் என்ற எரிச்சல் மிகுதியிலும், மல்லாக்கப் படுத்தவாறு கடவுளார் கடந்து சென்ற பல்லக்கைப் பார்த்தபடி இருந்தனர்.

நுண்கதை: 28

உனக்கு ஏதாவது தர வேண்டும் போல் உள்ளது.
என்ன வேண்டும்? என்றாள்.
'ஒரு முத்தம்' என்றேன்.
'சரி வா' என்றாள்.
நான் குழப்பத்தோடு எதற்கு? என்றேன்.
'ம்ம்ம் முத்தம் கேட்டாய் அல்லவா அதற்குத்தான்' என்றாள்.
கொரியரில் அனுப்பு என்றேன்.
'கொரியரிலா! முத்தத்தை எப்படி கொரியரில் அனுப்ப இயலும்?' என்றாள்.
'அமேசானில் அல்லது பிளிப் கார்ட்டில் கிடைக்குமே! ஆடரில் என் முகவரி தந்தால் நேரடியாக என்னிடமே வந்துவிடுமே என்றேன்.
சற்று நேர அமைதிக்குப் பின் 'தெளிவாகச் சொல்' என்றாள்.
'A Kiss - Written By Reehan' தமிழில் பகவதி அம்மனால் மொழிபெயர்க்கப்பட்ட புதினம் என்றேன்.
அதன் பிறகு இன்றுவரை அவள் எதுவும் பேசவே இல்லை. (பின் குறிப்பு - புத்தகமும் வந்து சேரவில்லை.)

நுண்கதை: 29

'இரவுகளில் - சில நேரம் உள்ளுக்குள் இருந்து சொந்தக் குரலாகவும், சில நேரம் வெளியில் இருந்து வேறொரு குரலாகவும், சில நேரம் பெண் குரலாகவும் அகத்தோடு உரையாடல் நடக்கிறது. உண்மையில் இது கனவில் நிகழ்வது அல்ல. ஆகையால் அதைக் கண்டு இரசிப்பவனாகவும் திடுக்கிட்டு அச்சம் கொள்பவனாகவும் அது குறித்து ஆராய்ந்து அல்லாடும் மனம் கொண்டவனாகவும் கிடக்கிறேன்' என்றேன். தீவிரமான வண்ணக் கலவையால் நெய்யப்பட்ட ஓவியத்தை நான் பார்க்கும் வண்ணம் என் இருக்கையை அமைத்திருந்த மருத்துவர், கிரேக்க மொழியாலான ஏதோ ஒரு பெயரைச் சொல்லி, கவலைப்பட ஒன்றுமில்லை சரி செய்துவிடலாம் என்றபோது, அந்த வண்ணக் கலவை என் பெயரையும் ஊரையும் தன் மிக வசீகரக் குரலால் விசாரிக்கத் துவங்கியிருக்க, என் அகம் அதற்குப் பதில் சொல்லிக் கொண்டிருந்தது.

நுண்கதை: 30

தற்கொலை செய்து கொண்டதற்காக மிதிலனை நரகத்திற்கு அனுப்ப உத்தரவிட்டார் ஐயன். உடனே மிதிலன் மிகப் பவ்யமாக, 'நீங்கள் நினைத்திருந்தால் அப்படியான எண்ணம் தோன்றும் பொழுதே தடுத்திருக்கலாம் அல்லவா' என்றான். அவையில் இருந்த அனைத்து விழிகளும் ஆண்டவரை நோக்க, தனது கட்டை மற்றும் ஆட்காட்டி விரலில் ஒட்டியிருந்த பஜ்ஜியின் மிச்ச எண்ணெயைத் தந்தி பேப்பரில் துடைத்தவாறே மிகக் கூலாக 'அங்குள்ள பாதாளச் சிறையில் அடையுங்கள்' என்றவர், எதற்கும் 'அவனது நாவையும் துண்டித்து விடுங்கள்' என்றார். இப்போது அவை இலகுவானது. அவன் அதிர்ந்திருந்தான்.

நுண்கதை: 31

சாக்கிலிருந்த இலந்தை வடையை எடுக்கக் கடைக்காரக் கிழவன் திரும்பியபோது கோவணத்தார் தம் இடக் கையால் சூடமிட்டாயை எடுத்துக் கோவணத்துள் போட்டுக் கொண்டார். பிறகு, ஆங்கில வகுப்பில் மிக இலாவகமாக அதை வெளியே எடுத்தவர் தம் தோழியரோடு காக்காய்க் கடி கடித்துப் பகிர்ந்துண்டார்.

இப்படியாக, இளையவனின் சாதனையை அவரின் பெற்றோர் உயரே அமர்ந்தவாறு பார்த்து, வருவோர் போவோரிடம் சொல்லிச் சொல்லி மெச்சியபடி இருந்தனர்.

***

(இப்போதெல்லாம் பூங்குன்றன் வாரத்தின் இறுதி நாட்களில் இலக்கிய உலகில் மிக உயரிய விருதுகளை வழங்கும் அமைப்புகளின் உறுப்பினர்களுடன் உரையாடி வருவதாகக் கேள்வி.)

– நடுகல்: வெயில் கால இதழ் 12, மார்ச் 2022

நம்பத் தகுதியற்ற வேற்றுக் கிரகங்களின் மொழிபெயர்ப்புக் கதைகள்

முக்கியக்குறிப்பு – வேற்றுக்கிரகத்தில் உலவும் கதைகளையும் நம் பூமியில் வாழும் மக்கள் அறிந்துகொள்ள வேண்டும் என்ற உயரிய நோக்கில் கிரேக்கத்தின் மொழிபெயர்ப்புக் கடவுளான மெட்டாபிராசினியால் இக்கதைகள் மொழிபெயர்த்துத் தரப்பட்டுள்ளன.

1. மோர்டுஸ் கிரகக்கதை

நமது பூமியில் வாழ்ந்து மறைந்த மறுகணம் பெரு மதிப்பிற்குரிய பேரறிவாளர் திருமிகு.சார்லஸ் டார்வின் ஐயா அவர்களின் வருகைக்காக மோர்டுஸ் கிரக வாசலில் அவரை வரவேற்க டைனோசர் தொடங்கி இப்பூமியில் வாழ்ந்து மறைந்த உயிரினங்கள் அனைத்தும், மகிழ்ச்சி ஆரவாரத்துடன் காத்திருந்தன.

எலியினைப் போன்ற உடலமைப்பில் இருந்த ஓர் உயிரி அவரருகே வந்து "தகுதியுள்ளவை தப்பிப்பிழைக்கும்" என்ற கோட்பாடு... எனச் சொல்லி முடிக்கும் முன்பே அவர் தன் சட்டையின் காலரை உயர்த்தியவாறு "எனது கண்டுபிடிப்பே" என்றார். அவ்வுயிரி சற்று மந்தகாசமான புன்னகையுடன் தம் தலையை வணங்கி விலகியது.

வாத்தினைப் போன்ற உடலமைப்பு கொண்ட ஓர் உயிரி அவர் முன்னர் தோன்றி "பிறந்து ஆறு நாட்களேயான நாய்க்குட்டிகளை மஞ்சள்பையில் வைத்து அதனை உச்சி வெயிலில் ஆற்று மணலில் எறிந்தால் அவை எப்படி தப்புமென்றது." அவர் தன் புன்னகையைப் பெரிதாக்கியவாறு மனிதருக்கே உரிய கர்வத்துடன் "அதற்காகத்தான் அவ்வரிகள்" என்றார்.

பூமியில் கடைசியாக வாழ்ந்து மறைந்த டைனோசர் இனத்தைச் சேர்ந்த இளம் குட்டி, டார்வின் முன் சென்று தமது வாயினை முழுக்கப் பிளந்து அவரை விழுங்கத் துவங்கி தொப்புள் பகுதியை எட்டியவுடன் கடித்து இரண்டு துண்டுகளாக்கி... அவரை அதாவது சார்லஸ் அல்லது டார்வின் (மேற்பகுதியின் பெயர் தெரியாததால் இப்படிச் சொல்லப்படுகிறது) என்னும் மேதையை, கோழையும் உதிரமும் கலந்து வழியும் அரை உருவத்தைக் கீழேத் துப்பியது. தனது உடல் வெலவெலக்க தம்முகத்தில் வழிந்த கோழையை வழித்தவாறு சரிந்த குடல்களையும் ஈரல் மற்றும் இதர உறுப்புகளையும் தன் வயிற்றுள்ளே அவரது கைகள் திணிக்கத் துவங்கின.

தான் அரை உடலாக இருக்கும்போது எப்படி இறந்துபோகாமல் உள்ளோம் என (இறந்ததால்தானே நாம் இந்த மோர்டுஸ் கிரகம் வந்தோம் என்பதை மறந்திருந்தார்) வலிகளுக்கு இடையே சிந்தித்தார்.

அவர்மேல் இரக்கம் கொண்ட கொரில்லா போன்ற உடலமைப்பு கொண்ட ஓர் உயிரி அரைமனிதன் அளவே உயரம் கொண்ட குருகிய வாய்க்கொண்ட மண்சட்டியில் சார்லஸை அல்லது டார்வினை அள்ளி... நெருக்கித்திணித்தது. முட்டைக்குள்ளிருந்து தலை மட்டும் வெளித்தெரியும் ஒரு கோழிக் குஞ்சினைப்போல அவரது இருப்பு இருந்தது; என்ன ஒரே வேறுபாடு என்றால் அவரது கைகள் வெளித் தொங்கிக்கொண்டிருந்தது மட்டுமே.

தானொரு அறிவியல் மேதை என்பதால் சுவர்க்கத்தில் கடவுளின் அருகே படுக்கைக்கு இடம் கிடைக்கும் என எதிர்ப்பார்த்த அம்மனிதனுக்கு நடைபெறும் நிகழ்வுகள் கடும் மனச்சோர்வை அளித்தன.

கடவுளைப்பற்றி டார்வின் எண்ணிய நேரமோ என்னவோ... கடவுளும் நேரெதிரேவந்து அம்மனிதனைக் கடக்கும் போது தம்மருகே வந்த கால்களற்ற உடலமைப்பைக் கொண்டிருந்த

உருளைவடிவ உயிரியிடம் “உரியில் தொங்கவிடப்படும் தயிர்க்கலயத்தைப் போல” அம்மனிதனைத் தொங்கவிடச் சொன்னார். அவ்வாறே செய்யப்பட்டதும் தூரத்தே பறந்து திரிந்த வல்லூறுகளையொத்த உயிரிகள் இவரின் கண்களை, கோழை வழியும் முகத்தை நோக்கிப் பாய்ந்து வர... அவருடைய கழுத்தில் “தகுதியுள்ளவை தப்பிப்பிழைக்கும்” என்னும் வாசகத்தைக் கட்டித் தொங்கவிடச் செய்தவர் (மோர்டுஸ் கிரகத்தில் அனைத்து உயிர்களும் வாசிப்புப் பழக்கம் கொண்டவை), “இந்த வாசகத்தின் மூலமாகத்தானே மனிதர்களின் மனங்களில் இரக்கமற்ற குரூரங்களை விதைத்தாய்” எனச் சொல்லியவாறு இருக்க, “எல்லாம் உமது ஆணைப்படியே நடந்தது பிரபுவே” என்ற கூச்சலினைக் கேட்டு “இதுவும் எனது ஆணைப்படித்தான் நடக்கிறது மகனே” என்றவாறு புன்னகைத்தபடி கடந்தார்.

(இது கதை என்பதால் சார்லஸ் டார்வின் வாழ்ந்த காலத்தையும் டைனோசர் வாழ்ந்த காலத்தையும் ஒப்பிட்டுப் பார்க்க வேண்டாமெனக் கேட்டுக்கொள்ளப்படுகிறது)

மோர்டுஸ் கிரகக்கதை முற்றிற்று.

2. பைந்தமிழ் கிரகக்கதை

பைந்தமிழ் கிரகத்தின் வடமேற்கு உயர்நிலப்பகுதியான ‘நீல் நிலப்பரப்பு’ இரண்டாயிரம் ஆண்டுகளுக்கு முன்னர் பெரும் இயற்கை வளம் கொண்டதாகவும் மண்ணிலிருந்து தாவரங்கள் தாமாகவே உயிர்க்கும் வண்ணம் வளம் பொருந்தியதாகவும் இருந்தது.

இயற்கையின் மீது எவ்வித அக்கறையும் காட்டாத பைந்தமிழ் கிரக மக்களின் மெத்தனப் போக்கால் ‘நீல் நிலப்பரப்பு’ பெரும் அழிவைச் சந்தித்த வேளை தமது பகுதியில் பருவமழை பொய்த்தும் நீர்நிலைகள் வறண்டும் மக்கள் பெரும் துன்பத்திற்கு ஆளானதால், ‘கேரள் கிரகம் அதன் மக்களிடம் வாக்கெடுப்பு நடத்தி மக்களின் ஆதரவின் பேரில் தனது அறம் சார் நெறிகளுக்கு உட்பட்டு எவ்வித உயிர்ச் சேதத்தையும் ஏற்படுத்தாமல் நீல் நிலப்பரப்பினை இணைத்துக் கொண்டது.

பழுக்கக் காய்ச்சிய இரும்புக் கம்பியினைப் போன்ற தகதகக்கும் அரசியல் அறிவைக் கொண்ட பைந்தமிழ் கிரக அரசியல்வாதிகள்

ஆக்கிரமிப்பு நிகழ்ந்தவேளை அரசு இயந்திரம் தங்களது முழுப் பலத்தைச் செலுத்தியும் சில கோளாறுகளால் (என்ன கோளாறுகள் என்று தற்போதுவரை தெளிவுப்படுத்தவில்லை) அந்நிகழ்வை முறியடிக்க முடியவில்லை என்றனர்.

பைந்தமிழ் கிரகத்தின் ஒருசில மக்கள் அவர்கள் நோக்கம் தூய்மையானது என்றும் அவர்கள் வாக்கெடுப்பு நடத்தியது உலகமே அறிந்தது என்றும் 'நம்கிரக அரசு அதனை வைத்து வழக்கம் போல மக்களினை முட்டாள்தனப்படுத்தி... அதன் மூலம் ஆதாயம் பெறவே விரும்பியது' என்றும் வாதிட்டனர்.

பைந்தமிழ் கிரகம் 'வளர்ந்த கிரகங்களிடமிருந்த உயர்வான ஆயுதங்களைப் பெற்று' ஒவ்வொரு திங்களிலும் முறைவைத்துத் தாக்குதலை நடத்தியது அல்லது அவ்வாறு தாக்குதல் நடத்தி 'நீல் நிலப்பரப்பை' மீட்பதாகச் சொல்லி நம்பவைக்கப்பட்டது. இவ்விதத்தில் பைந்தமிழரின் மறவுணர்ச்சி தூண்டப்பட்டு பெரும்பான்மை மக்களால் ஆதரவும் பெறப்பட்டது அல்லது ஆதரவு பெறப்பட்டதாகச் சொல்லப்பட்டது. மேலும் 'அழிவது நம் நிலம்' என்பதை உணராதபடி மக்களைக் கொந்தளிப்பு மனநிலையிலேயே வைத்துமிருந்தது. இப்படியாக எத்தனையோ அரசுகள் மாறிய போதும் நீல் நிலப்பரப்பு ஆக்கிரமிப்பு பகுதியாகவே தொடர்ந்தது.

தற்போது பைந்தமிழ் கிரகத்திடமிருந்து நடத்தப்பட்ட தாக்குதலில் 'நீல் நிலப்பரப்பில் கடைசியாக உயிரோடிருந்த நிறைமாத கர்ப்பிணி யானையானது சிறுசிறு சதைத் துணுக்குகளாகச் சிதைந்ததினைக் கண்ட கேரள் கிரகம் கடுஞ்சினத்தோடு தாக்குதலை நிகழ்த்திய அவ்வூர்தியை வெகு எளிமையாகக் கைப்பற்றியது'. அப்படியான தொழில்நுட்பம் அவர்களிடம் பல ஆண்டுகளாக இருந்தாலும் தேவையற்ற போர் மூலம் மக்கள் இழப்பை விரும்பவில்லை. ஆனால் இம்முறை 'எல்லைத்தாண்டி' பைந்தமிழ் கிரகம் நடந்துகொண்டதால் அந்த ஊர்தியோட்டி கைப்பற்றப்பட்டு, கேரள்கிரக நீதிமன்றத்தில் ஒப்படைக்கப்பட்டாள்.

பைந்தமிழ் கிரகத்தின் அரசு 'விடைத்த மூக்கோடு' (குறைந்தபட்சம் பாவனைக்காக வேண்டினும்) உலக வளர்ந்த கிரகங்களிடம் 'ஆக்கிரமிப்பை மீட்பதற்கான அற முயற்சியே இது என வாதிட அவைகளும் தம் அரசியலைத் தொடங்கின'.

இதையெல்லாம் 'உற்று நோக்கிய' மதிப்புமிகு கேரள் கிரக இறையாண்மைமிகு நீதிபதி 'ஊர்தியோட்டி வெறும் ஊர்தியோட்டி மட்டுமே' என்பதால் அவளிடம் எவ்வித வினாவும் தொடுக்காமல் 'பாஹ்ரெக் கிரகக் கதையை மேற்கோளிட்டு' மக்கள் நலனை முன்னிறுத்தி ஊர்தியோட்டியை விடுவித்து ஆணையிட்டார்.

(விருப்பமுள்ளவர்களின் வாசிப்பிற்கு நீதிபதி சொல்லிய பாஹ்ரெக் கிரகக்கதை:

இர்ரெஹி கிரகத்திலிருந்து வானில் பறக்கும் மயில் ஊர்தி மூலம் முட்டையின் அளவே கொண்ட சிறுசிறு உருளைகளை பாஹ்ரெக் கிரகத்தின்மீது வீசியெறிய மௌனன் சென்ற மயில் வாகனம் அதன் 'கிரகக் கோளாறால்' பாஹ்ரெக் கிரகத்தில் வீழ்ந்தது. பாஹ்ரெக் கிரகம் ஒரு காலத்தில் இர்ரெஹி கிரகத்தின் பாகமாகவே இருந்தது. பின்னர், ஏற்பட்ட "சுயநலக் காரணங்களால் பெருபெரு கொலைகளுடன் வெகு அமைதியான முறையில்" பிரிந்தது. பாஹ்ரெக் கிரகத்தில் மயில் முட்டை வடிவ உருளைகளை வெடிக்கச் செய்யும் நோக்கத்தில் அனுப்பப்பட்ட மௌனன் என்னும் ஊர்தியோட்டி முன்னரே சொல்லப்பட்டப்படி கிரகக் கோளாறால் (தவறிப்போயோ அல்லது தாமாகவோ) பாஹ்ரெக்கில் விழுந்தார். அவ்வாறு அவர் விழுந்ததும் பாஹ்ரெக் கிரக மக்கள் அவரைச் சூழ்ந்து ஆரத்தழுவி ஆரத்தி எடுத்தனர். அதற்குச் சில காரணங்கள் உண்டு.

ஒன்று. மௌனன் என்ற அந்த ஊர்தியோட்டி சுவர்க்க பூமியான இர்ரெஹிகியிலிருந்து பாஹ்ரெக் மக்களைக் காக்க அனுப்பப்பட்ட தேவதூதர் ஆவார். ஏனென்றால், அவர் உருட்டிவிடயிருந்த உருளையில் பிரளயத்திற்குப் பதிலாக மானுட மற்றும் மற்றைய உயிர்கள்மேல் அக்கறை கொண்ட பூக்களே நிரம்பியிருந்தன. இரண்டு. இர்ரெஹின் மக்களுக்கு அவர்களின் அரசியல் ஞானிகளால்... சுயநலமற்ற தேவர்களால் போதிக்கப்பட்டதைப்போல பாஹ்ரெக் மக்களுக்கு அவர்களின் "அரசியல் வரலாற்று 'உண்மைகள்' எதுவுமே (பள்ளி பாடம் முதல் தற்காலம் வரை) போதிக்கப்பட்டிருக்கவில்லை". மூன்று. இர்ரெஹின் அரசியல் ஞானிகளுக்கு ஆட்சிக் கட்டிலில் கால்நீட்டிப் படுத்து இளைப்பாறவும் தம் மக்களிடம் பெருமைப்பட்டுக்கொள்ளவும், பாஹ்ரெக் மக்கள்மீது பொழியவிருக்கும் மலர்கள் நிரம்பிய உருளையின் பயன் தேவையாக இருந்தது.

மேற்கண்ட காரணங்களால் மயிற்முட்டை வடிவ உருளைக்குப் பதிலியாக விழுந்த (விழவைக்கப்பட்ட) மயிற்பொறியியக்கியான மௌனன் ஓரிரு தினங்களில் தக்க அரச மரியாதையுடன் பாஹ்ரெக் கிரகத்திலிருந்து இர்ரெஹி கிரகத்திடம் ஒப்படைக்கப்பட்டார்.)

பைந்தமிழ் கிரகக்கதை முற்றிற்று.

3. நிவேத்தீ கிரகக்கதை

மிகச் சரியாக ஆயிரம் ஆண்டுகளுக்கு முன்னர் நிவேத்தீ கிரகத்தில் யாழினி என்றொரு எழுத்தாளினி தோன்றியிருந்தாள். "வஞ்சிக்கப்பட்டவர்களின் மேல் ப்ரியம் இருப்பது இயல்பான ஒன்றுதானே" என்பதற்கேற்ப அவளுக்கு அவள் இனத்தைக் காட்டிலும் மற்றைய உயிரிகள் மேல் அலாதி ப்ரியம்.

யாழினிக்கு நாய்கள் அதிலும் குறிப்பாகத் தெருநாய்கள், பூனைகள் அதிலும் குறிப்பாகத் தெருப்பூனைகள் மீது வெகுவன்பு. தற்போது அவ்வுயிரிகளை 'மைலாப்பூர் மியூசியத்தில்' பத்தாயிரத்து இருநூற்று ஐம்பத்து எட்டாவது எண்ணிட்டக் குடுவையில் பூனையையும்; இருபதாயிரத்து நானூற்று முப்பத்து ஆறாவது எண்ணிட்டக் குடுவையில் நாயையும், வேதிமயமான திரவத்தில் ஊறவைத்துப் பாதுகாப்பாக வைத்திருப்பதைக் கண்டுகளிக்கலாம்.

யாழினி என்னும் எழுத்தாளினிக்கு மக்களிடமோ அல்லது அறிவு ஜீவிகளிடமோ (திரைத்துறையினர் - அப்போது அவர்கள்தான் அறிவுஜீவிகளாக மக்களால் மதித்துப் போற்றி ஏற்றப்பட்டனர்), எவ்வித அங்கீகாரமும் கிடைக்கவில்லை என்பதே நமது முனைவர் இளஞ்செழியனின் கருத்து. மேலும் அவரது வார்த்தைகளிலேயே சொல்லப்பட வேண்டுமென்றால் அன்றைய எழுத்தாளர்களில் பலரின் நிலையுமானது 'மக்கள் எருமைச் சாணியைக் கண்டால் நகர்ந்துச் செல்வர்; ஆனால் எழுத்தாளனைக் கண்டால் ஏறி மிதித்தே செல்வர்' என்பதாகும்.

அப்படிப்பட்ட மக்கள் வாழ்ந்த நிவேத்தீ கிரகத்தில் பிறந்த அவள் தம்மக்களின் மேம்பாட்டிற்காகத் தமது நூற்றுப்பதினேழாவது வயது வரை மிகக் கடுமையாகப் போராடினாள். ஆனாலும் கூட அவளுக்கு சிறு அங்கீகாரமேனும் கிடைக்கவில்லை. எனவே இளஞ்செழியனின் ஆய்வை மதித்து, யாழினி என்னும் எழுத்தாளினியைப் போற்றி கௌரவிக்கும் வகையில் அவளுடைய புத்தகங்களின் மத்தியில் ஆயிரம் ஆண்டுகளுக்கு முன் வாழ்ந்து மறைந்த அவளுடைய கல்லறையில் தோண்டி எடுத்து வரப்பெற்ற எழும்பிற்கு நிவேத்தீ கிரகத்தின் உயரிய விருதான 'நிவேத்தீ தாக்னா' விருது வழங்கப்பட்டது.

பின்குறிப்பு:

ஒன்று. ஆயிரம் ஆண்டுகளுக்கு முன்னர் வாழ்ந்த யாழினியின் கல்லறைமேல் நூறடுக்குமாடிக் குடியிருப்பு கட்டப்பட்டிருந்தது. ஆகையால், அக்குடியிருப்பானது பெரும் இயந்திரங்கள் மூலம் "அடுக்கு டிப்பனினை அம்மா கழட்டி மாட்டும் அழகினைப்போல" பத்துப்பத்து அடுக்காகக் கழட்டப்பட்டு எழும்பானது எடுக்கப்பட்டதும் பத்தே நிமிடங்களில் மீண்டும் பொருத்தப்பட்டது.

இரண்டு. தொள்ளாயிரம் ஆண்டுகளுக்கு முன்னர் 'யாழினி' போல தன்னால் எழுத இயலவில்லை என்ற இயலாமையில் காகி என்னும் எழுத்தாளன் அவளது கல்லறையில் இருந்த குறிப்புக் கல்லினை அப்புறப்படுத்தி (இச்செயல் திட்டமிட்டு நடைபெற்றதல்ல. போதை மயக்கத்தில் செய்யப்பட்டது) வேறொரு இடத்தில் எறிய... அக்கல் கிடந்த இடத்தில் புதையுண்டு கிடந்த எழும்பிற்கே "அவ்வுயந்த" மரியாதை கிடைத்தது... இவ்வாறாக, அந்தப் புத்தகங்களின் மத்தியில் யாரோ ஒருவருடைய எலும்பு அவ்விருதுடன் கிடந்தது.

நிவேத்தீ கிரகக்கதை முற்றிற்று.

ஆடூஉ கிரகக்கதை

இக்கிரகத்தில் ஆண்களுக்கு நிகராகப் பெண்களும் இருந்தனர். ஒவ்வொரு இனத்திலும் பெண்ணே தலைமைப் பொறுப்பில் இருந்தபோதும் மானுட இனத்தில் மட்டும் மாறுபட்டு காணப்பட்டது. அதோடு மட்டுமல்லாது பெண் என்னும் உயிரிக்கு மட்டும் "கற்பு என்னும் விநோதமான கொடிய நோய் உருவாக்கப்பட்டது". இந்நோய் "சாதிமதமென்னும் நோயொத்த அதே தீவிரத்தன்மையிலும்" காணப்பட்டது. மேலும் "கற்பினைக் கற்பித்தவர்கள் விரும்பியது போலவே இப்பெண்கள் கற்பை நோயென அறியாமல் புனிதமென உணர்வதே தற்போதுள்ள ஏனைய விளைவிற்கும் முக்கிய காரணமென்று" மகடூஉ கிரகத்தின் ஆய்வாளர்கள் குறிப்பிடுகின்றனர்.

இங்கு, தற்போதுள்ள ஏனைய விளைவுகள் என்பது 'அரை வயது பெண் மழலை முதல் அறுபதாயிரம் வயது மூதாட்டிவரை' வன்புணர்வுக்கு ஆளாகும் தன்மையையும் சுட்டுவதாகும். இந்த ஆடூஉ கிரகப் பெண்களுக்கு அறிவுஜீவிகளால் முன்மொழியப்பட்ட கொள்கை முடிவு யாதெனில் "ஆறு மாத காலத்திற்குப் பெண்களின் பணியை ஆண்களும் (கருச்சுமத்தல் உட்பட) ஆண்களின் பணியைப் பெண்களும் (கற்பு உட்பட) செய்யுமாறு அவசரச்

சட்டம் பிறப்பித்தலே" ஆகும். இதன் மூலம் 'நல்மாற்றங்களை மனங்களில் எதிர்பார்க்கலாம்' என்றனர்.

ஆடூஉ கிரகத்தில் இக்கொள்கைக்குப் பெண்களிலேயே சிலர் தடையாக இருப்பதாலும்; ஆண்களின் களியாட்டங்கள் இக்கொள்கை வாயிலாக நீர்த்துப்போகும் என்பதாலும்; பரவலான எதிர்ப்பே உள்ளது. இருப்பினும் 'விதைகளைத் தூவுவதும் அதனை விளைவிக்கத் தம்மாலான முயற்சிகளை மேற்கொள்வதுமே நல்ல விவசாயியினுடைய கடமை' என்பதைப்போல இக்கொள்கைக்கு ஆதரவாகத் தங்களின் குரல்களை அறிவுஜீவிகள் ஒன்றிணைத்துக்கொண்டே வருகின்றனர்.

ஆடூஉ கிரகக்கதை முற்றிற்று.

5. எட்கால் கிரகக்கதை

"பெரும் வேட்டைக்காரனையன்றி உயிர்களின் மகத்துவம் எவனுக்குத் தெரியும்?" – விளாதிமிர்.

எட்டுக் கால்களைக் கொண்ட கடவுளின் கதையை எழுதத் தொடங்கும்போது, எனது இரண்டு கால்களையும் ஒரு முறை உணர்கிறேன். மீண்டும் ஒரு முறை கனமாக யோசித்துத் தொடர்கிறேன். இப்படிப்பட்ட ஒரு கதையை எழுதுவதற்கு யோசிக்கத் தொடங்கும்போதே இரண்டு கால்களைக் கொண்ட இனத்தின் துரோகியாக நான் அடையாளப்பட வேண்டிய நிர்பந்தமும் ஏற்படுகிறது. கடவுளின் கதையை எழுதப்போகும் ஒருவன் துரோகம் பற்றியா யோசிக்க இயலும்?

அன்று. அந்த மதியப்பொழுதில் வீட்டுச் சுவரில் பால் சிலந்தியால் கட்டப்பட்டிருந்த கூட்டினைக் கண்டேன். இந்தப் பிரபஞ்சமானது காற்றால் தள்ளப்பட்டு மீண்டும் மீண்டும் அதே இடத்தில் தன்னைப் பொருத்திக்கொள்வதுபோல அதன் கூடும் எவ்வித சேதாரமும் இன்றி மீளப் பொருந்தியது. இரவுகளில் தெரியும் ஓராயிரம் நட்சத்திரங்களை வானிலும், அதனைப் பிணைக்கும் கோடுகளினை, எட்டுக் கால்களைக்கொண்ட கடவுளரின் கூட்டிலும் கண்டேன். அவை தங்களின் ஒவ்வொரு காலிலும் ஒவ்வொரு கோளினைக் கட்டுப்படுத்தும் ஆற்றலைக் கொண்டுள்ளது. அதன் உடலானது சூரியனைப்போல மையத்தில் இருந்து கால்களைக் கட்டுப்படுத்துகிறது.

அவை தாம் தலைகீழாய்த் தொங்கியபடியே மனிதனையும் மற்றைய உயிர்களையும் கட்டுப்படுத்துகிறது. “வழக்கம் போலவே எல்லாக் கடவுளர்களுக்கும் மனிதனே எமனாக நிற்கிறான்”. ஆம். அதிக நேரங்களில் சிறிய தென்னை ஓலையால் கிழிக்கப்பட்ட காய்ந்த குச்சிகள் மூலமாகவும் மற்றைய நேரங்களில் தேங்காய் நார்களால் திரிக்கப்பட்ட ஆயுதம் தாங்கிய கம்பின் காம்புகளாலும் கடவுளரின் உலகம் சூறையாடப்படுகிறது. “கேவலம் வெறும் இரண்டே கால்களைக் கொண்ட பரிதாபங்களால் எட்டுக் கால்களைக் கொண்ட கடவுளர்கள் வஞ்சிக்கப்படுகின்றனர்”. ஆம். பல நேரங்களில் கொல்லப்படவும் செய்கிறார்கள்.

கடவுளரின் பசிக்குப் பாவமேதும் செய்யாத சிறுசிறு உயிர்கள் பலியாகிறதே என்னும் விமர்சனம் எழுந்தாலும்கூட, “அவை ஒவ்வொருபோதும் தன் வயிற்றுக்கான உணவை மட்டுமே தேடிக்கொள்கின்றன” என்பதே உண்மை. இரண்டே கால்களைக் கொண்ட பரிதாபகரமான உயிர்கள் தாம் கற்றுக்கொள்ளத் தவறிய மிக முக்கியமான பாடங்களில் இதுவும் ஒன்று.

இறக்கைகள் ஏதும் இல்லாமல் காற்றில் எம்பிப் பறக்கும் வல்லமை கொண்ட எட்டுக்கால்களைக் கொண்ட கடவுளர்கள், இரண்டு கால்களே கொண்ட பரிதாபங்களுக்கான சுருக்குக் கயிற்றினைத் தமது வாயினுள்ளேயே அடைகாத்துத் திரிகின்றனர். ஆம். மனிதர்களுக்கான... வெறும் இரண்டே கால்களைக்கொண்ட சதைப் பிண்டங்களுக்கான வலையை அவை பின்னத்துவங்கும்முன் கடவுளர்களை மதிப்போமாக. . .

பத்து வயதே நிரம்பப்பெற்ற ஆறாம் வகுப்பு “இ” பிரிவு குழந்தை கவினால் கற்பனைப் போட்டிக்கென புனையப்பெற்ற இந்த ஆக்கமானது மதிப்பீட்டாளரால் கசக்கி குப்பைக்கூடை அருகில் வீசப்பட்டது.

எட்கால் கிரகக்கதை முற்றிற்று.

முடிவுக் குறிப்பு – கிரேக்கத்தின் மொழிபெயர்ப்புக் கடவுளான மெட்டாபிராசினியால் மொழிபெயர்த்துத் தரப்பட்ட நம்பத் தகுதியற்ற வேற்றுக் கிரகங்களின் கதைகள் நிறைவுற்றன.

– உயிர் எழுத்து, ஜனவரி 2022

பித்தனாரும் பூங்குன்றன் விளாதிமிரும் பாகம் 4

பித்தனார் தான் கதைகளென விரித்து எழுத வைத்திருந்த குறிப்புகளைத் திருடிய அவரின் நண்பர், அதனைத் தன் வீட்டுப் பரணில் எறிந்துவிட்டு தனக்குள் அவ்வப்போது இரகசியமாய்ச் சிரித்துக்கொண்டார். ஏறக்குறைய அறுபது ஆண்டுகளின் பின்னர், பரணில் ஏறிய பாம்பின்கண் நண்பரவரின் பேரனான பூங்குன்றன் விளாதிமிரின் கைகளில் கிடைத்தன, இந்தக் குறிப்புகள். அதனை வரிசைப்படி எண்களிட்டு பதினெட்டு முதல் இருபத்தியிரண்டு வரையிலான பக்கங்களில் உள்ள கதைகளைத் தனது சொந்தக் கதைகளென வெளியிடுகிறான் பூங்குன்றன்.

நுண்கதை: 1

சட்டைப் பையில் வண்ணவண்ணமான பலூன்கள் துருத்திக்கொண்டிருக்க, எட்டாம் வகுப்புப் படித்துக் கொண்டிருக்கும் அவர்கள், ஒருவர் தோளில் ஒருவர் கைகளைப் போட்டுக்கொண்டு சிரித்துக் கும்மாளமிட்டவாறு திருவிழாக் கூட்டத்தை வலம் வந்தனர். தங்களைக் கடந்து செல்லும் தாவணியாள்களிடம் கைகளில் இருந்த ஊதப்பட்ட பலூன்களின் முனையை மிக அழுத்தமாக அமுக்கியபடி சைகையில் வம்பு செய்தவாறே இருந்தனர். அப்போது குவளை மலர்போன்ற கண்களை உடைய சுப்புவிடமும் இவர்கள் வம்பு செய்வதை, அருகே வந்த அவள் தாய் முத்தாத்தாள்

கவனித்துவிட்டாள். பிறகு, அதில் ஒருவனை எட்டிப்பிடித்து 'மொழச்சு மூணு இலைகூட விடல, அதுக்குள்ள என்றவாறே அவன் குஞ்சுமணியை டவுசருடன் சேர்த்து நசுக்கத் துவங்கினாள்.' அவன் 'யக்கா யக்கா உட்டுருக்கா' என நெளிந்தவாறே கண்களில் வழியும் நீரோடு வலியில் முனங்க, மற்ற மூவரும் கல்லில் பட்ட சிதறு தேங்காயின் லாவகத்தோடு ஓடி மறைந்திருந்தனர்.

நுண்கதை: 2

கம்பி விளம்பரத்திற்கு வரும் நமீதாவைப்போல் உடை அணிந்த பெண்டிர் புடைசூழத் தோன்றிய கடவுள், 'என்ன வரம் வேண்டும் கேள் மகவே' என்றார். சற்றும் அவரையோ வரத்தையோ எதிர்பாராத நான், அருகே சென்று அவரின் காதுக்குள்ளே வரத்தைக் கேட்டேன். சிடுசிடுப்பானவர், தன் முகஞ் சுளித்தவாறு திரும்பிச் செல்ல, அந்தப் பெண்களில் எவளோ ஒருத்தி சூடியிருந்த மலரில் ஒன்று அவ்விடம் விழுந்து கிடந்தது.

நுண்கதை: 3

மிக யதேச்சையாக அலிபாபாவின் ஒன்றுவிட்ட அண்ணியின் நாத்தனார் வீட்டிலிருந்த அற்புத விளக்கு பூங்குன்றன் கையில் கிடைத்தது. அதைக் கையில் ஏந்தி பூதத்தை வரவழைத்து புஜ்ஜி பாபு கேட்டனவற்றை வரவழைத்து விளையாட்டுக் காட்டிக் கொண்டிருந்தபோது, நியூஸ் சேனலில் நம் மேதமை மிகு பிரதமரின் புகைப்படம் வர 'எனக்குப் பொம்மை மூஞ்சில இருக்க தாடி வேணும்' என அழத் துவங்கிவிட்டான். எவ்வளவு முயன்றும் அவனைச் சமாதானம் செய்ய இயலாமல் போக, கடைசியில் பூதம் கிளம்பிச் சென்று அந்தத் தாடி மயிரோடு வந்தது. புஜ்ஜி அழுத களைப்பில் உறங்கிவிட, அவன் எழுந்த பிறகு அந்த மயிரை அவன் கையில் கொடுத்தபோது தன் புறங்கையால் ஒதுக்கியவன், கை உடைந்த நிலையில் இருந்த பிளாஸ்டிக் பொம்மையோடு விளையாடத் துவங்கினான்.

நுண்கதை: 4

திமிங்கிலம் படகினைத் தாக்கி வீழ்த்தியது, இல்லை சுறா படகினைத் தாக்கி, இல்லை வேண்டாம் புயல் படகினை, ஏன் எல்லாமே நெகட்டிவ்வா தோணுது! தாக்கவும் வேணாம் அழிக்கவும் வேணாம் ம்ம்ம் படகானது, காதலன் தன் காதலி

மீது செலுத்தும் அன்பைப்போல் மிருதுவாகச் சென்றது. மீன் பிடிக்கப்போகும் படகு எப்படி மிருதுவாகப் போகும்! ஆனால், இது கூடப் பரவாயில்லை, காதலன் காதலி இடையே காணப்படுவதன் பெயர் அன்பா? என்பன போன்ற கேள்விகள் உதிர மண்டை சற்றுக் குழம்பித்தான் போனது. இப்போது படகு பற்றிய கதை நிறுத்தப்படுகிறது.

நுண்கதை: 5

'சரட்' என்ற சப்தத்துடன் வந்த கழுகு கோழிக் குஞ்சை வெகு லாவகமாகத் தூக்கிச் செல்ல, தாய்க்கோழி மிகுந்த பரபரப்புடன் சற்றே உயர எழும்பி அதனைத் துரத்த, அதற்குள் உச்சிக்குச் சென்றிருந்தது கழுகு. அதன் காலில் இருந்த நகம் அந்தப் பிஞ்சின் உடலினை கிழித்துப்போட 'கீச்கீச்' என்னும் மரண ஓலத்துடன் இறந்துபோனது குஞ்சு. பிறகு, தன் கூட்டினை அடைந்த கழுகு அதன் குஞ்சுகளுக்கு இரையைப் பிய்த்துப் பிய்த்து ஊட்டியது. வயிறு பெருத்த அதன் குஞ்சுகள் பெரும் ஏப்பத்துடன் உறங்கத் துவங்கின. தாய்ப்பறவை மீண்டும் வானில் உலவத் துவங்கியது.

நுண்கதை: 6

அந்தியில் சந்தைக்குச் சென்றுவிட்டுத் திரும்பும் வழியில் மாங்கா மடையனும் தேங்கா மடையனும் சந்தித்துக்கொண்ட வேளையில் அவர்களின் பெருமையை அவர்களே தம்பட்டம் அடித்துக் கொண்டனர். அவற்றில் இருந்து ஒன்று:

மா.ம: சிக்கனத்தைப் பத்தி நீ பேசுறிய்யா! ங...த்தா ஒத்த சொம்பு தண்ணிய வச்சு ஒரு வாரத்துக்குக் கழுவுவம்ல. (மீசையை முறுக்கிக் கொண்டான்).

தே.ம: கேட்டதும் தன் தலைச் சுமையைக் கீழே இறக்கிவிட்டு, (அந்த இடம் புழுதியாய் இருந்தமையால்) வாங்கிவந்த காய்களைக் கீழே கொட்டியபின், அந்தச் சாக்கை விரித்து அதன் மேல் விழுந்து, அவன் சொன்னதை எண்ணி புரண்டு புரண்டுச் சிரித்தான்.

மா.ம: ஏன்டா சிரிக்கிற? (கண்கள் சிவக்க கேட்டான்)

தே.ம: எவனாது சொம்புத் தண்ணிய அதுக்கு வீணாக்குவானா? நாங்கல்லாம் கல்லெடுத்து தொடச்சு எறிஞ்சுட்டுப் போவம்டா. (என்றான் மிகப் பெருமிதமாக).

பாவம் மாங்கா மடையனின் முகம் சோர்ந்துபோக, பெருமிதத்துடன் தேங்கா மடையன் விசிலடித்தபடியே வந்துகொண்டிருந்தான்.

நுண்கதை: 7

'எல்லாம் அவன் செயல்' என்றான் செழியன். 'ஏன் எல்லாம் அவள் செயல் ஆவதில்லை' என்றாள் மருதி. நான் சொன்னது பழமொழி என்றான். சற்றே பரிகாசமாகச் சிரித்தவள் 'ஓ! அப்படியா! தெரியாதே' என்றாள். செழியனின் முகம் தற்போது இஞ்சி தின்ற கடவுளைப் போலானது. அதைப்பற்றியெல்லாம் பெரிதாக அலட்டிக்கொள்ளாத மருதி, தன் வயிற்றில் இருந்த ஆறு மாத கால சிசுவிற்கு 'எல்லாம் அவள் செயல், எல்லாம் அவள் செயல்' என்று போதித்தாள். இரு சக்கர வாகனத்தில் பார்வதியை ஏற்றிச் சென்று கொண்டிருந்த சிவன், சைடு ஸ்டேண்ட் இட்டு வண்டியை நிறுத்தி தன் மனைவியை அங்கு நிற்கவைத்துவிட்டு, சாலை ஓரத்தில் மூத்திரம் பெய்து கொண்டிருந்தான்.

நுண்கதை: 8

'பறவைகளும் விலங்குகளும் எப்படி ஒரு வனம் உருவாகக் காரணமான விதைகளைச் சுமந்து அலைகின்றனவோ அப்படித்தான் மானுட இனம் இப்பிரபஞ்சத்தில் வட்டமிடும் கோள்களை உற்பத்தி செய்யும் களமாக இருந்தது' என்றபோது, அந்த அரங்கமே ஆச்சர்யக் குரலில் சிலிர்த்துப்போனது. ஆம் நண்பர்களே, ஆதியில் மனிதன் அதற்காகத்தான் படைக்கப்பட்டான். 'இதோ உள்ளதே நம் கண்கள் இதுதான் நம் இறப்பின் பின்னர் ஒரு கோளென வெளியைச் சுற்றிச்சுற்றி வருகிறது' என்றார். பார்வையாளர் வரிசையில் இருந்த ஒருவர் கை உயர்த்தி, 'அப்படியானால் பறவைகள் விலங்குகளின் கண்கள்' எனக் கேட்க, மிகச் சரியான கேள்வி என்றவர், அது பற்றிய ஆராய்ச்சியும் தற்போது நடந்து கொண்டு உள்ளமையால் முடிவுகள் தெரிந்ததும் அறிவிக்கப்படும் என்றார்.

நுண்கதை: 9

விடுகதை:

பிதா உயிர்த்தெழ வேண்டியது இரண்டு நாட்களின் பின்னரா அல்லது மூன்று நாட்களின் பின்னரா என யாரைக் கேட்டார்? (ஆம். அப்போது அவர் சிலுவையில் தொங்கிக்கொண்டிருந்தார்).

தான் அமர வேண்டியது புலி ஆசனமா அல்லது எலி ஆசனமா எனச் சிவன் யாரைக் கேட்டார்?

முந்திரிப்பழத்தில் கொட்டையை வைக்க வேண்டிய இடம் உள்ளேயா அல்லது வெளியேயா என இயற்கை யாரைக் கேட்டது?

சரியாகப் பதிலைக் கணித்தவர்கள் 'தம்பிகள்' என அழைக்கப்படுவதுடன் இனி 'நாம் தமிழர்' என்றும் அழைக்கப்பட ஆசிர்வதிக்கப்படுவீராக.

நுண்கதை: 10

மருமகனே புஜ்ஜிபாபு எனத் துவங்கி,

'அவனது வாலிப வயதில் அவன் காதலிப்பதாக ஒரு மூன்றாம் பாலினத்தவரை அழைத்து வந்தான்' பிறகு, என்று முடிக்கப்பட்ட கதையை வாசித்த என்தங்கை 'என் மகன் ஒருபோதும் அப்படியெல்லாம் செய்யத் துணிய மாட்டான் அண்ணா என்றும், இன்னும் பல்வேறு வகையிலும் (இதில் அழுவதும் பொருந்தும்) அவள் பேசிக்கொண்டே அல்லது புலம்பிக்கொண்டே இருக்க, கடைசியில் அவளை சமாதானம் செய்ய இயலாமல் இந்தத் தொடரில் இருந்து அந்தக் கதையை கழற்றி எடுத்துவிட்டேன்.

நுண்கதை: 11

தன் கணவன் விபத்தில் சிக்கி இறந்து விட்டமைக்காக இழப்பீடு பெற அந்தப் பெண் வந்திருந்தார். அருகிலுள்ள இருக்கையில் சற்று நேரம் காத்திருக்கச் சொல்லி, ஆவணங்களைப் பெற்றுக்கொண்டு, அறிக்கை தயார் செய்த பின் அழைக்கும்போது வந்தால் போதும் எனச் சொல்ல, நன்றி கூறியவாறு விடைபெற்று அகலும் போது வழியில் வரிசையாக ஓடியபடி இருந்த கரிய நிற எறும்புகள் பற்றியெல்லாம் அவர் கவலையேதும் படவில்லை. அவர் முழுமையாக அவ்விடம் விட்டு அகன்ற போது இருபதுக்கும் மேற்பட்ட எறும்புகள் இறந்திருந்தன.

நுண்கதை: 12

ஏனோ அவனுக்கு இன்று படி வழியாக மேலே செல்ல வேண்டும் எனத் தோன்றியது. 27 வது மாடியைக் கடந்த போது 86-ஊ

பிளாக்கில் இருந்து ஒருத்தி வெளிப்பட, ஒருவரைப் பார்த்து ஒருவர் சிரித்துக் கொண்டனர்.

முடிவு: 1

மறுநாள் காலை கீழே விழுந்து தலை சிதறும்வரை அவன் அவளுடன் அந்த அறையில் இருந்தான்.

முடிவு: 2

கதவை மூடும் முன்பு பால் கொடுத்தபடி படுத்திருந்த பூனையும் தரையில் ஒரு நாயும் தென்பட, தன் கிராமத்து வீட்டை மனதில் அசைபோட்டவாறு கடந்து சென்றான்.

முடிவு: 3

தனக்கு ஒரு உதவி செய்ய இயலுமா? எனக் கேட்டவளை என்ன என்பது போல் பார்க்க, ஒரு போன் பண்ணனும் எனத் தயங்கியவளிடம் இவன் மொபைலைத் தர, பெற்றுக்கொண்டவள் தன் அறையின் உள்ளே நுழைந்து தாளிட்டுக்கொண்டாள்.

நுண்கதை: 13

60 வினாடிக்குள் என்னவெல்லாம் நடக்கும்?

வேம்பின் ஆயிரம் இலைகளும் பற்பல முறை உறவாடியிருக்கும். வட மேற்கில் நான்கு முறை மின்னல் அடித்திருக்கும். சிட்டுக்களும் தவிட்டுக் குருவிகளும் சேவற் கோழி குஞ்சுகளும் தங்கள் மொழியில் பேசியபடி இருக்கும். மாஸ்க் இன்றி வரும் நபர்களைக் காவலர் ஒலி பெருக்கி மூலம் ஐந்தாறு முறை எச்சரித்து இருப்பார். மயிர்களைக் காற்று ஏழு முறை புனிதப்படுத்தி இருக்கும். கடைசியில், முன்னாள் காதலியிடம் இருந்து ஒரு குட் ஈவினிங் மெசேஜ் வந்திருக்கும்.

நுண்கதை: 14

அந்த இருக்கையின் விளிம்பில் ஓடிவிடுவதற்கு ஏதுவாக அமர்ந்திருந்தேன். வந்திருந்த மாணவன் மைக்கை கையில் எடுத்து ‘இமை தீய்ப்பன்ன கண்ணீர்த் தாங்கி’ என்றான். ‘எழு குளிறு மிதித்த ஒரு பழம்’ என்றான். ‘கையும் காலும் தூக்கத் தூக்கும் ஆடிப்பாவையென மேவன செய்யும் தன் புதல்வன் தாய்க்கே’ என்றான். கடைசி வரை அவன் ‘செம்புலப் பெயல் நீர்ப்’

பக்கம் இல்லை. அப்பாடா. இனி நாம் பிழைத்துக் கொள்வோம் எனக் குறுந்தொகை பெருமூச்சு விட, நானும் அதனோடு சேர்ந்துகொண்டேன்.

நுண்கதை: 15

மனிதன் ஓய்வு கொள்ளத் துவங்கியதும் நிழல்கள் இருளின் வழி சப்தமின்றிச் சென்றுவிடுகின்றன. அப்படி அவை எங்கே தான் செல்கின்றன எனக் கண்டறிய ஆசைப்பட்டக் காற்று அதன் பின்னே சென்றது. பல ஒளி ஆண்டுகள் கடந்து ஒரு கிரகத்தைச் சென்றடைந்த பின் சற்று ஓய்வு கொண்டன. பிறகு, தங்களது தோட்டங்களை வலம் வரத் துவங்கி, முதிர்ந்து கனிந்து உதிர்ந்த கனிகளையும், தாமாய் இறந்த உயிரிகளின் மாமிசங்களையும் மட்டுமே சேகரித்து வைத்தன. அவற்றை மட்டுமே உண்டும் பழகி இருந்தன. அங்கு, காற்று கண்ட அந்த நிழல் இனமே அப்படித்தான் இருந்தன. பின் தன் பயணத்தைத் துவங்கிய நிழல்கள் மறுநாள் ஆதவ உதயத்தின் முன் பூமியை அடைந்து, தனக்கான உடலுக்குள் புகுந்து கொண்டன. வழமைபோல் மனிதனின் தவறுகளைக் குறிப்பெடுத்துக் கொண்டன, நிழல்கள். அவை ஒருபோதும் தம் கிரகத்தில் நிகழாமல் பார்த்துக்கொண்டன. காற்று தன்மேல் உரசிச் செல்லும் மனிதர்களைப் பார்த்துப் புன்னகைத்துக் கொண்டது.

நுண்கதை: 16

தன் தோளில் தொங்கிய ஜோல்னா பையை ஒத்த, புத்தகப் பையை எடுத்து தலையில் மாட்டியவன், மிக மெதுவாக வாரியில் அடர்ந்தோடும் நீரில் தன் பிஞ்சுக் கால்களைப் பதித்து நடந்தான். நீர் மெதுவாக அவனை நகர்த்த, சற்று தடுமாறிச் சமாளித்துக் கரையின் ஓரம் உள் ஒடுங்கி இருந்த அகன்ற இலைகளை உடைய தாவரத்தில் இருந்து தண்ணீர்த் தண்டை உடைத்து எடுத்தான். பின், மெதுவாக மேலேறி சாலையை அடைந்து, பள்ளியை அடைந்தான். நான்காம் வாய்ப்பாட்டினை எழுதி டீச்சரிடம் காண்பித்த பின், நீர்த் தண்டால் அழிக்கையில் அருகில் எச்சில் தொட்டு அழித்துக் கொண்டிருந்த சித்ராவிற்கு அதில் பாதியை உடைத்துக் கொடுத்தான். அவள் புன்னகையுடன் ஏற்றுக்கொண்டு சிரித்தபோது அவளது முன் பல்லில் ஒன்று இல்லாமல் இருந்தது.

உங்களது முதல் காதல் பற்றிச் சொல்லுங்கள் என்று எவராவது கேட்கும்போது ஏனோ அந்த முகம் ஒரு கோட்டோவியமாய் இப்போதும் அவனுள் வந்து வந்து போகிறது.

நுண்கதை: 17

அவன் 'மிகவும் நல்லவன்' என்றாள்; இருக்கட்டும், நன்றாகக் காதல் செய் என்றேன்; இல்லை நான் அப்படிச் சொல்லவில்லை என்றாள்; இல்லை அன்பே, நான் அப்படித்தான் சொல்கிறேன். நீ நன்றாக அவனை விரும்பு. அவன் என்று இல்லை இன்னும் கொஞ்ச நாட்களில் இன்னொருவன் வருவான், அவன் மீதும் காதல் கொள்; அன்பு செய்தல் ஒன்றும் குற்றம் இல்லை: மதிப்பீடுகள் என்பது நம் அகம் சார்ந்தது; இச்சமூகம் ஆண்களின் உறுப்பில் இருந்து தங்கக் குழம்பும், பெண்களின் உறுப்பில் இருந்து மூத்திரமும் வருவதாய்ச் சொல்லும். ஆகவே, அது பற்றி எல்லாம் கவலைக் கொள்ளாதே. என்னைச் சற்று உற்றுப் பார் அன்பே. ஆதி முதல் இன்றுவரை என் காதல்களுக்கெல்லாம் எல்லையே இல்லை தெரியுமா? ஆகவே, எதனைப் பற்றியும் கவலைக் கொள்ளாதே. நீ விரும்புவதைக் கைக்கொள். வாழ். வாழவிடு. என்றேன். அவளின் முகக் குறிப்பு என் வார்த்தைகளின் உண்மையை முகத்தில் தேடியது. நான் வெள்ளரிப் பிஞ்சைச் சுவைத்தபடி அமர்ந்திருந்தேன்.

நுண்கதை: 18

கடவுள் முன்பு எறும்பும் யானையும் கை கட்டி, சற்றே குனிந்து, மிகப் பணிவாக நின்று இருந்தன. சுற்றும் முற்றும் பார்த்த கடவுள், புதிதாகக் கவரி வீச சேர்ந்திருந்தவளைப் பார்த்து, வடிவேலுவின் வாய்ஸில் 'என்னா ட்ரஸ் இது? போம்மா போ இப்படிலாம் போட்டுட்டு இங்குட்டு வராத? ஒழுக்கமா ரம்பைய பாத்து கத்துக்கோ' என்று கடிந்துக் கொண்டு, தமது வலது கையை உயர்த்தி, அக்குளில் இருந்த முடிக்குள் இடக்கையை நுழைத்துச் சொரிந்துக் கொள்ள, அதில் ஏற்பட்ட 'வறட் வறட்' சப்தத்தில் எறும்பும் யானையும் ஒன்றை ஒன்று பார்த்துக் கொண்டதோடு கையை எடுத்துப் பின்புறமாகக் கட்டிக்கொண்டன (இப்போது அவை குனிந்திருக்க வேண்டிய தேவை இருக்கவில்லை). அப்போது கழுத்தில் சுற்றப்பட்டு இருந்த பாம்பு தமக்கு ஏற்பட்ட அசௌகர்யத்தால் சற்றே அசைந்து கொண்டது. கடவுள் தம் கடவாயில் அதக்கி இருந்த ஹான்சினாலோ அல்லது

கஞ்சாவினாலோ, உதட்டோரம் வடிந்த எச்சில் ஒரு கோடென நீண்டு தாவங்கொட்டையில் தேங்கி நிற்க, அதை வலது உள்ளங்கையால் துடைத்தவாறு 'சொல்லுங்கள்' என்றார். அவை சொல்லத் துவங்கின.

நுண்கதை: 19

மலையோர கிராமத்தின் ஒதுக்குப்புறத்தில் நீர்ப் பெருகி வரும் ஆற்றின் கரையில் உள்ள நூற்றாண்டுகால வேம்பின் அடியில் தன் கண்களை மூடியவாறு அமர்ந்திருந்தார் அவர். நீண்ட கைகளையும் தட்டையான உருவத்தையும் குடை மிளகாய் போன்ற மூக்கினையும் கொண்ட அவரைக் கோலி குண்டு சாமி என்றே மக்கள் அழைத்தனர். இரவு நெருங்கியதும் இருள் தேவதையின் வாசத்தைப்போல் அவர்களைச் சூழ, குளிரில் கோலியாரின் வெற்று உடலும் கால்களும் தடதடத்தன. அதனைக் கண்ட தலைமை சீடன் அவர் அருகே சுள்ளிகள் கொண்டு நெருப்பை ஏற்றினான். தன் மேல் வெப்பம் பரவுவதை உணர்ந்தவர் கண் விழித்தார். பிறகு, புன்னகைத்தவாறே தன் சீடர்களைப் பார்த்து, தண்ணீர் தீயைக் கொல்லுமா? தீ தண்ணீரைக் கொல்லுமா? என்றார். நீர் தான் தீயைக் கொல்லும் என்றனர். முகம் முழுக்கப் புன்னகைத்தவர் அங்கிருந்த பிட்சைப் பாத்திரத்தை எடுத்து, ஆற்றில் நீர் கொண்டுவரச் சொல்லி, துளித்துளியாய் நெருப்பில் இடச் சொன்னார். தீ நீரைக் கொன்று கொண்டிருந்தது. அவர் தன் கண்களை மீண்டும் மூடிக்கொண்டார்.

நுண்கதை: 20

உன்னைப் பற்றிக் கொஞ்சம் சொல் என்றாள். உண்மையில் என்னைப்பற்றிப் பெரிதாக எனக்கு எதுவும் தெரியாது. இருப்பினும், எல்லாவற்றையும் விரும்புகிற ஆராய்கிற மிக எளிதாய் எடுத்துக்கொள்கிற அதேவேளை இதன் எதிர் நிலையிலும் செயல்படும் ஒரு பித்தனாக நோயாளியாக பிடிவாதக்காரனாக பிறழ் மனம் படைத்தவனாகக் கோழையாக சுற்றித் திரியும் உயிரி என்றேன். 'நீ இவ்ளோ பெரிய மொக்கைய போடுவனு தெரிஞ்சிருந்தா நான் இப்புடி ஒரு கேள்விய கேட்டே இருக்க மாட்டேன்' என்று அவள் புன்னகைத்தவாறு சொல்ல, எரிச்சல் மிகுதியில் நான் அவளது அழைப்பைத் துண்டித்துவிட்டேன். பிறகு, அவள் அழைத்த வண்ணம் இருக்க, நான் துண்டித்துக் கொண்டே

இருந்தேன். தான் விளையாட்டிற்குச் சொன்னதாகவும், அப்படிச் சொல்லத் தனக்கு உரிமை இல்லையா என்றும் கேட்டு அவள் வாட்சப்பில் மெசேஜ் செய்த படியே இருக்கிறாள். நான் பதிலேதும் சொல்லாமல் வன்மத்தோடு பார்த்துக் கொண்டேயிருக்கிறேன்.

நுண்கதை: 21

கதை-1

சிறு வயது முதலே நெருப்பை உணவெனத் தந்தமையால், முதலில் தவிர்த்தாலும் பசியின் காரணமாகச் சிறிது சிறிதாக உணணப் பழகிய சிறு பறவை கடைசியில் ஒரு நெருப்புப் பறவையாக உருமாறி, ஒரு மரத்தைப்போல் தனக்கான உணவைத் தானே தயாரிக்கத் துவங்கியது. பிறகென்ன வளர்ந்து வளர்ந்து வளர்ந்து தனக்கான கூடென ஆகாயத்தைத் தேர்ந்துக் கொண்டது. தற்போது நாம் அந்தப் பறவையை சூரியன் என்கிறோம்.

கதை-2

பூமியின் மேற் பரப்பு நீராலும் ஆழ்பரப்பு நெருப்பாலும் அமைந்து உள்ளது போல் சூரியனின் மேற்பரப்பு நெருப்பாலும் ஆழ்பரப்பு நீராலும் ஏன் இருக்கக் கூடாது என்ற கேள்வியை நிரோ, மண்ணாங் கட்டியைப் பார்த்துக் கேட்டாள். அவன் இன்னும் பதில் சொல்லவில்லை.

நுண்கதை: 22

முதியவள் ஒருத்தி வளைந்த முதுகோடு தடி ஊன்றியபடி, அந்தக் காட்டோரத்து ஒற்றையடிப் பாதையில் சென்று கொண்டு இருந்தாள். நல்ல மதியம். வெயில் தன் கால்களை நன்றாகப் பூமியில் ஊன்றி இருந்தது. வியர்த்து வழியும் உடலோடு தாகமும் சேர்ந்துகொள்ள, சிறுவர்கள் விளையாடியபடி இருந்த மரத்தடிக்குச் சென்றாள். காக்கைக் குருவிகள் கொத்திவிடாமல் இருக்க முழத் துணியைக் கோவணமாகச் சுற்றியிருந்த சிறுவன், நாவல் மர உச்சியில் இருந்தான். களைப்பில் இருந்த மூதாட்டி அவளை அறியாமலேயே கீழே பருத்துப் பரவி புங்கை மலரென உதிர்ந்து கிடந்த நாவல் பழங்களை எடுத்து, ஒட்டிக்கிடந்த மண் அகலுமாறு ஊதி ஊதி உண்ணத் துவங்கினாள். இந்தக் காட்சியைக் கண்ட புலவன் ஒருவன் 'மூதாட்டியை ஔவை ஆகவும் முழத்துணியை

முருகன் ஆகவும் காயம் பட்ட பழத்தைச் சுட்டப் பழமாகவும் ஆக்கிக் கவிதை செய்தான். நாம் கடவுள் செய்தோம்.

நுண்கதை: 23

மங்கோலிய மஞ்சள் நிறத்தில், தோராயமாக நான்கு அல்லது நான்கரை அடி உயரத்துடன் மிக மெல்லிய உடல்வாகு கொண்ட யம தர்ம ராஜன் கடவுளின் முன்னால் தன் கைகளைப் பிசைந்தவாறு நின்று கொண்டிருந்தார். உலகமே கொரோனாப் பூச்சியை எண்ணி பயத்தில் உள்ளமையால், ஒரு தற்காப்பிற்கெனத் தனக்கும் பார்வதியாளுக்கும் இரு டம்ளர் (என்று சொல்லிக்கொண்டு மூன்று டம்ளர்) வருமளவு கபசுர குடிநீரைச் சுண்டக் காய்ச்சியபடி இருந்த பகவானார், என்ன தம்பி நம்ப ஏரியா பக்கம்? என்று தன் புருவங்களைச் சுருக்கினார். பிரபு... அது வந்து, என யமனார் தயங்கியபடியே சாட்டை போல் தன் தோளில் தொங்கிய கயிற்றினை இறுக்கிப் பிடித்த படி நிற்க, அட தயக்கம் என்ன சொல் அப்பனே என்றார். இல்லை பிரபு, நேற்று ஒரு மானுடன் 'ஊர்ல உள்ள எல்லாத்தையும் கொல்லுறியே யமா எப்ப சிவனை கொல்லப்போற? ஏன் அவனுக்கு மட்டும் சாவே வர மாட்டுது? கடவுள்ங்கறதால பயப்படுறீயானு? கேட்டுப் பிரார்த்தனை பண்ணி இருக்கான், அதுதான் என்று ஒருவழியாக திக்கித் திணறி தான் சொல்ல வந்ததைச் சொல்லி முடித்தார். பகவானார் முகத்தில் ஒரு கணம் பிரேதக்களை தோன்றி மறைந்தது. பிறகு தன்னைச் சற்றே தேற்றிக்கொண்டு, தனக்கும் தன் மனையாளுக்கும் கஷாயத்தை ஊற்றி எஞ்சியதைப் பாத்திரத்தில் வைத்துவிட்டு, மெதுவாக அதை அருந்தியபடியே யார் அந்த மானுடன்? அவனது முகவரியைச் சொல் எனக் கேட்க, யமனார் தான் அறிந்தனவற்றைச் சொல்லத் துவங்கினார்.

நுண்கதை: 24

அந்தப் புரவி மிக மெதுவாக நடைபோட்டது. அதன் மேல் படைத் தலைவன் சோழ வேங்கன் தீவிர சிந்தனையோடு அமர்ந்திருந்தான். மன்னர் திடீரென எதற்காகத் தன்னை அந்தியூர் சந்தைக்குச் செல்லச் சொன்னார்? சரி எப்படி இருப்பினும் மன்னர் தீர்க்கமாக ஆலோசிக்காமல் எதையும் செய்யப் பணிக்க மாட்டார் என்று எண்ணியவாறே சந்தையை அடைந்தான். அங்கு மக்கள் திரள் தமக்குத் தேவையானவற்றை வாங்கியும் விற்றும்

கலகலப்பாக இருக்க, கிளி வியாபாரி ஒருவன் தன்னிடம் மாயக்கிளி இருப்பதாகவும் அது இரவில் தேவதை உருக்கொள்ளும் எனச் சொல்ல, தன்னிடம் இருந்த பொற் கழஞ்சில் ஒன்றை விலையாகக் கொடுத்துப் பெற்றுக் கொண்டான். பிறகு சந்தை களைந்ததும் மன்னர் ஒருவேளை இதற்காகத்தான் அனுப்பி இருப்பாரோ! என்று சிந்தித்தவாறு கூண்டுக் கிளியுடன் அரண்மனை நோக்கிப் பயணப்பட்டான். நள்ளிரவில் கூண்டில் உருக் கொண்ட கிளி ஒரு ஆணைப்போல் மீசையுடன் இருந்தது. ஆனால் கொள்ளை அழகு. பெயரை வேங்கை வினவ, தேவதை என்றது மீசை. பிறகு, கதவைத் திறந்து வெளியேறிய மீசை தேவதை வேங்கையைக் கீழே தள்ளிவிட்டுவிட்டு, அதனை விட ஆயிரம் மடங்கு அதிகமாக இருந்த புரவியை விழுங்கியது. அதிர்ச்சியில் உறைந்திருந்த வேங்கையன் நிகழ்வின் தீவிரம் உறைத்தாலும் கை கால் செயல்பட மறுக்கவே சிலையெனச் சமைந்திருக்க, அவனை மண் புழுவாக்கி இரண்டாகப் பிளந்துத் தூக்கி எறிந்தது. வேங்கையன் உதிரம் வழிய உயிர் பயத்துடன் மண்ணில் நுழைந்தான். பிறகு கூண்டை எடுத்துக் கொண்டு பறந்த மீசை தேவதை அவன் எஜமானனை அடைய, அதைத் தட்டிக் கொடுத்துக் கூண்டில் அடைத்தான். மறுநாள் மன்னனைப் பார்த்து வெகுமதிகள் எனச் சிற்றூர்கள் இருபதும், இரு மலை நாட்டையும், யானை சுமக்கும் அளவு பொன்னையும் பெற்றுத் திரும்பினான்.

நுண்கதை: 25

சக்கரங்களுக்குத் தப்பிய தவளை, மிக நிதானமாகவே சாலையைக் கடந்தது. பிறகு, தன் இனத்தவரை அழைத்து, தங்களது ஏவல் ஆளான மேகங்களை ஒன்றுகூடச் சொல்லி கட்டளை இட, அவை கூடியதும் 'குளித்து நாளாயிற்று. எனவே, சற்று நீரை அனுப்புங்கள்' என்றது. நல்லது பெருந்தகையே, என்றவாறு அவை பொழியத் துவங்க, நன்றாக நீராடிய தவளைகள் போதும் எனச் சொன்னவுடன் தங்கள் பொழிவை நிறுத்திக் கொண்டன.

தவளைகள்தான் மழையின் கடவுள் என அறிவியலாளர் சொம்பு வாயன் சொல்லியதோடு நிரூபணம் செய்தும் காட்டினார்.

எப்போது இயந்திரங்கள் தவளையின் குரலை நகல் செய்யத் துவங்கினதோ அப்போதே மேகங்கள் தங்கள் ஏவலை தவளைகளின் அனுமதியோடு நிறுத்திக் கொண்டன.

நுண்கதை: 26

மகளே,

எருமை மாடும் கிழட்டுக் கழுதையும் உருவற்ற கல்லும் தட்டாம் பயிரின் தோலும் புகையிலை எச்சிலும் இவ்வளவு ஏன் மலமும் கூட பூமிக்கு ஒன்றுதான் அல்லவா? இதோ நீ ஆய்ந்தபடி இருக்கும் முருங்கைப் பூவில் எத்தனை வண்டுகள் பசியாறி இருக்கும்! சிரிக்காதே மகவே. ஒரு பறவைக்கும் தான் பறப்பது தெரியாது. ஒரு மலருக்கும் தான் மலர்வது தெரியாது. ஆம் மகவே. அவை அவற்றின் இயல்பு அல்லவா? எல்லாவற்றிற்கும் பொதுவானது இவ்வுலகு. அன்பு செய். அன்பு செய்யப்படுவாய். என்றான். தன் கடைசி மகளைப் பார்த்து 'ஒன் நொப்பன் ஊத்திக்கிட்டான்னா சட்டி சட்டியா பேசுவான்னு தெரியாது? அந்த நாய உள்ள போட்டு ரெண்டு எத்து எத்தி படுக்க வை' என்றாள் மனையாள். 'சும்மா ஒளராத மா' என்றவாறு மங்கை தன் தந்தையைத் திண்ணை ஓரத்தில் பாய் போட்டு படுக்கவைத்தாள்.

நுண்கதை: 27

நேற்று இரவு என் கனவில் வந்தாய்; ஒரு பனம் பழத்தைத் தின்னும் குழந்தையென உன்னைத் தின்றுத் தீர்த்தேன்' என்று சொல்லிவிட்டு, காதல் ரசத்தை உதட்டிலிருந்து வழிய விட்டவாறு 'நல்லவேளை நிஜத்தில் நீ அங்கு இல்லை' என்றேன்.

முடிவு 1: இருந்திருந்தால் என்றவள், தன் கண்களைச் சற்றே சாய்த்துப் பார்த்திட, நிஜத்தில் அவள் பழமாகவும் அவன் குழந்தையாவும் ஆயினர்.

முடிவு 2: இருந்திருந்தால் என்றவள், தன் கண்களைச் சற்றே சாய்த்துப் பார்த்து 'அண்ணா' எனக் கொஞ்சும் மொழியில் அழைக்க, சற்றே முறைத்துவிட்டு புன்னகையுடன் அவளின் அடுத்த வார்த்தைகளுக்காகக் காத்திருக்கத் துவங்கினான்.

முடிவு 3: இருந்திருந்தால் என்றவள், தன் இடக்கால் செருப்பைக் கையில் எடுத்து சற்று ஒய்யாரமாய் நின்று தலைகீழாய்ப் பிடித்தவாறு அதிலிருந்த முட்களை அகற்ற, வியர்த்தவாறு அவன் அங்கிருந்து விலகினான். அவள் உதடு ஒரு கெட்ட வார்த்தையை உச்சரித்தது.

நுண்கதை: 28

வேட்டை நாய் துரத்தத் துரத்த மூச்சிரைத்தபடி ஓடிக் கொண்டிருந்தது முயல்; மிகவும் இரக்கப்பட்ட அந்தப் படைப்பாளன் அந்த முயலைக் காப்பாற்ற எண்ணி அது தப்பித்ததாக முடித்தான். இவ்வளவு நேரம் மூச்சிரைத்தபடி ஓடி வந்த வேட்டை நாய் எவ்விதக் குற்ற உணர்வும் இன்றி எழுத்தாளனின் குரல் வளையை அல்லது குஞ்சா மணியைக் கவ்வி, தன் பசியை முடித்துக் கொண்டது.

நுண்கதை: 29

இந்தப் பூமியில் மென்மையானது எது? என்ற வினாவிற்கு 'பாறை' என்று பதில் சொன்னான் கரிக்கொட்டை. எப்படி? என அனைவரும் வினவ 'மயிர் அளவு வேருக்கும் வழி விடும் அது' என்றான்.

கரிக்கொட்டையின் வார்த்தைகளைக் கேட்ட பெரும் பாறை தம் கண்கள் பணிக்க அவனுக்கு மனதார தமக்குள் நன்றி சொல்லிக் கொண்டதுடன், தாவரம் என்று ஒன்று இல்லாமையால் இப்பிரபஞ்சத்தில் உயிர் அற்றுச் சுற்றித் திரியும் எண்ணற்ற தம் இனத்தவரை நினைத்தவாறு கண்ணீர்ச் சிந்தியது. பின், அதன் மீது படரத் துவங்கிய சிறு காட்டுக் கொடியின் வேர்களுக்குத் தன் உடலை நெகிழ்த்திக் கொண்டது. இந்தக் காட்சியைக் கண்ட வான் அப்பொழுதே சில சொட்டு நீர்த் துளிகளை அந்த வேரின் கணக்கில் ஒதுக்கியது.

நுண்கதை: 30

எவரும் எதிர்பாராத சமயத்தில் கோடை மழை கொட்டித் தீர்க்கத் துவங்கியது; ஆம். சில இடங்களில் துளித் துளியாய் அல்லாமல் தெரு குழாயில் வரும் நன்னீர் அளவு பொழிய, இத்தனை நாள் இதற்காகவே காத்திருந்த மீன் கூட்டம் அதன் வழி வானை அடைந்தன; கடவுளின் முன் நின்று, 'எத்தனை நாளக்கித்தான் இந்த மனுசப் பயலுங்க எங்களையே கொன்னு திம்பானுங்க? நாங்களும் அவனுங்களைக் கொன்னு தின்னறதுபோல சிஸ்டத்த மாத்தி விடுங்கனு' கேட்க, தன் ஆட்காட்டி விரலால் மூக்குப் பீயை நோண்டி, பெரு விரலில் வைத்து உருட்டிக் கொண்டிருந்த கடவுள், இன்னிக்கி நாம மனுசங்களைச் சாப்பிட சரினு சொல்லிட்டா, நாளைப்பின்ன நம்பளையே சாப்பிட கேட்டுச்சுங்கனா! என்றவாறு

யோசிக்க, அவ்வழியாக டைனமொ வைத்த சைக்கிளில் ‘இந்தப் பஞ்சாயத்தைப்’ பார்த்தவாறே கடந்து சென்று கொண்டிருந்தது இயற்கை.

***

(நுண்கதைகள் பற்றிய கிளப் ஹவுஸ் விவாதத்தின் போது ‘நான் மயில் இறகு கொண்டு காது குடையும் பழக்கம் உடையவன். ஒருவேளை அதனால் கூட எனது மூளைக்குள் இப்படியான சிந்தனைகள் தோன்றி இருக்கலாம்’ என்று சொன்ன பூங்குன்றன், அதோடு நில்லாமல் தன் கையில் இருந்த மயில் இறகை அனைவருக்கும் காட்டவும் செய்தான்.)

– சீர்: மாணவர்களுக்கான கலை இலக்கிய இதழ் 08, மே – ஜூன் 2022

●

அமைதி

அவன் குழந்தையின் கையில் சாட்டை இருக்க அவன் வெற்றுடலோடு முழந்தாளில் நிற்கிறான். காற்று, சுண்டிக் கிடக்கும் அவன் வயிற்றின் ஓரங்களை மோதிச் செல்கிறது. எவ்வளவு முயன்றும் அவனை அறியாமலேயே அவனது முகம் இறுகியே காட்சி அளிக்கிறது. அவனால் தீட்டப்பட்ட ஓவியங்கள் அந்த அறையை முழுமை செய்திருந்தன...

அப்பா... என்று அழைத்த மொழியாள் அந்த அறையின் மேற்குக் கோடியில் வலமிருந்து மூன்றாவதாக இருந்த ஓவியத்தைச் சுட்டினாள். அதில் மஞ்சள் ஒளி பரவத் துவங்கிய வானில் கருமை ஒரு மலர்ந்த மலரின் நறுமணத்தைப் போல் வெளியை நிறைத்திருக்க, அதன் அடியில் ஒரு மாட்டுத் தொழுவத்தை அரிக்கேன் விளக்கு அலங்காரம் செய்தபடி இருந்தது... ஒளியானது அதன் செம்பழுப்புச் சுடரைப் பாதுகாத்தபடி இருந்த கண்ணாடியில் உள்ள குழிவான இடத்திற்கு ஏற்ப தரையில் மயங்கியும், ஏனைய இடங்களில் ஒளிர்ந்தும் காணப்பட்டது... கையில் பால் பாத்திரத்தை ஏந்தியவாறு தன் முதுகினைக் காட்டிக் கொண்டு ஒருத்தி செல்ல, வெண்மையும் கருமையும், கொட்டிக் கலந்த மேகத் திட்டுக்களை ஒத்த கன்று தனது பாய்ச்சலினைத் தாயின் மடி நோக்கி நிகழ்த்த, பெரும் கருணையைத் தம் கண்களில் தேக்கி நின்ற

தாய்ப்பசு மகவின் நாவுக்காகக் காம்பினை விடைத்த வண்ணம் இருந்தது... அதனைக் கண்ட அவன் மனம், ஒரு உன்னதமான கலையின் பூரணத்துவத்தை உணர்ந்து தமக்குள் விம்மிக்கொள்ள, 'சட்டீர்' என்ற ஒலியுடன் மொழியாளின் கையில் இருந்த சாட்டை சுழன்றது... திடீரெனத் தன் உடல்மீது விழுந்த அடியில் விக்கித்துப்போன அவன் பெரும் குழப்பத்தோடு தன் மகளை நோக்க, 'அந்தப் பாப்பா பாவம் இல்லையா ப்பா? எத்தனை நாளைக்கி இப்படிப் பசியோட அம்மாவ பாத்து ஏங்கி நிக்கும்? அவங்க அம்மாவோட மனசு, புள்ளப் பசியோட இருக்கதப் பாத்துட்டு எவளோ வேதனைப்படும்? எனக் கேட்டுக்கொண்டே சாட்டையைச் சுழற்ற, பெரும் வலிகளுக்கு மத்தியில் அவனுள் ஏதோ ஒன்று உடைந்துச் சிதறியது...

இப்பொழுது அவள் அடுத்த ஓவியத்தை நோக்கித் தனது இடக்கை சுண்டு விரலை நீட்டினாள்... அவன் கண்கள் தற்பொழுது வலியும் வேதனையும் அன்றி அவள் சொல்லப்போகும் ஒன்றிற்காக மினுமினுப்புடன் காத்திருந்தன...

அவள் இம்முறை காட்டிய ஓவியத்தில் நாணல்களுடன் வளைந்தோடும் ஆறும், அதன் தெளிந்த ஓட்டத்தின் அடியில் அசையும் தென்னையும், அதன் உச்சியில் காய்ந்து பாதி தொடுத்தபடி இருக்கும் மட்டையும் புலப்பட, அதன் கரையில், ஒருவன் தன் முகத்தில் பெருகி வழியும் வெற்றிச் சிரிப்போடு, மூங்கிலை உயர்த்த அதன் நுனியில் கட்டிய வெண் நரம்பு தூண்டிலில், கருநீல நிறத்துடன், வளவளப்பான மேனியோடு, இடப்பக்கக் கண்ணில் நுழைந்த தூண்டிலின் கூரிய முனையால் கசியும் உதிரத்தை வழியவிட்டபடி நீர்ப் பிளந்து அந்த மீன் வெளிப்பட, அதன் உடலில் இருந்து சொட்டிய செந்நீரில் சூரியன் தன் உடலினை மறைத்துக் கொண்டிருந்தான்.

அந்த ஓவியத்தைத் தன் தந்தையை விட அதிகமாக வெறித்துப் பார்த்தப்படியிருந்த மொழியாள்,

'ஏம்பா கண்ணுல ஊசியால குத்துறது எவளோ பெரிய பாவம்பா? அதுக்கு எவ்வளவு வலிக்கும்? பாரு கண்ணுல குத்தி அத அந்தரத்துல தொங்க விட்டுருக்க' எனப் பேசியபடியே தனக்குள் எழுந்த அதீதக் கோபத்துடன் கண்ணீரும் கொப்பளிக்க 'சட்டீர், சட்டீர்' என்ற ஒலிகளுடன் தன் தந்தையை நோக்கிச் சாட்டையைச் சுழற்றினாள்...

தன் கை வலித்தபோது சாட்டையுடன் கீழே அமர்ந்தவள் இம்முறை தன் தந்தையை அழைக்கவில்லை... அருகில் இருந்த மற்றொரு ஓவியத்தின் மீது பார்வையைப் பதியவிட்டாள்... பிறகு, மிகமிக ரௌத்திரத்துடன் சுழற்றிச் சுழற்றி அவனை விளாசத் துவங்கினாள்... தற்போது அவன் வலது கண்ணில் சாட்டையின் நுனி பட்டதில் அதில் இருந்து உதிரம் சொட்டத் துவங்கியது... தனது ஒற்றைக் கண் கொண்டு, அவள் நோக்கியதைப் பார்த்தான்... அதில், மழையால் அரித்து சிறுசிறு கற்கள் வெளித் தெரியுமாறு சுவர்களைக் கொண்ட அரதப் பழமையான கருத்த தென்னங் கீற்றுகளால் ஆன குடிசை, அசைவற்று நிற்கும் வேம்பின் அமைதியோடு நின்றிருந்தது, குடிசையைத் தாங்கி நின்ற சவுக்கு மரங்கள் பற்பல துளைகளுடன் வெண் பொடிகள் சிந்தி உலுத்தவாறும், நன்றாக கயிறுகள் தொய்ந்து போன கட்டிலில், காய்ந்த முலைக் காம்புகள் வெளித் தெரிய தனது தொண்டைக் குழியில் துடிக்கும் நரம்புகளுடன் கடைசி மூச்சினை மிகுந்த சிரமத்துடன் உலகத்தோடு பகிர்ந்தவாறும் கிடந்தாள் அந்த வயோதிகள்...

'பாட்டிய இப்புடி மரண அவஸ்தையில வச்சிருக்கதுக்குப் பதிலாக் கொன்னு இருக்கலாமே ப்பா' என்றவாறு தனது சாட்டையை மேலும் மேலும் சுழற்றிக் கொண்டே இருந்தாள்... அந்த அறையில் 'சட்டீர் சட்டீர் ச்சட்டீர்' என்ற ஒலி மட்டுமே நிரம்பிக்கிடந்தது... அவனது உடலில் இருந்து கசிந்த உதிரம், சொட்டியும் வழிந்தும் அவனடியில் தேங்கியதோடு, தனக்கான வழியைத் தேர்ந்தெடுத்து நகரவும் துவங்கியது, அவ்வளவு இடருக்கு மத்தியிலும் அவனது முகம் சற்றே பிரகாசமாக இருந்தது போன்றே தோன்றியது.

இப்போது அவள் எந்த ஓவியத்தையும் பார்க்கவில்லை, ஒரு எசமான் தன் அடிமையை அடித்து நொறுக்குவதைப் போல் மொழியாள், அவள் தந்தையை நொறுக்கிக் கொண்டிருந்தாள்... அவனை அறியாமலேயே அவன் தரையில் விழுந்திருந்தான்... அவனது இடது கன்னம் தரையில் கிடந்த உதிரத்தோடு அழுந்தியிருக்க, தலை உயர்த்த முயன்றும் இயலாமல் போகவே, தனது கண்ணில் பட்ட ஓவியத்தை நோக்கினான்... இப்போதும் கூட அவள் அதீத வெறியுடன் அவனைத் தாக்கியபடியே இருந்தாள்... அந்த ஓவியத்தில் சூரியன் உச்சியில் நிறைந்திருந்தான்... அதன் அடியில் கருகிய வெள்ளாமையுடன் நீண்டுப் பிளந்த காடானது

மயானத்தைப்போல் காட்சியளிக்க, தலைவன் மேலாடை என எதுவுமின்றி இறுகிய உடலுடனும் மிகக் கடின முகத்துடனும் புறங்கையைக் கட்டியவாறு நிற்க, எண்ணெய்ப் பிசுக்குச் சிறிதும் அற்ற செம்பட்டை மயிர்களை அள்ளிக்கூட முடியாமல் தலைவி மிகுந்த களைப்புடன் அவன் அருகில் நின்றிருந்தாள், அவர்களின் பார்வை சூரியனை வெறித்திருக்க, அம்மணமாகக் குழந்தை அவள் இடையில் அமர்ந்து தனது ஆட்காட்டி விரலையும் நடுவிரலையும் இணைத்து வாயில் வைத்து சப்பிக் கொண்டிருந்தது... இவன் கண் நிலைத்திருந்த திசையைப் பார்த்த மொழியாள், எதுவோ அவனை நோக்கிச் சொல்லத்துவங்க, அவனது தலை தொய்ந்து விழுந்தது...

தன் தந்தையின் உதிரத்தைத் தனது கைகளில் அள்ளியவள் அந்த அறையில் இருந்த ஓவியங்களின் மீது பூசத் துவங்கினாள்... அவளின் விரல் ரேகைகள் ஓவியங்களின் மீது வண்ணப்பூச்சென ஒட்டிக்கொண்டு உயிர்ப்புடன் துள்ளிக் கொண்டிருந்தன.

தற்போது அவள் ஆவேசம் சற்று அடங்கியிருந்தது.

அவன் கண் விழிக்க எத்தனித்தபோது, வலது கண் உயிர் போகும் வலியுடன் துடித்துக் கொண்டிருக்க, இடது கண்ணை மட்டுமே மெதுவாகத் திறக்க முடிந்தது... முதலில் தெளிவின்றி மசமசப்பாகவும், பின்னர் சற்று தெளிவாகவும் ஓவிய அறை புலப்படத் துவங்கியது...

“அவன் வரைந்திருந்த ஓவியத்தில் பசுங்கன்று தன் தாயின் காம்பினைச் சப்பியவாறு இருக்க, அதன் வாயோரத்தில் உதிரம் சொட்டியிழுத்தபடியும்; மீன் தூண்டிலில் அன்றி உதிர ஆற்றில் நீந்தும்படியும்; கிழவி தனது மூச்சினை ஒப்படைத்து மிகுந்த பரிபூரணத்துவத்துடன் ஓய்வு கொண்டிருப்பதைப் போன்று இருந்ததோடு, இவன் கடைசியாகக் கண்ட ஓவியத்தின் வெடிப்புகள் உதிரத்தால் நிரம்பியும் அதில் வெள்ளாமையாக உதிரச் சிவப்பில் செடிகளும் காணப்பட்டன...” இப்போது, அங்கு, அவன் வரைந்த மிகு வனப்பினை உடைய ஓவியங்கள் இல்லை. மாறாக மிக நீண்ட பசியில் பல ஊழிகள் காத்திருந்த ஏதோ ஒன்றின் பசி அடங்கியதாய், வெகு அமைதியுடன் காணப்பட்டன...

தன் கழுத்து நெறிபட்டு மூச்சுத் திணறியது போல் தோன்றிட திடுக்கிட்டு விழித்தான் அந்தப் பிரபல ஓவியன்... அவன் உடல் வியர்வையில் நசநசத்திருக்கத் தன் கழுத்தை இறுக்கியவாறு படுத்திருந்த தனது குழந்தையின் விரல்களைப் பிரித்துவிட்டான்... பிறகு, பெரும் அவசரத்துடன் தனது ஓவிய அறை நோக்கி நடந்தான்...

அங்கு அவனால் வரையப்பட்ட ஓவியங்கள் மாறுதல் எதுவுமின்றி அப்படியே இருந்தன... அவனை அறியாமலேயே அவனிலிருந்து பெருமூச்சு பிறந்து காற்றில் வழிந்தது...

பிறகு, அந்த முழு அறையில் நிறைந்திருந்த ஓவியங்களைப் பார்த்துச் சிரித்துக் கொண்டவன் அங்கிருந்து வெளியேறி படுக்கை அறையில் உறங்கிக் கிடந்த குழந்தையின் பிஞ்சு விரல்களைத் தன் உள்ளங்கையில் வைத்துப் பார்த்து மென்மையாக முத்தமிட்டான்.

மறுநாள் அவனைக் காணாது வீட்டில் உள்ளவர்கள் தேடியபோது அவனது ஓவிய அறையில் உதிரக்கறை படிந்த ஒரு சவுக்கும், எறும்புகள் மொய்த்திருந்த சிற்சில உதிரத் துளிகளுமே காணக் கிடைத்தன.

– மலைகள்.இன், ஏப்ரல் 2022

பித்தனாரும் பூங்குன்றன் விளாதிமிரும்

பாகம் 6

பித்தனார் தான் கதைகளென விரித்து எழுத வைத்திருந்த குறிப்புகளைத் திருடிய அவரின் நண்பர், அதனைத் தன் வீட்டுப் பரணில் எறிந்துவிட்டு தனக்குள் அவ்வப்போது இரகசியமாய்ச் சிரித்துக்கொண்டார். ஏறக்குறைய அறுபது ஆண்டுகளின் பின்னர், பரணில் ஏறிய பாம்பின்கண் நண்பரவரின் பேரனான பூங்குன்றன் விளாதிமிரின் கைகளில் கிடைத்தன, இந்தக் குறிப்புகள். அதனை வரிசைப்படி எண்களிட்டு இருபத்து மூன்று முதல் முப்பது வரையிலான பக்கங்களில் உள்ள கதைகளைத் தனது சொந்தக் கதைகளென வெளியிடுகிறான் பூங்குன்றன்.

நுண்கதை: 1

சர் ஐசக் நியூட்டன் தரையில் விழுந்த ஆப்பிளைப் பார்த்து, 'பூமிக்கு ஈர்ப்பு விசை'உள்ளது என உலகிற்குச் சொல்ல, அதனை உலகமே கொண்டாட, நியூட்டனைப் பார்த்து மட்டும் அல்லாது இந்த உலகத்தாரின் மதி நுட்பத்தையும் எண்ணி, இலையென்னும் தன் பற்கள் அதிர நகைத்துத் தீர்த்தது அந்த ஆப்பிள் மரம்.

இந்த நுண் கதை ஆங்கிலத்தில் மற்றும் ஏனைய மொழிகளில் வெளிவந்த பின் நியூட்டனைப் பார்த்து சிரித்த ஆப்பிள் மரத்தைக் கண்டறிந்து நெருங்கி, பின் என்னதான் காரணம்? என வினவினாள்

மருதாணி. மிக மெல்லியப் புன்னகையுடன் 'இதற்காக ஏன் மகளே இங்கே வந்தாய்? உன் ஊரில் உள்ள கொய்யா மரத்திற்கே இது தெரியுமே'என்று சொல்லிவிட்டு மீண்டும் மனிதர்களை எண்ணி நகைத்தவாறு, 'பூமிக்கு ஈர்ப்பு விசை இல்லை மகளே காற்றுக்குத்தான் அழுத்தும் விசை உள்ளது' என்றது.

***

நெருப்பினை அடுத்து சக்கரம் கண்டறியப்பட்டதுபோல் இதுவும் மானுடர்களால் கொண்டாடப்பட்டது.

***

பின்னரான நாட்களில் மானுட இனம் அசுர வேகத்தில் வளர்ந்து அதை விட மும்மடங்கு வேகத்தில் அழிந்தது.

நுண்கதை: 2

அம்மா, அம்மா என அழைத்தவாறு மூங்கில் குடில் முன்பு முனிவர் நின்றார். அவர் கையில் பிச்சைப் பாத்திரமோ அல்லது கமண்டலமோ இல்லை. மாறாக ஐஃபோன் வைத்திருந்தார். குடிலில் இருந்து வெளிவந்த மூதாட்டி என்ன என்று கண்களால் கேட்க, ஊர்ல விசாரிச்சதுல நீங்கதான் பெரியவங்கனு தெரிஞ்சது அம்மா. அதுதான் கிடைச்ச வரத்துல எதிர் காலத்துக்குப் போயி அங்க இருந்து ஐஃபோன் வாங்கி வந்துருக்கேன். வாங்க ஒரு செல்ஃபி எடுத்துக்கலாம்னு சொல்ல, மிக மிகத் துல்லியமான கேட்கும் மற்றும் பார்க்கும் திறனுடைய மூதாட்டி, 'வகுத்துக்குத் தின்ன கெழங்கு' கேப்பன்னு பாத்தா, எனச் சிந்தித்தவாறே முகத்தில் குழப்பத்தோடு அவனருகே செல்ல, முதியவள் முகத்தருகே தன் முகம் வைத்து படம் எடுத்துக் கொண்டு, நன்றி சொல்லி பாதம் பணிந்து ஒரு பாடலை முணுமுணுத்தவாறு விடைபெற்றான். பெரியோள் முகவாயில் கை தாங்கி அவன் செல்லும் திசையை வெறித்துப் பார்த்தவாறு நின்றிருந்தாள்.

நுண்கதை: 3

பூங்கோதைக்கு நினைவு திரும்பியபோது, 'பிறை நுதலான் கம்பிக் கொடியில் துணியை உலர்த்த, பார்வதியால் ஸ்விக்கியில் ஆடர் செய்த லாலிபப்பைக் கடவாயில் கடித்து இழுப்பதுபோல் காட்சி தர' மீண்டும் மயங்கிவிட்டாள்.

நுண்கதை: 4

'அன்பே' என்றான்.

மிக நிதானமாக 'ங்கோம்மால மூடிட்டு போடா' என்றவள் அவனது மொபைல் எண்ணை ப்ளாக் செய்துவிட்டு அகிலோடு பேசத் துவங்கினாள்.

நுண்கதை: 5

காம்பை விரல் தொடுகையில்
இணையாகிப் போகும் மனிதர்கள்

என்ற வரிகளை இயற்றிய எருமை, அதை வாசித்துப் பார்க்கச் சொல்லி பாரதியிடம் கொடுக்க, வாசித்தவன் விழிகளில் ஒளி புரண்டோடியது.

நுண்கதை: 6

காட்சி 1 : நான்கு வழிச்சாலையின் மத்தியில் உள்ள தடுப்புச் சுவரை ஒட்டியப் பகுதியில் தாரின் மேல் கோடுகள் வரையப்பட்டு, அதனுள் இரத்தத்துடன் மூளையும் கிடக்க அருகே மானுட உடல் பிளந்த தலையுடன் கிடந்தது.

காட்சி 2 : பொடிப் பொடியாய் நறுக்கிப் போட்ட வெங்காயம் மற்றும் பச்சை மிளகாயோடு ஆட்டின் உதிரமும் மாட்டின் மூளையும் அடுத்தடுத்த சட்டிகளில் வறுபட அவற்றின் மணம் காற்றில் நிரம்பி வீட்டை சுவைத்துக் கொண்டிருந்தன.

நுண்கதை: 7

மதில் சுவரில் இருந்து காய்ச்சிய எண்ணெய் கொப்பரை தலைகீழாய்க் கவிழ்க்கப்பட, கதவை பெரும் மரத் தண்டால் மோதிக் கொண்டிருந்த வேழத்தின் தலையில் கொட்டியது. பெரும் பிளிறலோடு வேழமும் அதன் மீதிருந்த வீரனும் மண்ணில் சரிந்தனர். வேழத்தின் தலையும் வீரனின் வலது பக்கத் தொடையும் கொதித்த எண்ணெயால் கொழகொழத்துக் கிடக்க, படைத்தலைவன் அடுத்த வேழத்தை இட்டு அவ்விடம் நிரப்பித் தொடருங்கள் எனக் கர்ஜித்தான். கொப்பரைகள் சரியச் சரிய வேழங்களின் ஓலமும் வீரர்களின் ஓலமும் வாயிலை நிறைத்தன. மதில் மேல் இருந்து நுனியில் 'தீ' கொளுத்தப்பட்ட அம்புகள்

பாய்ந்தபடி இருந்தன. கதவு பெரும் சப்தத்துடன் உடைக்கப்பட, வீரர்கள் பெரும் ஆர்ப்பரிப்புடன் உள் நுழைந்தனர்.

மறுநாள் காலை மானுட, பரி மற்றும் கரியின் வெட்டுண்ட உடல் பாகங்கள் கோட்டை முழுக்கச் சிதறிக் காணப்பட்டதோடு ஆங்காங்கே தீயில் கருகிய வீடுகள் புகைந்திருக்க, மன்னனின் முகத்தைப் புன்னகையும் தலையைக் கிரீடமும் அழகு செய்தபடி இருந்தன.

நுண்கதை: 8

நாரதர் வழக்கமாகச் செல்லும் 17 பி பேருந்தில் ஏறி மூலை சீட்டில் அமர்ந்து வழக்கமான முக்காடு மற்றும் குறட்டையுடன் உறங்க, பேருந்து நின்றதும் சற்றே தூக்கக் கலக்கத்தில் பிதாவின் வீட்டினுள் நுழைந்துவிட்டார். என்ன நாரதா இந்தப்பக்கம் எனப் பிதாவானவர், குளிர்ந்த நீரில் குளித்து முடித்து குழலைக் கோதி உலர்த்தியபடி விசாரிக்க, அப்போதுதான் நாரதனுக்குச் சிவனார் வீட்டிற்குப் பதிலாக இங்கு வந்தது புலப்பட்டது. இருப்பினும் சற்றே சமாளித்த வண்ணம், அடியேனுக்குச் சிறு குழப்பம் அதனால்தான் எனச் சொல்ல, என்ன குழப்பம் என ஆச்சர்யப்பட்டவாறு பிதாவானவர் வினவ, தங்கள் குழல் நீளமா அல்லது சிவனார் குழல் நீளமா எனது வெகு நாள் ஐயம் என்றார். குழப்பம் உமக்கா அல்லது சிவனாருக்கா எனப் பிதா ஏளனத் தொனியுடன் வினவ, ஏதடா வம்பாகப் போயிற்று என மனதுள் எண்ணியவாறு, எமக்குத்தான் பிரபு என நாரதர் பவ்வியமாச் சொன்னார். வசீகரம் மிகுந்த புன்னகையுடன் பிதா 'நீயே சொல்' எனக் கட்டளையிட, சற்றே தயங்கிய நாரதர், எனக்கென்னவோ சிவனாருக்குத்தான் குழல் சற்று நீளமாகவும் அடர்ந்தும் உள்ளது போல் தோன்றுகிறது என்றார். இப்போது பிதா புன்னகைக்கவில்லை, சரி என்ன செய்யலாம் எனப் பிதா வினவ, கார்த்திகா சிகைக்காயும் பாரசூட் தேங்காய் எண்ணெயும் உபயோகித்துப் பார்க்கலாம் என நாரதர் பரிந்துரைக்க, ஆண்ட்ராய்டு போனில் உள்ள App களின் உதவியோடு ஆர்டர்கள் பறந்தன. விடைபெற்ற நாரதர், சிவனார் இல்லம் சென்று வணங்கித் தங்களைவிடப் பிதாவானவருக்குக் குழல் நீளம் எனச் சொல்லித் துவங்கி நீண்ட விவாதம், பிறகு அதே கார்த்திகா அதே பாரசூட் ஆடர்களோடு அன்றைய பொழுது நிறைவுற்றது.

அடுத்தடுத்த நாட்களில் வானுலகையும் கீழ் உலகையும் நிறைத்தவாறு உதிர்ந்த மயிர்கள் பறந்த வண்ணம் இருந்தன.

நுண்கதை: 9

வன தேவதையின் குமாரி அவள். ஒவ்வொரு நாள் மாலையிலும் அவள் காதல் கணவன் திரும்புகையில் அவர்களின் குடிலை சுற்றி சலசலப்பு ஏற்பட, அவளின் பேரழகு அவனை ஐயப்பட வைத்தது. எவ்வளவு முயன்றும் அவனால் அந்தச் சப்தங்களுக்கு உரிய காரணத்தை அறிய இயலவில்லை. ஒரு நாள் மாலை கையில் விறகுடைத்த கோடாரியுடன் வந்தவன் மிகுந்த சினத்தோடு அவளிடம் இது பற்றி வினவ, அவள் நிதானமாக 'எம் காதலர்கள்' என்றாள். பற்களை நறநறத்தவன் கையிலிருந்த கோடாரியால் அவளின் தலையைப் பிளந்தான். அவள் உடல் வாசலில் கிடக்க, குடிலில் நன்றாக உறங்கினான். மறுநாள் காலையில் அவள் அருகே மரகதப் புறாவும் மலை அணிலும் காட்டுக் கோழியும் சுற்றி நிற்க, இவன் வரவைக் கண்டதும் ஓடி மறைந்தன. அப்போது அவன் இத்தனை நாட்கள் கேட்டுப் பழக்கப்பட்ட அதே சலசலப்புச் சப்தம் கேட்டது. தன் விதியை நொந்தவன் கட்டை ஒன்றெடுத்து இரு புறமும் கூறாகச் செதுக்கி நிலத்தில் ஊன்றினான். பிறகு அவள் கால்களைத் தொட்டுவிட்டு அருகிருந்த சிலவாகை மரத்தில் ஏறி நட்டுவைத்த கட்டையில் குதித்து உயிர்த் துறந்தான்.

அந்தக் காட்டுக் கோவிலின் வரலாற்றைக் கூறிய பூசாரி விபூதியை எடுத்துப் பட்டையாக நெற்றியில் அணிந்தார். பிறகு பலி கொடுக்க நிறுத்தப்பட்டிருந்த உயிர்களை ஒவ்வொன்றாக வெட்டத் துவங்கினார்.

நுண்கதை: 10

போப் அலெக்ஸ் ஃப்யானின் கண்கள் சிவந்திருந்தன. தன் மகளிடம் 'உண்மையைச் சொல் மகளே. யார் இதற்குக் காரணம்' என்று 80 அல்லது 90 களின் தமிழ் சினிமாக்களில் உள்ள தந்தையின் தொனியில் கேட்டுக் கொண்டிருந்தார். தந்தையைத் தீர்க்கமாகப் பார்த்தவள் 'நான் எந்த ஆடவனுடனும் கலவி கொள்ளவில்லை தந்தையே' என்று மீண்டும் மீண்டும் கூறினாள். பிறகெப்படி கர்ப்பம் தரித்தாய்? எனக் கேட்டவாறே இதனால் இச் சமூகத்தில் தனக்கு ஏற்படப்போகும் தலைகுனிவை எண்ணி நொந்து கொண்டார்.

முழந்தாளில் நின்று பிதாவிடம் மன்றாடினார். பொறுத்துப் பொறுத்துப் பார்த்தவள் 'மரியின் பரிசுத்தத்தை நம்பும் நீங்கள் சொந்த மகளின் பரிசுத்தத்தை நம்ப மறுப்பதேன்'என்றாள். வாயை சற்றே பிளந்தவாறு அதிர்ந்து எழும்பிய போப், தன்னிலை மறந்து அவளை அடிக்கத் துவங்கினார். பாவம், அவள் மூர்ச்சையுற்றுச் சரிந்தாள். சுவரில் மாட்டப்பட்டிருந்த சட்டகத்துள் ஓவியமாய் சிலுவை ஏசு அருள் வழியும் முகத்தோடு நின்றிருந்தார்.

நுண்கதை: 11

அவளுக்கு 'யுரேகா, யுரேகா' எனக் கத்திக்கொண்டு ஓட வேண்டும் போல் இருந்தது. முகத்தில் புன்னகை ததும்பத் ததும்ப மனம் நிலைகொள்ளாமல் கூடத்துள் நடந்து கொண்டிருந்தாள். "லப் டப் என்பது போன்ற இதயத்தின் துடிப்பானது நிமிடத்திற்கு 72 என்ற தோராய கணக்கினை அடிப்படையாகக் கொண்டு உயிரினங்களின் இதயமானது தனது ஆயுட்காலம் முழுக்க எவ்வளவு முறை துடிக்கும் என்பதை ஒரே ஒரு சொட்டு உதிரத் துளிக் கொண்டு கணக்கிட இயலும் எனக் கண்டறிந்திருந்தாள்". 2120 ஆம் ஆண்டில் அவளது கண்டுபிடிப்பிற்காக உலகின் உய்ரிய விருது அவளுக்கு வழங்கப்பட்டது. இக் கண்டுபிடிப்பால் மானுடர்கள் மத்தியில் முதலில் மனக் குழப்பங்களும் நிலை கொள்ளாமையும் ஏற்பட்டாலும் கூட, பின்னரான நாட்களில் பிறக்கும் ஒவ்வொரு உயிருக்கும் பிறப்புச் சான்றுடன் ஆயுட்காலச் சான்றும் வழங்கப்பட, அதற்கேற்பவே அவர்களின் வாழ்வும் சமூகம் சார் உறவுகளும் நிலைப்பெற்றன.

நுண்கதை: 12

இமைகளை இறுக மூடியவாறு அவனை
முத்தமிடத் துவங்கினாள்;
தோட்டா ஒன்று சிறுமியின் பின் மண்டையைச் சிதறடித்தது;
தாய் ஒருத்தி குழந்தையின் பசிக்கு உலர்ந்த காம்பை
அழுத்தியபடி கண்ணீர் வழிய நின்றிருந்தாள்;
ஒரு பூ பூத்துக் கொண்டிருந்தது;
ஒரு வியாபார மூளை ஏழைகளின் பணத்தை நியாயமாய்
கைக்கொள்ளும் வழிமுறைகளைக் கண்டறிந்திருந்தது;

எறும்புகள் உணவைச் சுமந்த படி ஓடிக் கொண்டிருந்தன;
வேர்கள் பூமியைத் துளைத்து முன்னேறியபடி இருந்தன;
கால்களில் ஒன்று பின்புறம் மடங்கி இருக்க
மூத்திரத்தோடு ஒருவன் ஓரத்தில் கிடந்தான்;
பன்றி ஒன்று அறுபட்டுக் கொண்டிருந்தது;
அறுபதுக்கும் அதிகமானோரின் 'அல்லேலுயா'
தேவனைக் கனம் செய்து கொண்டிருந்தது;
சாலையில் பாம்பின் வால் நைந்திருந்தது;
அவள் இமை திறக்க முத்தமிட்டு முடித்திருந்தாள்.
இப்போது இமை மூடியவாறு / திறந்தவாறு
ஒருத்தி ஒருவனை / ஒருத்தி ஒருத்தியை/
ஒருவன் ஒருவனை முத்தமிடத் துவங்கினர்.
எங்கும் எதுவும் முடிந்திருக்கவில்லை.

என்ற கவிதையை எழுதி முடித்த வைகை பேனாவின் முனையைத் தரையில் குத்தி உடைத்துக் கொண்டிருந்தாள்.

நுண்கதை: 13

உங்கள் இறப்பின் பின் உங்களைச் சுமந்துச் செல்லும் நால்வர் யாராக இருக்க வேண்டும் என எதிர்ப்பார்க்கிறீர்கள்?

'செருப்பு' என்னும் புனைப் பெயராளன் வாய்விட்டுச் சிரித்து இந்தக் கேள்வியை இரசித்தான். பின்னர் 'எனக்கு மனசுல என்ன தோணுதுனா இரண்டு நாயி இரண்டு காக்கா நம்ப உடம்பத் தின்னுப் பசி ஆறுனா போதும்'. எதுக்கு நாலு பேரு தூக்கி மண்ணுல போட்டு, பொதச்சு, (அதும் இல்லாம இப்பலாம் அமரர் ஊர்தி வந்துடுச்சுல) ஊர்ல பெரிப்பா சித்தப்பா செத்தப்போக்கூடப் பத்து பதினஞ்சு பேர்ல ஒருத்தனாத்தான் நானும் தூக்கிட்டுப் போனேன். என்னத்துக்கு நம்ம கறிய வீணாக்கனும்? நாலு உசுருங்க சாப்டுட்டுப் போகட்டுமே...

நுண்கதை: 14

மௌனா டைம் மிஷினில் ஏறி முற்காலத்திற்குச் சென்றாள். எவ்வளவோ முறை எச்சரிக்கப்பட்டிருந்தும்கூட அவளால்

அந்தச் சூழலை மிஷினை விட்டு இறங்கிச் செல்லாமல் இரசிக்க இயலவில்லை. அங்கிருந்த உயர்ந்த மரங்களைப் பார்த்து வியந்தபடியும் உதிர்ந்து கிடந்த மலர்களைச் சேகரித்தபடியும் இருந்தபோது, எங்கிருந்தோ பறந்து வந்த கற்கள் அவள் உடலை ஒடித்துப்போட, உதிரம் சிதறியவாறு அலறலோடு கீழே விழுந்தாள். பின்னர் அவ்விடத்தைச் சூழ்ந்தவர்களில் தலைவியானவள் மௌனாவை வீழ்த்திய முதல் கல்லுக்கு உரியவளிடம் அவளது விழிகளில் ஒன்றைப் பிய்த்துக் கொடுத்தாள். அதன் பின் பெருத்த ஓலங்களுக்கு மத்தியில் கழுத்தை முறித்துக் கொல்லப்பட்டாள். அந்த டைம் மிஷின் ஒரு ஓரமாகக் கற்களால் தாக்கப்பட்டுத் தனித்துக் கிடந்தது.

நுண்கதை: 15

‘காற்றால் ஆனது இவ் உலகு’– பூவி.

ஆம் தோழர்களே, நீர் இன்றி சில நாள் வாழலாம் ஆனால் காற்றின்றி சுவாசிக்காமல் வாழ இயலாது அல்லவா? அது மட்டுமா? முதல் உயிரினம் நீரில் தோன்றியது என்பதோடு உடலும் நீரால் ஆனது என்பர். (பிதாவே, நீர் கொஞ்சம் பொறும் ஐயா. ஏவாள் ஆதாமோடு சற்றுப் பேசிக்கொண்டிரும். பிறகு சந்திப்போம்) நீர் மட்டுமா நெருப்பும் கூடக் காற்றால் ஆனதுதானே. பூமி பூமியாக ஆவதற்கு முன்பு காற்றாகத்தானே இருந்தது. பூமிபோல் ஆகப் போகும் ஒவ்வொன்றும் தற்போது பிரபஞ்சத்தில் காற்றாகத்தானே உலவுகிறது. ஆகவே நண்பர்களே காற்றால் ஆனது இவ்வுலகு மட்டுமல்ல இனி உருவாகப்போகும் உலகுகளும்தான்.

நுண்கதை: 16

சித்திரை செம்பருத்திப் பூக்களைப் பறித்துக் கொண்டிருந்த போது பச்சைப் பாம்பொன்று ஊர்ந்து மறைந்தது. அதைப் பற்றி யோசித்தவாறே அவள் பூக்களைச் சூடினாள். இரவு உறங்கிய போது அவளது கனவில் அந்தப் பூ வந்தது. அதன் தலையில் நீண்டிருக்கும் வெண் குழல் ஒரு பச்சைப் பாம்பாய் நெளிந்ததோடு குழல் நுனியில் குமிழிகள் அதன் தலைகளாய்த் திரண்டிருந்தன. இவள் பார்த்திருக்கும்போதே அதன் நாவுகள் நீண்டு அவள் தலையைக் குடைந்து உதிரம் உறிஞ்சத் துவங்கின. தன் உடல்

நடுநடுங்க பாயை நனைத்திருந்த சித்திரை அதன் பின்னரான நாட்களில் செம்பருத்திப் பூக்களைச் சூடுவதைத் தவிர்த்திருந்தாள்.

நுண்கதை: 17

மகவே பரங்கிப் பழம், நீ எவ்வளவு அழகாய்ப் பூத்திருந்தாய் தெரியுமா? முதலில் வெளிர் மஞ்சளாய் பின் அடர் மஞ்சளாய், அடடா அந்தக் காற்று உன்னை எப்போதும் கொஞ்சியபடியே இருக்கும். அப்போது ஒரு குழந்தை உன்னைப் பறித்துக் கொள்ள ஓடி வந்தான். என்ன நினைத்தானோ உற்று உற்றுப் பார்த்துவிட்டு ஓடிவிட்டான். பிறகு ஒரு அணுவைப்போல் உருண்டையாக உருவாகத் துவங்கினாய். அதோ அங்கே தெரிகிறது பார் ஒரு முதிர்ந்த கொய்யாப் பழம் அதுபோல இளமையில் கரும் பச்சையில் உன் உடல் மிளிர்ந்திருந்தது. பிறகு சிறிது சிறிதாக நீ வளரத் துவங்கினாய். அப்போது கரும் பச்சை வெளிர் பச்சையாகி மஞ்சளுமாய்க் கலந்து இந்த உலகில் எந்த ஓவியனாலும் புனைய இயலாத அற்புதமென எழிலாய் வளர்ந்திருந்தாய். இதோ இப்போது நீ நன்றாய் வளர்ந்து முதிர் மஞ்சளாய் பளபளப்போடு கிடக்கிறாய். முதுமை, உனக்கு ஒரு தூய்மையான அன்பைப் பொழியும் கருணையை அளித்திருக்கிறது. இதோ உன் உடல் இப்போது வரிவரியாய் கிடக்கிறது. நான் பெற்ற உன்னை என்னிலிருந்து ஒருத்தி பிரித்துப் போகிறாள். கொஞ்சமாய் ஒட்டிக் கிடக்கும் என் உயிர்க் கொடியால் உனை எடுத்துச் செல்பவளின் கால்களை இடறிவிடுகிறேன். என் மெலிந்த உடலின் எலும்புகள் நொறுங்கிட உனை இழந்தபடி இருக்கிறேன். போய் வா மகவே நாம் மீண்டும் பிறப்போம்.

நுண்கதை: 18

அவள் தனது வெற்றுக் கூடையை வாழைச் சருகால் ஆன சும்மாட்டின்மீது நன்றாகப் பொருந்துமாறு வைத்துக்கொண்டு வைகறைக் கருக்கலில் ஒற்றையடிப் பாதையில் நடந்து கொண்டிருந்தாள். மேடான பகுதி வர சற்றே மெதுவாக நடையிட்டு அதைக் கடந்ததும் மீண்டும் சீரான வேகத்தில் நடக்கத் துவங்கினாள். வழக்கம் போல் அவள் வந்தடையும் பகுதியை அடைந்தவள் சுற்றும் முற்றும் பார்த்தாள். கூப்பிடு தூரத்தில் புல்களுக்கு இடையே மின்மினிப் பூச்சியைப்போல் ஒளி சிதறியபடி தெரிய வேகமான நடையோடு அதை நெருங்கி

விழுந்த வேகத்தில் முனை மழுங்கிக் கிடந்த நட்சத்திரத்தை எடுத்து அதில் ஒட்டியிருந்த மண்ணை ஊதியபடி கூடையினுள் போட்டுக் கொண்டாள். அப்படியே ஆங்காங்கே கிடந்தவற்றை ஒவ்வொன்றாகச் சேகரிக்கத் துவங்கினாள். சில முழுமையாகவும் சில உடைந்தும் கிடைத்தன. தலையில் சுமை கூடியதும் இறக்கி வைத்து ஆசுவாசம் செய்து கொண்டவள், முகத்து வியர்வையை முந்தானையில் துடைத்துக் கொண்டாள். பிறகு சும்மாடு சரியாத இலாவகத்தோடு முழந்தாளில் கூடையை ஏற்றி சுமையைத் தலைக்கு மாற்றினாள். பொழுது நன்றாக புலர்ந்திருந்தபோது. அவள் பாதங்கள் நட்சத்திரங்களை வாங்கும் இயற்கையின் வீட்டை நோக்கி வேகமாக நடந்து கொண்டிருந்தன.

நுண்கதை: 19

தம் பிரதான சீடனான பன்றிக் குட்டி கேள்வி எழுப்பிட, பதில் சொல்லத் துவங்கினார் குருவான மண்ணாங்கட்டி. நல்ல வெயில்; வியர்வை தலை தூக்கி நீந்தும் அரவம்போல் கட்டியாரின் தொப்பை வயிற்றில் நீண்டு நீண்டு நிறைத்திருந்தது. அதில் தன் இடக் கையால் தாளமிட்டவாறு 'மகனே உனது கேள்விக்குப் பதில் சொல்வது மிகவும் எளிமையான ஒன்று. ஆனால் அதே கேள்விக்கு இங்குள்ள ஒவ்வொருவரிடமும் ஒரு பதில் இருக்கும்தானே' என்றார். அனைவரும் ஒருவர் முகத்தை ஒருவர் பார்த்துக்கொள்ள, புன்னகைத்த கட்டியார், 'உங்களுக்கான குருவை உங்களுள் தேடிக்கொள்ளுங்கள்'என்றவாறு அவர்களைக் கலைந்துச் செல்ல உத்தரவிட்டார். அவர்கள் அதிர்ந்து போய் நிற்க, அங்கிருந்த புங்கை மரத்தடியில் கிடந்த மலர்களிடம் பேசியவாறு அமர்ந்திருந்தார்.

நுண்கதை: 20

முதல் மரியாதை படத்தில் சிவாஜி கணேசன் மீன் சாப்பிடும் அழகினைப்போல் தங்கமென ஜொலிக்கும் சிறகினை உடைய தேவதையானவள், தொட்டிலில் கிடந்த பிறந்து மூன்று மாதங்களேயான பிஞ்சுக் குழந்தையின் சதைகளை உறிஞ்சிக் குடித்துவிட்டு, எலும்புகளை அதில் எறிந்தபின் பெருத்த ஏப்பத்தோடு காற்றில் தவழ்ந்து மறைந்தது.

நுண்கதை: 21

பேச்சி, கருக்கலில் தலையில் சாணியைச் சுமந்தவாறு தோட்டத்தை அடைந்து கூடையை அப்படியே சரித்தாள். சில துகள்கள் அவளின் கழுத்தில் சிதறி விழுந்திருக்க, தன் முந்தானை நுனியால் அதனைத் தட்டிவிட்டபடியே கிழக்கே திரும்பினாள். ஏதோ சற்று வினோதமாகப் பட, நெற்றியில் இடது கையை அணையாக வைத்துக் கண்களைச் சுருக்கிப் பார்த்தாள். சூரியன் பச்சை வண்ணத்தில் ஒளிரத் துவங்கியது. தன் தாவானில் கை வைத்து ஆச்சயர்யப்பட்டவள், தன்னைக் கிள்ளிப் பார்த்து, தான் காண்பது கனவல்ல என்பதை உறுதி படுத்திக் கொண்டாள். பிறகு வேகமான நடையில் வீட்டை அடைந்தபோது, ஒளி நன்றாகப் பரவத் துவங்கி இருந்தது. ஒரு காந்தம் இரும்புத் துண்டுகளை ஈர்ப்பதுபோல் அந்தப் பச்சை வண்ண ஒளி பூமியில் பச்சையாக இருந்த அனைத்தையும் ஈர்க்கத் துவங்கியது. குழந்தைகள் பெரியவர்கள் என ஒவ்வொருவரும் இதனைக் கண்டு ஓலமிட்டு அலறத் துவங்கியவாறு, வீட்டினுள் நுழைந்து கதவை தாளிட்டவாறும் ஆங்காங்கே ஓடியவாறும் இருக்க, மரங்கள் செடி கொடிகள் என அனைத்தும் வேருடன் பிடுங்கிக் கொண்டு வான் நோக்கிச் சென்றன. பிறகான நாட்களில் பூமியில் கையிருப்பில் இருந்த தானியங்கள் அனைத்தும் முடிந்துபோயின. சூரியன் தன் நிறத்தை மாற்றிக் கொள்ளவே இல்லை.

நுண்கதை: 22

பிரபஞ்சம் தனது நாட்குறிப்பைத் திறந்து அன்றைய பொழுதின் நிகழ்வுகளைக் குறித்துக் கொண்டது; பின் தமது பெட்டியில் வைத்துப் பூட்டியதும், உதட்டில் பாடலை முணுமுணுத்தவாறு உறங்கிப்போனது. இருபது கோடி மில்லியன் ஆண்டுகளின் பிறகு, அதனைத் திறந்து பார்த்த பிரபஞ்சத்தின் பேரக்குழந்தை தன் தாத்தனின் நாட்குறிப்பினை அவருக்கு வாசித்துக் காட்டியது. அதனைக் கேட்டு தமது வாயின் மேற்பகுதியில் சிங்கப்பல் அருகே விழாமல் இருந்த ஒற்றைப் பல்லோடு சிரித்துக் கொண்டது.

நுண்கதை: 23

இத்தனை நாட்கள் தான் உணவிட்டு வளர்த்து வந்த பாம்பு, வாலால் உடலால் தலையால் தன்னைப் புணர்வதாகக் கனவு கண்டாள். தன் உடல் ஏதோ ஒன்றிற்கு ஏங்குவதை உணர்ந்தவள் பெருமூச்சுவிட்டபடி எழுந்து அமர்ந்தாள். அந்தியில் சாராய

நெடியோடு வந்த பாம்பாட்டி வயிறு முட்ட உண்டு, தன் கால்களை அகலப் பிளந்தவாறு படுத்து, ஏதேதோ அவளிடம் உளறியபடி வீட்டின் மூலையில் கிடந்தான். அவனைப் பற்றி அதிகமாக அலட்டிக் கொள்ளாமல் மிக சாவதானமாகத் தலை குளித்தவள், மஞ்சள் பூசிய முகத்தோடு கூந்தலுக்குச் சாம்பிராணிப் புகையை விட்டுக் கொண்டு கூடையைத் திறந்துப் பாம்பிற்கு உணவிட்டாள். பின் விளக்கின் ஒளியைச் சன்னமாகக் குறைத்தவாறு தன்னை நிர்வாணப்படுத்திக் கொண்டாள். இப்போது பாம்பு தன் நாவினை நீட்டியவாறு அவளைப் பார்க்க, அவள் தன் உதட்டைக் கடித்தவாறு பாம்பினைப் பார்த்துக் கொண்டிருந்தாள்.

நுண்கதை: 24

அவசரம் ஒன்றுமில்லை நிதானமாக யோசித்துப் பதில் சொன்னால் போதும் என்றார் மண்ணாங்கட்டி. பறப்பதற்கு 'சிறகும் காற்றும்' வேண்டும் என்றனர். ம்ம், அப்படியானால் வெற்றிடத்தில் மனிதன் மிதப்பதன் பெயர் பறத்தல் அல்லவா? என்றார். அவர்கள் புரியவில்லை என்றனர். மண்ணாங்கட்டி நிலவையும் ஆம்ஸ்ட்ராங்கையும் நினைவு கொள்ளச் செய்தார். அது நிலா என்றனர் ஒரு சாரார். கேள்வியை நன்றாகக் கவனிக்கவில்லையா? என்றவர் தொடர்ந்து, 'பறப்பதற்கு காற்றோ சிறகோ அவசியமில்லை என்று ஒப்புக்கொள்கிறீரா' என்றார். அங்கிருந்தவர்கள் ஒருவரை ஒருவர் பார்த்துக்கொண்டனர்.

நுண்கதை: 25

நிறை மாதக் கர்ப்பிணித் தவளை சாலையில் உடல் சிதறிக் கிடக்கும்போது ஏற்படும் ஓலத்தின் பெயர் இடி என்றாள் ஆவணி. ஓ! அப்படி என்றால் மழையின் பெயர் கண்ணீர்த் துளிகளா? என விஷமத்துடன் கேட்டாள் கோதை. தன் கண்களில் நீர்க் கோத்துக் கொள்ள 'ஆம்' என்றவள் அந்த இடத்தை விட்டு அகன்றாள். அங்கிருந்தவர்கள் அவளது செய்கையைப் பெரிதாகப் பொருட்படுத்தவில்லை.

நுண்கதை: 26

இயற்கை

எல்லாம் வீடியோ கேமராவில் பதிவாகி இருந்தது.

மருத்துவர்கள் செவிலியர்கள் பரபரப்போடு இயங்கியபடி இருக்க, அவளுக்குப் பிரசவம் மரணத்தை அருகில் காட்டுவது போல் இருந்தது. ஒரே முறையில் நான்கு குழந்தைகளைப் பெறுவது என்பது ஒன்றும் அவ்வளவு சாதாரணமானது இல்லை, அல்லவா? அவள் உடலில் இருந்து பெருகிய வியர்வை உதிரத்துடன் கலந்து அந்த அறையை நிறைத்திருந்தது. ஏற்கனவே முதல் மூன்றைப் பெற்றதும் இவள் அதீதமாகக் களைத்து விட்டாள். இன்னும் இன்னும் கொஞ்சம் முயற்சி செய் என அவர்கள் சொல்லச் சொல்ல, வாயில் கெட்ட வார்த்தைகளை உதிர்த்த படி, முடிந்தால் செய்ய மாட்டார்களா எனக் கண்ணீர் வழிய கதறினாள். பிறகு, மூத்த செவிலியானவள் அவள் நெற்றியைப் பிடித்துவிட்டபடி, கொஞ்சம் முயற்சி செய்யம்மா எனத் தாயின் பரிவோடு தேற்றியபடி இருக்க, மிகுந்த பிரயாசையுடன் நான்காவது குழந்தையைப் பெற்றவுடன், கண்களில் மின்னும் வெறியோடு தட்டுத் தடுமாறி எழுந்து, தன் கடைசிக் குழந்தையை எடுத்துப் பூனை தன் குட்டியை விழுங்குவதைப்போல் விழுங்கிவிட்டு அப்படியே மயங்கிச் சரிந்தாள். அங்கிருந்தவர்களின் உடல் வெடவெடக்கத் துவங்க, அனைவரும் பெரும் அலறலோடு வெளியே ஓடினர்.

உலகமே அந்தக் காணொளியைப் பார்த்தது.

அவள் அவ்வாறு நடந்து கொண்டமைக்கு அவள் பொறுப்பா? இல்லையா? அவளிடம் குழந்தைகள் வளர்வது பாதுகாப்பானதா? இல்லையா? என்பது பற்றிப் பதினான்குபேர் அடங்கிய மருத்துவ, மனித உரிமை மற்றும் நீதிபதிகள் அடங்கிய குழு தமது தீர்ப்பை வாசிக்கத்துவங்கியது.

நுண்கதை: 27

குழந்தைகள் தங்கள் பூந்தளிர் விரல்கள் உணரும் குளிர்ச்சியை உடல் முழுக்க அனுபவித்தவாறு ஒருவர் மேல் ஒருவர் இடித்துக் கொண்டு, அவர்களின் வீட்டின் முன்னுள்ள கருமண் வீதியில் ஆலங்கட்டி மழையெனப் பொழியும் கெட்டிப்பட்ட வாயுச் சொட்டுக்களைக் கண்ணாடிக் குடுவையில் சேகரித்தவாறு குதூகலிக்கத் துவங்கினர். இடியும் மின்னலும் அதிகரிக்க அதிகரிக்க அவை இன்னும் அதிகமாகப் பொழிந்தன. சில குழந்தைகள் தங்கள்மீது சடசடக்கும் சொட்டுக்களின் வலி

தாளாமல் திண்ணைக்கு ஓடிட, மற்றவர்கள் பெரும் சிரிப்பின் மூலம் அவர்களை ஏளனம் செய்தவாறு தங்கள் செயலைத் தொடர்ந்தனர். இதோ, அவர்களை நோக்கி நம் பிரபஞ்சமும் ஒரு ஒரு வாயு சொட்டென காற்றற்ற வெளியில் மிதந்தபடி நகர்ந்து கொண்டிருக்கிறது.

நுண்கதை: 28

மயிர் அளவில் மிக மெல்லியதாகச் செய்யப்பட்ட கூர்வாளைத் தன் இடது கைத் தோலின் உள் கிடையாகச் செலுத்திப் பாதுகாப்பாக வைத்துக் கொண்டாள்.

பல கட்ட சோதனைகளைக் கடந்து வழக்கம்போல் வெற்று உடலுடன் அறையில் அடைக்கப்பட்டாள். கடும் போதையில் வெறி மிகுந்திருந்த அதிகாரக் கூடலின் முடிவில் மல்லாந்தவாறு கண்மூடி இருந்தவனின் சங்கினில் சொருகி வலப்பக்கமாக இழுத்தாள். ஏதோ எறும்பு என்று எண்ணிக் கொண்டிருக்கும்போதே அவனது கழுத்து பாதியாய் அறுபட்டிருந்தது. ஆச்சர்யம் நிரம்பிய விழியோடு அவன் மரித்துக் கிடந்தான். அவள் மிக நிதானமாக அங்கிருந்து வெளியேறினாள்.

மறுநாள், மன்னனின் கொலை செய்தி காற்றெங்கும் நிரம்பிக் கிடந்தது.

அவள் ஆற்றில் தம் தோழியரோடு நீராடியபடி இருந்தாள்.

நுண்கதை: 29

Coordinate சொல்லப்பட்டதும் *Enter* பட்டனை அழுத்தினான் நியூட்டன்.

ஆயிரமாயிரம் மக்கள் கூடியிருந்த பெருந் திடலில் நவீன மார்க்ஸ் என 22 ஆம் நூற்றாண்டு மக்களால் அழைக்கப்பட்ட முகமது சாண்டில்யன் நின்றிருந்த இடத்தில் அவருக்குப் பதிலாக எரியும் ஊதுபத்தியின் அளவில் கசியும் புகையோடு கருஞ் சாம்பல் கைப்பிடியளவு குவிந்திருந்தது. சுற்றியிருந்த மக்கள் நடப்பதறியாது குழம்பியபடி இருக்க, அவரின் அருகில் இருந்தவர்கள் விக்கித்துப்போய் இருந்தனர்.

இந்நிகழ்வை நேரடி ஒளிபரப்பில் பார்த்தபடி இருந்த முதலாளித்துவக் கூட்டமைப்பின் பிரதிநிதிகள் தங்கள் ஒயின் நிரம்பிய கோப்பையைப் பெரும் சப்தத்துடன் மோதியவாறு கொண்டாடிக் களித்தனர்.

காற்றின் வழி மின்சாரத்தைச் செலுத்தி இலக்கினை எரிக்கச் செய்யும் நுட்பத்தினைக் கண்டறிந்த குழுவினர் தம் வெற்றியைக் கொண்டாடித் தீர்த்ததுடன் நிரம்பி வழியப்போகும் தமது வங்கிக் கணக்கின் சேமிப்புத் தொகையை அவ்வப்போது சரிபார்த்தபடி இருந்தனர்.

தம் முதலாளிகளால் கண்டுபிடிப்பாளர்கள் மட்டுமின்றி அவர்களின் குடும்பத்தினரும் ஒருவர் மீதியின்றி சுட்டுக் கொல்லப்பட்டதுடன் ஒரு டைனமைட் மூலம் ஆய்வகமும் அழிக்கப்பட்டது.

நுண்கதை: 30

எழுதுவது என்பது உங்களைப் பொறுத்தவரை எத்தகையது?

இந்த வினாவிற்கு உள்ளதை உள்ளபடி சொல்வதென்றால் ‘கழிவு நீக்குதல்’ போன்றது.

அப்படி என்றால் எழுத்தை மலம் என்று சொல்கிறீரா?

இப்படி வினாக்களைக் குதர்க்கமாக எழுப்புவதுதான் என் போன்றவர்களுக்குச் சரியும் கூட. எனது பதில், ஆமாம் என்பதுதான். ஏனென்றால் ’உடலில் உள்ள கழிவுகளான வியர்வை; கண்ணீர்; சிறுநீர்; மலம் போன்றவற்றை வெளியேற்றுவதைப்போல என் மனத்தில் உள்ள கழிவுகளை வெளியேற்ற எழுத்து எனக்குப் பயன்படுகிறது.’

(நேர்காணல் தொடர்ந்தது)

***

(இப்போதெல்லாம் பூங்குன்றன் மிகப் பெரிதாக பைண்ட் செய்யப்பட்டிருக்கும் புத்தகங்களை வாங்கிக் கண்ணாடி சட்டகமிடப்பட்டிருக்கும் அலமாரியில் சேகரிப்பதோடு தினமும் ஒரு புத்தகத்தைத் தலைக்கு வைத்துப் படுப்பதாகவும் கேள்வி.)

மன்னார் கதை

(மன்னிக்கவும் கால் மாறிவிட்டது)

மன்னர் காதை

பாட்டி யோசிக்கவே இல்லை, தன்னை நோக்கி உருண்டு வந்த தகரக் குடுவைமேல கொதிச்சுட்டு இருந்த எண்ணெய்ச் சட்டியத் தூக்கி ஊத்திட்டாங்க... யோசிச்சுப் பாருங்க கொதிக்கிற எண்ணெய் நம்ம உடம்புமேல பட்டுதுனாலே தாங்கிக்க முடியாது, பாவம் தகரம் என்ன செய்யும்? தன்னோட இயக்கத்தை நிப்பாட்டிக்கிச்சு.

பூமியில... சரியா அதே கணத்துல நம்ம நாட்டோட மன்னர் 78-ஆம் எலிகேசி நிலாவ ஆராய்ச்சி பண்றதுக்காக அனுப்புன செயற்கைக்கோள் ‘மதிலேண்டர்’ தொடர்பறுந்து மாயமான காட்சிய மக்களோட சேர்ந்து பார்த்துட்டு இருந்தாரு... விண்வெளி ஆய்வகத் தலைவர் எமன் இதைப் பாத்ததும் மனசொடஞ்சுப் போக, இதைப்போல பல சூழல்களைச் சாமர்த்தியமா கையாண்ட மன்னர் எலிகேசி அவரை இழுத்து தன் மார்போட அணைச்சு, கண்டுபிடிச்சுடலாம் கண்டுபிடுச்சுடலாம்னு சொல்லி ஆதரவா முதுகுல தட்ட... மறுநாள் பத்திரிக்கைல “எமனுக்கே ஆறுதல் சொன்ன எலிகேசி”னு தலையங்கம் வந்துருந்துச்சு...

... ...

நிலாவுல போயி இறங்குனது செயற்கைக்கோள்னு பாவம் பாட்டிக்கு எப்படித் தெரியும்?

பாட்டி... ஓ! நீங்க தமிழ்நாட்டு மக்கள் இல்லையோ! மன்னிக்கணும். சின்னதா அவங்கள பத்தி ஒரு அறிமுகம். காலங்காலமா எங்கள் தாய்மார்கள் "அங்க பாரு நிலாவுல பாட்டி வடை சுட்டுட்டு இருக்காங்க"ன்னு சொல்லித்தான் குழந்தைக்குச் சோறு ஊட்டுவாங்க. என்னமோ தெரியல ரொம்ப காலமாவே பாட்டி நிலாவுலதான் இருக்காங்க. என்னவொன்னு பூமியிலயும் நிலவுலயும் வெளிச்சம் இருக்கப்போ சரியாப் பாத்துக்க முடியாதுல, அதனால "நிலவுல பகல் இருக்கப்போ நாம பாட்டியையும் பூமியில பகல் இருக்கப்ப பாட்டி நம்மளையும் பாத்துக்க வேண்டிய சூழ்நிலையா இருக்கு."

வயசாகி பாட்டி ஆகிட்டதால அவங்களால அங்கயிங்கனு அலைய முடியாம, வடைசுட்டு மேலோகத்துல உள்ள சாமிகளுக்குக் கடனுக்குக் குடுத்தும், வித்தும் வயித்துப் பொழப்ப பாத்துக்கிட்டு இருக்காங்க...

பாட்டி சுட்டுத்தற வடைக்கு ஒரு ரசிகப் பட்டாளமே இருந்தாலும்கூட கடனுக்கு வியாபாரம் பண்றதால அவங்களால ஒரு நல்ல அடுப்பு கூட வைச்சுக்க முடியல. இப்போ மதிலேண்டர் கைக்கு வந்ததும், காத்துலாம் உள்ளார வரமுடியாத மாதிரி வைச்சு அடுப்பா மாத்தி எண்ணெய் சட்டிய மேல வைச்சு வட சுடத் தொடங்கிட்டாங்க.

தேவர் கூட்டமா இருந்தாலும் சோம பாணம், சுரா பாணத்தை முழுங்கிட்டு பாட்டிக்கிட்ட பச்சமிளகாய்க் கொஞ்சம் அதிகமாக் கிள்ளிப்போட்டு மொறு மொறுப்பா வடைய சுடச் சொல்லி சாப்பிடுவாங்க... சில நேரத்துல வாந்தியும் எடுத்துட்டு போயிடுங்க அங்க உள்ள அடங்காத பல தேவப்பிள்ளைங்க. பாவம் அவங்களை அடிச்சு விரட்டுற சத்தி பாட்டிக்கி ஏது! பரிதாப பார்வையோட வாய்க்குள்ளயே முனங்கிட்டுச் சுத்தம் பண்ணுவாங்க. பொழைக்கணும்ல இந்த வயசான காலத்துலயும்...

நாட்டின் ஒளி... இப்படித்தான் மன்னரை எல்லாரும் சொல்லணும். அதாவது பெயர்க்காரணமா தலைவரோட எதிரணியினர், மன்னர் எலிகேசி போட்டுட்டு சுத்தற சொக்கா அதிகம் ஒளிர்றதால அவங்களுக்கு அவங்களே ஒளினு பேர் வைச்சுக்கிட்டாங்கனு சொல்லறாங்க. ஆனா இதைப்பத்திலாம் மன்னர் இம்மியளவுக்கூட

கவலைப்படறது இல்லை. அவரைப் பொருத்தவரைக்கும் இதெல்லாம் காசு குடுக்காமக் கிடைக்கிற விளம்பரம். அது அவருக்கு ரொம்ப ரொம்ப முக்கியம். ஏன்னா தலைமை குடுத்த பயிற்சி அப்படி.

ஒருவழியா தன்னோட கண்கள்ல இருந்த கண்ணீரைத் தலைமை விஞ்ஞானி துடைச்சுட்டு இருந்தப்போ, மன்னரோட மன்னிக்கவும் நாட்டின் ஒளியோட விளம்பரக் குழு தலைவர் வேகவேகமாக வந்து அவரோட காதுக்குள்ள ஏதோ முணுமுணுக்க மன்னர் முகம் பிரகாசமாகிடுச்சு. ஒரு கணம் கூடத் தாமதிக்காம ஆராய்ச்சிக் குழு தலைவரோட மணிக்கட்டை புடுச்சு இழுத்துட்டு செய்தியாளர்கள் கூட்டத்துக்கு வந்தவரு தன்னோட சிம்மக் குரல்ல (அவரு அப்படித்தான் நினைச்சுட்டு இருக்காரு) "என் நாட்டு மக்களே யாரும் கவலைப்படாதீங்க தொலைஞ்சு போன மதிலேண்டரைத் தேடி நானே பயணப்படலாம்னு இருக்கேன்னு" சொல்லிட்டு, தலைமை விஞ்ஞானிய புன்னகையோட பாக்க, பாவம் அந்த மனுசனால இரண்டாவது அதிர்ச்சிய தாங்க முடியாம நாக்கு இழுத்துக்கிடுச்சு... பிறகு, மன்னரே தொடர்ந்தாரு, இன்னும் ஒரு வார காலத்துல புறப்படுறேன்னு. விஞ்ஞானிகள் குழு அதற்கான ஏற்பாடுகள்ல இருக்குனு சொல்லி பெருசா ஒரு கும்புடு போட்டுட்டு கிளம்பிட்டாரு.

மறுகணம் நாடு முழுமையும் மன்னரோட சாகசப் பயணம் பத்தியே பேச்சா இருந்துச்சு. மன்னர் குறிப்பிட்ட ஒரு வார காலமும் அவரோட பயணத் திட்டமிடலை விண்வெளி குழுவும், அதுக்கு ஆகக்கூடிய செலவுகளைப் பற்றி எதிர் அணியினரும், முக்கியத்துவம் குடுக்க வேண்டிய சமூகப் பொருளாதாரக் காரணிகள் ஓராயிரம் இருக்க இத்தனை ஆயிரம் கோடிகள் செலவுல இந்தப் பயணம் தேவையானு அறிவு ஜீவிகளும் விவாதம் பண்ணிட்டு இருக்க, மன்னாரோட மன்னிக்கவும் மன்னரோட பக்தர்கள் அவரு வெற்றியோட திரும்பணும்னு பால்குடம் எடுத்துட்டு இருந்தாங்க.

தன்னோட ஓய்வறையில விளம்பரக் குழு தலைவர வரச்சொல்லி கையைக் குலுக்கி நன்றி சொன்னாரு மன்னர். எதுக்குனா... அதாவது நாட்டின் ஒளியோட காதுக்குள்ள சொன்ன இரகசியத்துக்காகத்தான். அதாகப்பட்டது, மன்னரே பூமியில எல்லா இடத்துலையும் உங்க புனித பாதம் பட்டுருச்சு, அதனால

சந்திரனுக்குப் பயணம் போறது மூலமா மதிலேண்டரை கண்டுபுடுச்ச மாதிரியும் இருக்கும் அங்கப்போன முதல் மன்னர்ன்ற வரலாறும் இருக்கும்னு.

பிறகு விளம்பரக் குழு தலைவர்க்கு நாட்டோட உயரிய விருது ஒன்னு இந்த ஆண்டுக்கு குடுக்கணும்னு உதவியாளர்க்கு அறிவுரை சொல்லிட்டு சுவிஸ் பேங்ல அவரை ஒரு கணக்கு துவங்கச் சொல்லி அந்த விவரத்தை ஒரு குறிப்பிட்ட நிறுவனத்துக்கு அனுப்பச் சொல்ல, வி.கு.த. முகத்துல அப்படியொரு பூரிப்பு.

அந்தக் குறிப்பிட்ட நாள்ல எல்லா விதமான முன்னேற்பாடு களோடயும் சிறப்பா தயார் செய்யப்பட்டு இருந்த விண்கலத்துல கையை ஆட்டிட்டே மன்னர் ஏறத் தொடங்க, “விண்ணொளியை மங்கச் செய்யும் மண்ணொளினு” விளம்பரக் குழுல உள்ள ஒரு ஆர்வம் கோசம் போட... பயணம் தொடங்கிடுச்சு.

தன்னோட வெற்றிப் புன்னகையோட உள்ள நுழைஞ்ச மன்னர் அப்பாடானு ஆசுவாசமா காலை நீட்டி உட்காந்து கையோட கொண்டு போயிருந்த பெட்டிய திறந்து புது சொக்காய் (ஏழு நாளைக்கு பதினாலு சோடி) சரியா இருக்கானு எண்ணிப் பாத்துட்டு டார்ச் லைட், தீப்பெட்டி அப்புறம் ஏழு கிலோ உருளைக் கிழங்கு பொட்டலம்... இதெல்லாம் பாத்ததும் அவரு முகத்துல பெருமிதம் வந்துச்சு சாதிச்சுட்டாருல்ல...

(உருளைக் கிழங்கு எதுக்குனு கேள்வி கேக்குறவங்க ‘தி மார்சியன்’ படம் பார்க்கவும்)

பிறகு, கடவுளர்களோட தலைவர் யார்னு கண்டுபிடிச்சு அவங்கக்கிட்ட தன்னை இந்த நாட்டுக்கு மட்டும் இல்லாம உலகத்துக்கே மன்னவனா மாத்தனும்னு சொல்லி கைப்பட எழுதுன விண்ணப்பக் கடிதம் இருக்கான்னு சட்டையோட மேல் பகுதில தொட்டு உறுதிப்படுத்திட்டே பயணக் களைப்புல சின்னக் குறட்டையோட உறங்கிட்டாரு.

விண்கலம் தரை இறங்க, சோம்பல் முறிச்சுட்டே இறங்குனாரு மன்னர். பூமினு மட்டும் இல்லை எந்தக் கிரகத்துல இருந்து வந்தாலும் பாட்டியோட கடையைத் தாண்டித்தான் சந்திரனுக்கு உள்ள நுழைய முடியும். அதனால நம்ம மன்னரும் அப்படியே பொடி நடையா கைப்பெட்டியோட அந்த ரோட்டோரக் கடைக்கிப் போனாரு.

வெள்ளையும் சொள்ளையுமா புது வாடிக்கை ஒன்று வந்தாலும் இதுவும் எங்க கடன் சொல்லி நம்ம உயிரை எடுக்கப் போகுதோன்ற நினைப்பு பாட்டிக்கி உள்ளூர ஓடுனாலும் வியாபாரக்காரியோட நுணுக்கம் கைகூடி இருக்கதால உட்காரச்சொல்ல, மன்னரும் உட்காந்து சூடா ரெண்டு வடை சாப்டாரு.

செப்டம்பர் மாதம்றதால புயலோட மழையும் வந்துருச்சு பூமியில. எவ்வளவோ சிரமப்பட்டும் மன்னரோட இருந்த தொடர்பைக் காப்பாத்திக்க முடியலை. அவரோட ஆணைப்படி அவரு கிளம்புனதுல இருந்து மறுபடி பூமிக்கு வர்றது வரை நேரலையில ஒளிபரப்புறதா ஏற்பாடு. ஆனா இயற்கையை யார்தான் கட்டுப்படுத்த முடியும்? அவரு நிலாவுல தரை இறங்குனதும் பூமியிலயிருந்து அவர்கூட எதுவும் பேச முடியல. ஆனா அவரு பண்ணறது எல்லாம் நம்மால பாக்க முடுஞ்சது. ஆனா சப்தம் எதுவும் கேட்கலை.

மன்னர் வடை சாப்பிடுற காட்சியையே எல்லாத் தொலைக்காட்சி சேனலும் திரும்பத் திரும்ப ஒலிபரப்ப... ஒருசாரார் அவருக்கும் களைப்பு இருக்கும்ல, இரண்டு வடை சாப்டா என்னானு கேட்க, இன்னொரு சாரார் அந்தக் கருமத்தைத் தின்னவா இவளோ மெனக்கெட்டு அங்க போகணும்னு எதிர் கேள்வி கேட்டு... அடுத்த 24 மணி நேரத்துல நாடே கொந்தளிச்சும் போயிடுச்சு, எங்கப் பாத்தாலும் ஒரே கலவரம் உயிர்ச்சேதம் வேற ஆகிடுச்சு. வேற வழியில்லாம முடியரசு தலைவர் நாடுமுழுக்க அவசர நிலை பிரகடனப்படுத்துனாரு. இந்த நிலமைய விரைவா முடிவுக்குக் கொண்டு வரணும்னு மன்னர் அவையிலிருந்து வேறு ஒரு நபரை பதவிக்கி முன்மொழிய சொல்லிக் கேட்க, ஒவ்வொருத்தருக்கும் அடுத்த மன்னன் நாந்தான்னு சொல்லி தங்களுக்குள்ளே அடிச்சுட்டுச் சின்னச் சின்னதா பிரிஞ்சுபோக... கடுப்பான கு.அ.த எதிர் அணியினரை அழைச்சு ஆட்சிய ஒப்படைச்சாரு.

புது அரசாங்கம் முதல் வேலையா நாடுமுழுக்கப் புயல் காரணமாக சிக்னல் கிடைக்கலனு சொல்லி நேரடி ஒளிபரப்ப நிப்பாட்டிருச்சு.

மறுநாள் ஊடகச் சந்திப்புல புது அரசாங்கத்தோட தலைமை விஞ்ஞானியும் கலந்துக்கிட்டாரு,

தலைமை விஞ்ஞானி எழுந்து முந்நாள் மன்னர் வடை சாப்பிட்டுட்டு ஆரோக்கியமா இருக்குறதை நாமலாம் பாத்தோம்னு

சொல்லி, எதிர்பாராத வகையில இப்படி ஒரு அசம்பாவிதம் நடந்துருச்சுனு சொல்ல; விஞ்ஞானிகள் கூட்டத்துல இருந்து எழுந்த இளம் விஞ்ஞானி ஒருத்தர், அதனாலதான் முன்னெச்சரிக்கையா மார்சியன் படத்து கதாநாயகனுக்கு உருளைக்கிழங்கு உதவுன மாதிரி நம்ம முன்னாள் மன்னருக்கும் தேவைப் பட்டாலும் படலாம்னு குடுத்துவிட்டேனு சொல்ல... தம் முன்னாலயிருந்த பேப்பர் வெயிட்ட எடுத்து அந்த இளம் விஞ்ஞானி மேல எறிய கை ஓங்கிட்டு, ரொம்ப சிரமப்பட்டுத் தன்னைக் கட்டுப்படுதிட்டே கோபத்தோட, அதுல வர்றவன் விஞ்ஞானி நம்ம மன்னர்னு! கேட்க, அந்த இடம் மட்டும் இல்லாம அந்த நேரலையைப் பாத்துட்டு இருந்த எல்லாருக்கும் அப்பதான் இங்க நடந்துட்டு இருக்க அபத்தம் புரியத் தொடங்க... நிருபர்ல ஒருத்தர் அட விடுங்கப்பா எத்தனை நாள்தான் அவரும் வடையா சாப்டுவாரு கிழங்க வைச்சு சம்சா ரெண்டும் போட்டு சாப்டட்டும்னு சொல்ல... இந்நாள் மன்னர் சிரிக்க... ஒவ்வொருத்தருக்கும் சிரிப்பு வர நாடே சிரிச்சது...

பிறகு, இப்போ இருக்குற பொருளாதார நெருக்கடியில விண்வெளிப் பயணம் போயிட்டு முன்னாள் மன்னரை அழைச்சுட்டு வரதுலாம் சரியா இருக்காது. அதுனால நாம இங்க பொழப்பப் பாப்போம். முதல்ல சோத்துக்கு வழி பண்ணலாம் நிலைமை சரியானதும் 5 வருசம் கழிச்சு நிலவுப் பயணம் பத்தி யோசிப்போம்னு இந்நாள் மன்னர் சொல்ல... சரினு சொல்லிட்டு சனிக்கோள் பத்தி ஆராய்ச்சி பண்ணற அடுத்த விண்கலத் திட்டத்துக்குப் போயிட்டாங்க விண்வெளி குழு.

மக்கள் இயல்பு நிலைக்கு மீள ஒத்துழைப்புத் தரணும்னு சொல்லி இந்நாள் மன்னர் மணி நேரம் உரையாற்றிட்டு பிக் பாஸ் நிகழ்ச்சிய தேசிய நிகழ்வா நாடு முழுக்க ஒளிப்பரப்பச் சொல்லி கட்டளை போட்டாரு, பிறகு முந்நாள் விளம்பரக் குழு தலைவர் மேல மோசடி வழக்குப் போட்டு உள்ள வைச்சுட்டாரு. இப்படியாகத் தன்னோட அரசியல் லீலைகளைத் தொடங்குச்சு புதிய அரசு...

எல்லாம் டிஜிட்டல் மயமானதால காசு பணம்னு எதுவும் கையில எடுக்காம ஒரு நாலு ஏடிஎம் கார்ட மட்டும் எடுத்துட்டு வந்துட்டாரு முன்னாள் மன்னர். வடைய சாப்டுட்டு பல்லுக்குள்ள சிக்குனத எடுத்துட்டே கார்டை நீட்ட... பாட்டிக்கி எதுவும் புரியலை, பாட்டி பேச... இவரு பேச... அந்தக் கொள்ளிக் கட்டைய

எடுத்து மு.மன்னர் மேல அடிக்கிற அளவுக்கு ஆத்திரம் வந்தாலும் அடக்கிட்டு... முறைச்சுப் பாக்க மு.மன்னர் புரிஞ்சுட்டு பேந்த பேந்த முழுச்சு கடன் சொல்ல, எப்பதான் தருவனு பாட்டி கேட்க, வேற வழியில்லாம தன்னோட சொக்காயிலருந்து ஒன்ன எடுத்து கொடுத்தாரு. பாட்டி வாங்கித் திருப்பித் திருப்பிப் பார்த்துட்டு வாட்டம் பாத்து ஆரேழாக் கிழிச்சு கரித்துணிக்கிப் போட... அதப் பாத்த மன்னர்க்கு கண்கள் கலங்கிடுச்சு, மீதி இருக்குற 13 சொக்காய வைச்சு எத்தனை வடை வாங்க முடியும்னு அவரோட வயிறு கணக்குப் போட்டுச்சு...

பாட்டி இப்போ நிதானத்துக்கு வந்து, தம்பி பணம் காசு இல்லாம என்ன பண்ண முடியும் சொல்லு? ரெண்டு தேவர்கள் தள்ளாட்டத்தோட வடைய பார்சல் வாங்கிட்டுப் போக, பாட்டி தொடர்ந்தாங்க, வயசாவுறதால ஒத்தாசைக்கு எங்கூட இருந்துருனு சொல்ல... மு.மன்னர் எதையோ நினைச்சோ இல்லை அவர அறியாமலோ கண்ணுல தண்ணி விட்டு பாட்டியோட அழுக்கான கைய எடுத்து கண்ணுல ஒத்திக்கிட்டாரு. பிறகு பாட்டி சொல்லாமலேயே விறகுலாம் எடுத்து ஓரமாப் போட்டுட்டு கடை முடிஞ்சதும் ஏனம்லாம் வெளக்கி வைச்சாரு. கடைசியா பாட்டி அந்த அடுப்புல கரி புடுச்சுருக்குபாரு அதைக் கொஞ்சம் துடைச்சு வைய்யினு சொல்ல, கிழிச்சுக் கிடந்த தன்னோட சொக்காத் துணியிலயிருந்து மதிலேண்டர் விண்கலத்துல படிஞ்சு இருந்த எண்ணெப் பிசுபிசுப்பையும் கரியையும் பூமியப் பாத்துட்டே துடைக்கத் தொடங்குனாரு.

– நடுகல்: இலையுதிர்கால இதழ் 7, பிப்ரவரி 2020

பித்தனாரும் பூங்குன்றன் விளாதிமிரும்
பாகம் 6

பித்தனார் தான் கதைகளென விரித்து எழுத வைத்திருந்த குறிப்புகளைத் திருடிய அவரின் நண்பர், அதனைத் தன் வீட்டுப் பரணில் எறிந்துவிட்டு தனக்குள் அவ்வப்போது இரகசியமாய்ச் சிரித்துக்கொண்டார். ஏறக்குறைய அறுபது ஆண்டுகளின் பின்னர், பரணில் ஏறிய பாம்பின்கண் நண்பரவரின் பேரனான பூங்குன்றன் விளாதிமிரின் கைகளில் கிடைத்தன, இந்தக் குறிப்புகள். அதனை வரிசைப்படி எண்களிட்டு முப்பத்தொன்று முதல் முப்பத்தேழு வரையிலான பக்கங்களில் உள்ள கதைகளைத் தனது சொந்தக் கதைகளென வெளியிடுகிறான் பூங்குன்றன்.

நுண்கதை: 1

மேகமலையின் மேலேறும்போது எட்டாவது வளைவின் சற்று மேல்புறம் உண்ணிச் செடியின் உடைபட்டக் கிளைகளின் மத்தியில் நீண்டு செல்லும் ஒற்றையடிப் பாதையில் இறங்கத் துவங்கினான். சரிவில் உடலினைச் சற்றே வளைத்தவாறு காதுகளைத் திறந்து வைத்துக்கொண்டு மலைக்கற்களின் கூர்மைக்கு ஈடுகொடுத்தவாறு சிறு ஓட்டமென ஓடிக்கொண்டிருந்தான். சிற்றோடை குயிலெனப் பாடிட கோட்டான்களும் குருவிகளும் மலையின் சப்தங்களை இசையென மாற்றியபடி இருந்தன; அந்தக் குறிப்பிட்ட இடம் வந்தவுடன் தன் மூச்சினை

ஆழமாக ஒருமுறை இழுத்து விட்டுக்கொண்டு அருகில் இருந்த தாவரத்தின் சுருண்டு வளர்ந்தபடி இருந்த கொழுந்தைக் கிள்ளி மென்றிட, சிறகு முளைத்த பறவையென மாறிப்போனான். பிறகு காற்றில் எம்பிக் குதித்து அடர் வனத்துள் சென்று திரும்பியவனின் அலகில் சில மாணிக்கக் கற்கள் இருக்கப் பின் மீண்டும் அதே கொழுந்தைத் தின்று மானுடனான பின் உடைகளை அணிந்துக் கொண்டு வந்தவழி திரும்பத் துவங்கினான்.

நுண்கதை: 2

பேயூரில் ஒரு மனிதன் வசித்து வந்தான். அவனைக் காட்டியே பேய்கள் தங்கள் குழந்தைகளுக்குச் சோறு ஊட்டின; குளிக்கவைத்தன; அவனிடம் பிடித்துக் கொடுத்துவிடுவேன் எனக் குழந்தைகளை மிரட்டிவைத்தன. இத்தனைக்கும் அவனொரு சாது. எறும்புகளைக் கொல்வதென்றால்கூட குளிர்க் காய்சல் வந்துடும் அவனுக்கு. இப்படியான நிலையில் ஒரு நாள் அவன் கோழியின் இறகினால் காது குடைய அதனைப் பார்த்த பேயின் குழந்தைகள் ‘ஐயோ அது முழுக் கோழியையும் ஒரே வாயில் விழுங்கிவிட்டு காது வழியாக இறகினை எடுத்து வெளியே போடுகிறது’ என்று அலறியவாறு ஓடி மறைந்தனர். பிறகென்ன அந்தப் பேய்களின் ஊரில் அந்தந்தக் கால மாற்றங்களுக்கேற்ப கதையின் வடிவில் அவன் மங்காப் புகழுடன் வாழ்ந்து வருகிறான்.

நுண்கதை: 3

அவள் உள்ளங்கையினைக் குழிபோல் செய்து தேனை ஊற்றினாள். புளியம்பழத்தைக் கண்டதும் நாவில் ஊறும் எச்சிலெனத் தேனைக் கண்டதும் அவளுக்கு ஊறியிருக்க வேண்டும். மலைத் தேனின் நீர்த்துப்போன வெளிர் மஞ்சள் நிறம் அவளின் ரேகைகளை மேலும் மெருகூட்டி நிறக தன் நுனி நாவால் மெல்லத் தொட்டுத் தடவி தின்னத்துவங்கி பிறகு ரேகையே அழியும் அளவிற்கு அந்தக் கைகளை நக்கி முடித்தாள். ‘பூக்களின் மலம்’ அவ்வளவு சுவையா அன்பே என்றேன்.

அதன் பிறகான ‘சம்பவங்களை ஆம் சம்பவங்களை’ நீங்களே உணர்வீர்கள் என்பதால் கதை இத்துடன் நிறுத்தப்படுகிறது.

நுண்கதை: 4

தம் கூட்டத்தில் திடகாத்திரன் என்று பெயர் பெற்ற கடையன் பாடல் ஒன்றைக் கடைவாயில் போட்டு மென்றவாறே வரிசையின் கடைசியில் சோற்றுப் பருக்கையைக் கவ்வியபடி வந்து கொண்டிருந்தான். மழை நெருப்பின் துள்ளலோடு எல்லா இடங்களிலும் சட்டெனப் பரவத் தன்மீது மூடி மறைத்தபடி ஓடும் வெள்ள நீரில் தடுமாறியவாறே தம் சகாக்களைப்போல உடன் ஏற்பட்ட மண் அரிப்பில் வெளிப்பட்ட வேரினைப் பற்றிக்கொண்டான். மின்னல் அந்தக் கோடை மழையை மேலும் வலுக் கூட்டியது. கூட்டினை அடைந்த கூட்டம் கடையன் இல்லாததை உணர்ந்தபோது மழை நின்றிருக்க நன்றாக மூச்சினை இழுத்துவிட்டவாறே வேரோடு பெயர்ந்த தாவரத்தோடு மழையாலான திடீர் ஆற்றில் பயணித்துக் கொண்டிருந்தான்.

நுண்கதை: 5

கோலிக்குண்டு அளவிலான எண்ணற்ற கூர் முனைகளைக் கொண்ட கல்லொன்று நடுப்பகலில் பூமியை அடைந்து கடலில் விழுந்து ஆழம் சென்று மறைந்தது. அடுத்த மிகச் சொற்ப வினாடிகளில் கடல் வாழ் உயிரினங்கள் தம் சுவாசத்தில் ஏதோவோர் மாறுதலை உணர்ந்தன. அதன் பிறகான நாட்களில் மீன்களையும் ஏனைய கடல் உயிரிகளையும் உணவாகக் கொண்டவர்களுக்குப் பிறக்கும் குழந்தைகளின் தலையில் கொம்புகள் முளைக்கத் துவங்கின. ஆம், அடுத்த ஒரு நூற்றாண்டில் மானுட இனம் கொம்புகளோடு வாழப் பழகிக் கொண்டது.

சரியாக அந்த விண்கல் விழுந்த ஒரு நூற்றாண்டின் பின் அதைவிட ஆயிரம் மடங்கு பெரிதான முற்றிலும் வழவழப்பான கல் கடலில் விழுந்தது.

நுண்கதை: 6

கிருஸ்மஸ் பரிசாக 'ஒரு முத்தத்தைப்
வாங்கித் தரச் சொல்கிறேன்;
எங்கிருந்து வாங்குவது! என ஆச்சர்யம்
ததும்ப வினவுகிறாய்.
நான் சிறு புன்னகையுடன் கிடைக்கும்

இடம் தெரிந்தால் நானே வாங்கிக்
கொள்ள மாட்டேனா? என்கிறேன்.
பிறகு எனக்கு மட்டும் எப்படித்
தெரியும்? என்கிறாய்.
நான் புன்னகைக்கிறேன்.
நீ எங்குக் கிடைக்கும்? எங்குக் கிடைக்கும்?
என மூளையைக் கழற்றி வைத்துவிட்டு
யோசிக்கிறாய்.
நான் இரசித்துக்கொள்கிறேன்.
நீ சோர்ந்து போய் முகம் மாறுகிறாய்.
'இங்குப் பரிசு என்பது ஒன்றுமில்லை அன்பே
அதற்கான தேடலே இன்பம்'
என்கிறேன்.
நீ நம்ப மறுப்பதோடு
நகத்தையும் கடித்துத் துப்பிக்கொள்கிறாய்.
நான் உன்னோடு நீளும் நேரங்களுக்காய்
முனைப்போடு காத்துக் கிடக்கிறேன்.

நுண்கதை: 7

கனவுகள் தீப்பற்றிக்
கொள்கின்றன;
அதனுள் வாழும்
உடல்களும்
உணர்வுகளும்
வெடித்துச் சிதறி
உருகி வழிந்து
கொழகொழத்துக்
கிடக்கின்றன;
உதிரம் மூலம்
நெருப்பை
அணைக்க முயல்கிறேன்;
எல்லாவற்றையும்
தின்று செரித்தபின்

சிறிது சிறிதாய்
அணைந்து போகிறது.
விடியலில் நான் மிச்சமாகிக் கிடக்கிறேன்.

நுண்கதை: 8

'மேகம் தன் உடலில் மின்னல் என்னும் தீயை ஏற்றிக்கொள்ள அதனால் எரிந்து உருகும் அதன் உடலையே நீர்ச் சொட்டுக்கள்' என்கிறோம் என்றாள் மாங்கனி. அப்படி என்றால் நாம், நீர் எனப் பருகுவது அதன் உடலையா! என எறும்பாள் ஆச்சர்யம் கொள்ளத் தன் தலையை மேலும் கீழுமாக அசைத்து ஆமோதித்தவாறே 'அதனால்தான் சிதைந்து உருக்குலைந்துப் போன அதன் உருவத்தை இன்றுவரை நம்மால் கண்டறியவே இயலவில்லை' என்றாள் மாங்கனி.

அதன் பின்னான நாட்களில் எறும்பாள் மேகம் ஏன் தீக்குளித்தது! என்பது போன்று ஏதேதோ தனக்குத்தானே பேசிக்கொண்டதோடு, படிகளற்ற பாழுங் கிணற்றில் குதித்திருந்தாள்...

நான்கு நாட்களுக்குப் பின் சகிக்க இயலாத நாற்றத்தின் மத்தியில் கண்டறியப்பட்ட அவள் உடலின் பெரும் பகுதியை நீர் அரித்துத் தின்றிருந்தது.

நுண்கதை: 9

'ஒவ்வொரு புதிரும் ஒரு மலர் மலர்வதைப்போல் சட்டென அவிழ்கிறது' என்றாள் காட்டேரி. நான் எதையோ யோசித்த வண்ணம் அவள் சொல்வதைக் கேட்கும் பாவனையில் இருந்திருக்க வேண்டும். அவள் தன் கன்னங்களைச் சுரண்டிக் கொண்டே 'நெருப்பின் உயிரையும் நீரின் உயிரையும் நேற்றைய இரவின் உச்சியில் கண்டடைந்தேன்' என்றாள். அதைக் கேட்டு எங்கோ ஆழத்தில் ஏதோ ஒன்றுடன் இருந்த நான் ஒரு திடுக்கிடலோடு நிமிர்ந்தமர, அவள் மயக்கத்தில் உள்ளவளைப் போன்ற தொனியல் 'நம் உடல் உயிர்த்திருப்பதன் அடையாளம் சூடு அல்லவா? அதையேதானே நெருப்பின் உடலும் கொண்டுள்ளது' என்றாள். அவ்வார்த்தைகள் என்னுள் எதையோ கிளற, நீரின் உடலும் உயிரும் குளிர்மையால் ஆனது' என்றாள். இப்போதவள் கண்களை மூடிக்கொள்ள நான் அவளின் முகத்தையே ஊடுறுவியபடி இருந்தேன்.

பித்தனாரும் பூங்குன்றன் விளாதிமிரும்

நுண்கதை: 10

உடைப்பட்ட அல்லது உடைபடாத சிறப்பங்களின் மத்தியில் உடல் வேறு தலை வேறாகக் கிடந்த உடலைக் கைப்பற்றியதோடு அருகில் உதிரக்கரை படிந்த வேட்டியோடு நின்றிருந்தவரை கைதுசெய்து அழைத்துச் சென்றது போலீஸ்.

நீதிமன்ற கூண்டுக்குள் 'நீங்கதான் அந்தக் கொலைய பண்ணீங்களா?' என ஜட்ஜ் ஐயா கேட்ட போது 'ஐயா நான் பண்ணலீங்க ஆனா பண்ணுனது யார்னு பாத்தேனுங்க' என்றார். யார்னு சொல்லுங்க என்றதும் 'ஐயா நானு கோயிலுக்குத் தெக்கால இருக்குற வாகை மரத்துல ஆட்டுக்குத் தழை ஒடச்சுட்டு இருந்தேனுங்க. அப்போதைக்கி திடீர்னு அலறல் சத்தம் கேட்டுச்சு. நானும் சுருக்கா ஓடியாந்துப் பாத்தா சேவலோட தலையை வெட்டிட்டு அதை அப்டியே விட்டுட்டா முண்டம் மட்டும் எப்படி ஓடுமோ அதேபோல அந்த ஆளோட உடம்பும் தலை இல்லாம ஓடிட்டு இருந்துச்சுங்க. நா அதிர்ச்சில அப்புடியே நின்னப்போ என் மேலயும் ரெத்தமெல்லாம் தெரிச்சுடுச்சுங்க' என்றார்.

'அதெல்லாம் சரிப்பா யார் பண்ணுனது சொல்லுங்க' எனக் கேட்டதும் 'வேற யாருங்க நம்ம கோயில்ல உள்ள குல தெய்வம் கருப்பன்தான் வெட்டிப் போட்டுட்டு போனாருங்க' என்றார்.

ஜட்ஜ் ஐயா தன் தலையைப் பிடித்துக்கொள்ள, இவர் தான் சொல்லியதில் மிக உறுதிப்பட இருந்தார்.

நுண்கதை: 11

"குழந்தை அவளின் அல்லது அவனின் மார்புக் காம்புகளில் இருந்து பாலை அருந்தும்போது, அதன் கீழோரத்து கடைவாய் நுனியில் வழிந்த சில துளிகள் உருண்டு திரண்டு மிதந்து இப்பகுதியை அடைந்தன. அதனையே நாம் பிரபஞ்சம் என்கிறோம் - மிட்ச் பாட்."

இதிலுள்ள உண்மைத் தன்மைக் குறித்து அவரிடம் கேள்வி எழுப்பியபோது தன் கண்களைச் சுருக்கியவாறு 'யூகங்களே உண்மையின் திறவுகோல்' என்ற வார்த்தைகளுடன் முடித்துக் கொண்டார்.

நம்மவர்கள் கதையின் கருவை விடுத்து அவளையோ அல்லது அவனையோ தேடிக் கொண்டுள்ளனர்.

நுண்கதை: 12

‘டைனோசர்க்கு அடைன் கூட்டி வைச்சதே நாங்கதாம் தெரியும்ல’ என்றான் கொடை மிளகா. அதைக் கேட்டதும் திரு. அகல், ‘யப்பா இதெல்லாம் நீ சொல்லித்தான் தெரியணுமா? உன் மூஞ்சியப் பாத்தாலேத் தெரியுதேப்பா’ எனச் சிரிக்காமல் சொல்லத் தன் குலப் பெருமையை எண்ணியவாறு காலரைத் தூக்கிவிட்டுக் கொண்டதோடு மீசையையும் மேல் நோக்கி நீவிக்கொண்டான், கொடை. திரு. அகல் இப்போது ‘டைனோசர் குஞ்சு கோழிக்குஞ்சு மாதிரி இருக்குமா? என மீண்டும் சிரிக்காமல் கேட்க ஒரு உறுமலோடு முகத்தைச் சுழித்த கொடை ‘அது ஏம்பா அம்புட்டுச் சின்னதா இருக்கப் போகுது? அது யானை குட்டியாட்டும் பெருசா இருக்கும்’ என்றான். இப்போது திரு. அகலால் வெடித்துச் சிரிக்காமல் இருக்க இயலவில்லை. உண்மையில் திரு. அகல் புரண்டு புரண்டு வயிற்றைப் பிடித்துக்கொண்டு சிரிக்க ‘இந்த லூசான் ஏன் இப்படிச் சிரிக்கிறான்! எனக் குழப்பத்தோடு நின்றிருந்தான் கொடை மிளகாய்.

நுண்கதை: 13

இருவரும் மாஸ்க் அணிந்திருந்தமையால் அவர்களின் உரையாடலை மற்றவர்களால் கவனிக்கவோ கணிக்கவோ இயலவில்லை. ‘ஏ எல்லாம் பாத்துட்டு இருக்காங்க அமைதியா இருடி’ என்ற அவனின் உக்கிரமான முணுமுணுப்பு அவளை இம்மியளவும் பாதிக்கவில்லை. முதலில் அவர்களைக் குறுகுறுவெனப் பார்க்கத் துவங்கியவர்களில் சிலர் தலைத் தொங்க உறங்கியபடியும், சிலர் மொபைலில் சுவாரசியமாகவும் சிலர் வேடிக்கை பர்த்தபடியும் இருக்க அவள் நான்காவது முறையாக அவன் காதருகே சென்று சற்றும் எதிர்பாராத் தருணத்தில் மாஸ்க்குடனே கன்னத்தைக் கடித்துவிட்டு, முன்னர் நகர்ந்தது போன்றே நகர்ந்தாள். உண்மையில் அவன் முதலில் நடுங்கியேவிட்டான். பிறபாடு தன்னை அறியாமல் மிரட்சியோடு அவளைப் பார்க்க, அதுபற்றி சிறிதளவும் அலட்டிக் கொள்ளாமல் கண்களைச் சிமிட்டியவாறு ‘நேத்தே சொன்னேன்ல கண்டிப்பா செய்வேன்னு’ என்றவாறு அவன் காதருகே மீண்டும் செல்ல படபடப்போடு அவளைத்

தவிர்த்தவாறு அனிச்சையாய் இடக் கன்னத்தை வலது கையால் தடவிக் கொண்டான். அவள் தன் தலையைக் கோதியவாறு அதே குதூகலத்துடன் நின்றிருக்க, அந்தப் பேருந்தில் வந்த ஏனையோரையும் படபடப்புடன் பார்த்தபடியே இருந்தான். பேருந்து தன் போக்கில் போய்க் கொண்டிருந்தது.

நுண்கதை: 14

கரிய நிறத்தில் நன்றாக கொழுகொழுத்த உடலோடு கால்களில் ஆறு நகங்களுடன் நெற்றியில் பொட்டென இயல்பாய் அமைந்த வெண்ணிறத் தீற்றலோடு மிகச் செல்லமாய் வளர்ந்தபடியிருந்தான் கருப்பன்.

வீட்டின் பின்புறமிருந்த பராமரிக்கப்படாத புட்பால் கிரெவுண்டில் ஆறாம் வகுப்பு படிக்கும் முகில் கருப்பனுடன் பிளாஸ்டிக் பந்தை வைத்து அனுதினமும் காலையில் விளையாடியபடி இருக்க, 17.01.1987 அன்று காலை புற்களின் நுனியில் பனித்துளி நீர்த் தானியங்களென முதிர்ந்திருக்க இருவரின் உடலும் தெப்பமாக நனைந்திருந்தது. அந்தக் கிரவுண்டின் மேற்குக் கோடியில் காலையில் ஒதுங்கிவிட்டு வந்த முகிலின் வகுப்புத் தோழியான மலர்க்கொடி, ‘உன்னவிட உன் நாயி நல்லா வெளாடுது’ என்று சொல்லியதுடன் அதனை வகுப்பிலும் சொல்லத் துவங்க வகுப்பே அவனைக் கேலி செய்யத் துவங்கியது.

மறுநாள் முதல் அவர்கள் விளையாடும்போது தம் தோழியரோடு வரத் துவங்கிய மலர் மேலும் அதிகமாக அவனை வம்பு செய்ய ‘பேசாம அந்த நாயி மூத்தரத்தை வாங்கிக் குடி அப்பயாச்சும் நல்லா வெளையாடுறியானு பாப்போம்’ என்றவாறு பதின் வயதிற்கே உரிய சிரிப்போடு தோழியர்களுடன் கடந்து சென்றாள். அவன் கண்களில் நீர் முட்டிக்கொண்டிருக்க, நாய்குட்டி வாயில் பந்தைக் கவ்வியவாறு அவனுக்குப் போக்குக் காட்டிக்கொண்டிருந்தது.

மறுநாள் மலரும் அவள் தோழியரும் அவனைக் கடந்தபோது குட்டி நாய் இல்லாதிருக்கக் குழப்பமான விழிகளோடு சென்றனர். உடல் முழுக்கப் பனியாலும் வியர்வையாலும் நனைந்திருந்த அவன் அவர்களின் குழப்பம் கண்டு முகத்தில் நிரம்பியப் புன்னகையோடு தனித்து விளையாடியபடி இருந்தான்.

அங்கிருந்து அவன் அகன்றபோது அவன் பார்வை பதிந்த இடத்தில் உதிரம் தோய்ந்த கழி ஒன்று புதிதாய் பறிக்கப்பட்டு மூடப்பட்டிருந்த குழியின் மீது ஊன்றப் பட்டிருந்தது.

நுண்கதை: 15

நுண்கதை: 16

புளியோதரைக்குத் தாகத்தில் உயிரே போய்விடும் போலிருந்தது. தன் நாவினை உதடுகளில் தடவியும் எச்சிலைக் கூட்டிக்கூட்டி விழுங்கியும் பார்த்துவிட்டாள். எதுவும் உதவவில்லை. சட்டியில் இருந்தால்தானே அகப்பையில் வரும்! அவள் மேலும் மேலும் வறண்டிருந்தாள்.

வெயில் ஒரு இரக்கமற்றவனின் பார்வையைப்போல் அவளைப் பிளந்திருக்க, மேல் மூச்சு வாங்கியபடி தன் மார்பினை இடக்கையால் சற்றே நீவியவாறு அந்த யாருமற்ற ஒற்றையடிப் பாதையில் சற்றே தள்ளாடியபடி வந்து கொண்டிருந்தாள்.

காற்றும் அசையாத அத்தனித்த வெளியில் அவள் உடல் பாதையோரத்தில் கருகிக் கிடந்த புற்கள் மீது சரிந்திருந்தது.

காப்பிப்பொடி நிறத்தில் மிகச் சிறியதாக இருந்த இரண்டு எலிகள் அவள் உடலைக் குதற, எங்கிருந்தோ கழுகுகளும் சில காகங்களும் வந்த பிறகு அவைகளின் ஓலங்களுக்கு மத்தியில் தங்களின் தாகத்தைத் தணித்துக் கொண்டிருந்தன.

அவள் உடல் மெல்லிய துடிப்புகளிடையே அடங்கிக் கொண்டிருந்தது.

நுண்கதை: 17

தொலைந்து போன கனவு பற்றி இருளிடம் புகார் செய்தாள், வேப்பம் பூ. இருள் அவளை ஆறுதல் செய்ததோடு விரைவில் கண்டறியலாம் என்ற நம்பிக்கையையும் அளித்து அனுப்பிவைத்தது. பிறகு தனது கைப்பேசியில் கனவின் தேவதையை அழைத்து விவரம் கேட்டது. 'ஆயிரக் கணக்கான ஆண்டுகளாகப் பயணித்த அக்கனவு அவளின் விழிகளில் தனக்கான சமாதியைத் தேடிக் கொண்டது' எனப் பெருமூச்சுடன் பகிர்ந்துக் கொண்டது. ஓ என்றவாறு ஆச்சர்யப்பட்ட இருள் தேவதைக்கு நன்றியைத் தெரிவித்துக்கொண்டு விடைபெற்றது. அன்று முதல் மாறு வேடத்தில் கனவென அவளிடத்தில் செல்ல இனமறியாத ஏதோ ஒன்றினால் வசீகரிக்கப்பட்ட இருள், அவள் விழிகளில் தனக்கான சமாதியைத் தேடிக் கொண்டது.

இருளையும் கனவையும் தொலைத்த வேப்பம் பூ, தீவிர மனச் சிதைவிற்கு ஆட்பட்டு உதிர்ந்துப் போனாள்.

இப்படியாக இருளும் கனவுமற்ற பிரபஞ்சத்தில் வாழ உயிர் உள்ளவையும் உயிரற்றவையும் பழகிக்கொண்டன.

நுண்கதை: 18

'இப்போ உங்கக்கிட்ட கேட்கப்போற கேள்விக்கு எந்த ஒளிவு மறைவும் இல்லாம நேர்மையா பதில் சொல்லணும்' என நேர்காணல் செய்பவர் துவங்க, அவளின் நிபந்தனை கண்டு பூவியின் முகம் போன போக்கை உள்ளூர இரசித்தவளாக 'நீங்க ரோட்ல போறப்ப பிரபஞ்ச அழகி உங்களைக் குறுகுறுனு பாத்தா என்ன பண்ணுவிங்க?' என்றாள். நேரடியாக ஒளிபரப்புச் செய்யப்பட்டுக் கொண்டிருந்தமையால், ஊரே சுவாரசியமாகப் பார்த்துக்கொண்டிருந்தது... பூவி சற்றே நெளிய அதை மேலும் இரசித்தவளாக நீங்க உண்மையைச் சொல்லியே ஆகணும் என்றவாறு புன்னகைக்க பெருமூச்சு விட்ட பூவி 'அது வந்துங்க உலக அழகியா இருந்தாலும் சரி வேற யாரா இருந்தாலும் சரிங்க யோசிக்காம கீழ குனிஞ்சு ஜிப்பு பூட்டி இருக்கானு பாத்துடுவேங்க' என்றான். கேள்வியைக் கேட்டவள் வாய் சற்றே பிளந்திட, அதைக் கவனிக்காத பூவி கீழே குனிந்தவாறு வெட்கப்பட்டுக் கொண்டிருந்தான்.

ஊர் சிரித்துக்கொண்டிருந்தது.

நுண்கதை: 19

குழந்தைகள் தங்கள் பூந்தளிர் விரல்கள் உணரும் குளிர்ச்சியை உடல் முழுக்க அனுபவித்தவாறும் ஒருவர் மேல் ஒருவர் இடித்துக்கொண்டும், அவர்களின் வீட்டின் முன்னுள்ள கருமண் வீதியில் ஆலங்கட்டி மழையெனப் பொழியும் கெட்டிப்பட்ட வாயுச் சொட்டுக்களை கண்ணாடிக் குடுவையில் சேகரித்தவாறு குதூகலிக்கத் துவங்கினர். இடியும் மின்னலும் அதிகரிக்க அதிகரிக்க அவை இன்னும் அதிகமாகப் பொழிந்தன. சில குழந்தைகள் தங்கள் மீது சடசடக்கும் சொட்டுக்களின் வலி தாளாமல் திண்ணைக்கு ஓடிட, மற்றவர்கள் பெருஞ் சிரிப்பின் மூலம் அவர்களை ஏளனம் செய்தவாறு தங்கள் செயலைத் தொடர்ந்தனர். நம் பிரபஞ்சம் அவர்களை நோக்கி காற்றற்ற வெளியில் மிதந்தபடி நகரத் துவங்கியது.

நுண்கதை: 20

கனவில் முகமறியா யாரோ ஒருவன் முழுமையாக எடுத்துக் கொள்கிறான்.

என்மீது ஐயப்பட்டு ஐயப்பட்டு அவனது உடல் பெருத்து வீங்கியபடியே உள்ளது.

நாங்களோ ஒருவரைப் பார்த்து ஒருவர் எப்போதும் புன்னகைத்துக் கொள்கிறோம்:

காலம் ஓடிக்கொண்டே இருக்கிறது.

நுண்கதை: 21

அவளின் தூய பசிய நிற மேனியில் ஆங்காங்கே மஞ்சள் வண்ணமானது நீர்ச்சொட்டின் வடிவத்தில் கலந்திருக்க வனத்தின் தேவதை தகிக்கும் தீச்சுடர் என நின்றிருந்தாள். அவளின் குழந்தைகள் பூமி முழுக்க உயிரின்றிக் கட்டைகளாகவும் கரித்துண்டுகளாகவும் கிடப்பது கண்டு இறுதியில் தமது உயிரையும் துறக்க முடிவு செய்தவள் அருகில் இருந்த ஒரு பாறையில் தனது தலையை முட்டிக்கொள்ளத் துவங்கினாள். செம்மஞ்சள் கலவையாய் அவள் உதிரம் பூமியை நனைத்து ஒரு ஆறெனத் திரண்டோடி கடலில் கலந்தது. அதன் பிறகு, மானுட இனத்தில் ஒரு கரு கூடக் கூடவில்லை.

நுண்கதை: 22

அம்மாயி ஒரு கதை சொன்னாள் : "நான் திருமணமாகி வந்த போது இதோ இந்த வாசலின் தெற்கு எல்லையில் ஒரு கொடுக்காப்புளி மரம் இருந்தது. அதில் செவ்வெறும்பும் கருப்பெறும்பும் கட்டெறும்பும் பொன்வண்டும் ஓணானும் அணிலும் காக்கையும் குருவியும் காற்றும் பூவும் காயும் கனியும் மரத்தோடு பெருத்து வளர்ந்தது. இன்று என்றவாறே அவ்விடத்தை உற்றுப் பார்த்துக் கொண்டு 'கரண்ட் மரம்' இருக்கிறது. அது வெளிச்சத்தை மட்டுமே கொட்டுகிறது. அதிலிருந்து எதுவும் வளர்வதுமில்லை வாழ்வதுமில்லை" என்றாள். நான் மின்சாரத்தையும் அதன் பயன்களையும் விளக்கிக் கொண்டிருந்தேன். அவள் தன் குவித்த உதட்டருகே ஆட்காட்டி விரலையும் நடுவிரலையும் ஒன்றாக வைத்து அந்த விரலிடைப் பிளவில் 'ப்ளிச்' என்னும் சப்தம் மிக வெற்றிலையால் சிவந்த எச்சிலைத் துப்பினாள். அவள் கண்கள் எங்கோ இலயித்திருக்க நான் சொல்லிக்கொண்டே இருந்தேன். அவள் மறந்தும் ஒருமுறைக்கூட 'ம்' போடவில்லை.

நுண்கதை: 23

உண்மையில் விக்கிரமாதித்யனுக்குச் சலிப்பாக இருந்தது. இன்னும் இந்த வேதாளத்தை எத்தனை முறைதான் சென்று தூக்கிதூக்கி வருவதென்று? இருந்தாலும் இம்முறை முருங்கை மரத்தருகே செல்லும்போது மெலிதாகக் கேட்ட முனகல் சப்தம் அதை நெருக்க நெருங்க அதிகமாகக் கேட்டது. நடை ஓட்டமாக விரைந்த விக்ரமன் கிளை முறிந்திருக்க உச்சி மண்டையில் வழியும் உதிரத்தோடு வேதாளம் கால் பரப்பிக் கிடப்பதைக் கண்டான். பிறகு மிகத் துரிதமாக அவ்வூரில் உள்ள வைத்தியசாலையை அடைய வைத்தியர் கொடுத்த பச்சிலை நன்றாக வேலை செய்தது. பிறகு வேதாளம் ஓய்வெடுக்க வேண்டும் என வைத்தியர் சொல்லியமையால், ஆளுக்கு ஒரு மூலையில் அந்த அறையிலேயே படுத்துக்கொண்டனர். மறுநாள் விடியலில் சேவலின் குரலினூடே எழுந்த வேதாளம் தன் சிறகின் இறகுகள் எல்லாம் உதிர்ந்துக் கிடந்தது கண்டு அதிர்ச்சியில் உறைந்திருக்க, விக்ரமனோ 'அப்பாடா' என்ற ஆசுவாசப் பெருமூச்சுடன் அதனுடன் அந்த அறையைக் காலி செய்தான். அதன் பிறகான நாட்களில் விக்ரமன் பதிலளித்த உடன், வேதாளம் நடந்தே சென்றது மட்டும் அல்லாமல் முருங்கையைத் தவிர்த்து புளிய மரத்தைப் பற்றிக்

கொண்டது. பச்சிலையோ இறகு வளராமல் பார்த்துக்கொள்ள விக்ரமன் மீசைக்குள்ளாகச் சிரித்துக் கொண்டான்.

நுண்கதை: 24

பூனையின் குட்டி முதல் வரிசையிலும் முதலையின் குட்டி இரண்டாம் வரிசையிலும் கடவுளின் குட்டி மூன்றாம் வரிசையில் அமர்ந்து தேர்வு எழுதிக் கொண்டிருந்தன. தட்டான் கொட்டாவியை மென்று அடக்கியவாறு மேற்பார்வை பார்த்துக்கொண்டிருக்க, மூஞ்சூர் தன் வால் நுனியில் தேநீர்க் கோப்பையை ஏந்தி வந்தது. வாயெல்லாம் பல்லாக அதை அதை வாங்கி அருந்திய தட்டான் காதைக் குடைந்தபடி கால்களை நீட்டி அமர கடவுளின் குட்டி தன் தவளைக் கால்களால் முக்கியபடி எக்கி முதலைக் குட்டியின் வாலைப் பிறாண்ட முணுமுணுப்புடன் தட்டானை ஓரக்கண்ணால் பார்த்தவாறு தன் தேர்வுத் தாளை எடுத்துக் கொடுத்தது. அதனைத் தன் ஞான திருஷ்டியில் கண்ட கடவுளார், தன் மூன்றாம் கண்ணை எடுத்து சோப்பு நுரையால் நிரப்பிய கண்ணாடித் தம்ளரில் போட்டு ஊறவைத்துவிட்டுக் கழிவறையில் கிடந்த பழைய பிரஷை எடுத்துவந்து நன்றாகத் தேய்த்துக் கழுவியபடியிருந்தார்.

நுண்கதை: 25

"முதலில் அது அவன் விரல்களை ஒவ்வொன்றாக கொத்தித் தின்றது. இப்படியாகக் குற்றுயிரும் குலையுயிருமாக வேல்முனையில் சொருகி வைத்திருந்த உடலை அதுவில் துவங்கி அவைகள் முடித்து வைத்தன. வேலில் வடிந்திருந்த உதிரத் துளிகள் காய்ந்து வளையும் கோடென நீண்டிருக்க ஆங்காங்கே சொட்டுக்களாய்ச் சிதறியவை மண்ணைக் குடித்திருந்தன." அதற்கு மேல் கத்தரி பார்க்கச் சகியாமல் சிறு குமட்டலோடு ஓடி வந்துவிட்டான்.

நுண்கதை: 26

உலகின் தொன்மையான சிலையெனச் சொல்லப்பட்டதன் முன் திரு. பட்டாணி நின்றார். அதில் இடப்பக்கத் தொடையும் இடப்பக்க முகமும் செல்லரித்துப் போயிருக்க, வயிற்றுப் பகுதித் துருத்தியும் வாய்ப்பகுதி நீண்டும் கண்கள் குழிந்தும் இருந்தன. பார்த்துக்கொண்டே இருக்கையில் அச்சிலையின் கழுத்துப் பகுதியில் காட்டுக்கொடியானது பசு மரத்தில் படர்ந்தத்

தடமென ஒன்றைக் கண்டதும் சட்டென நிதானம் இழந்தார். உடல் வியர்த்துக் கொட்ட நடுங்கும் விரலால் அதைத் தொட்டுத் தடவினார். அவருக்கு நெஞ்சம் படபடக்கத் துவங்கப் பெரிதாய் மூச்சு விட்டவாறு கால்மடக்கி அமர்ந்தவர் தம் கழுத்தை அனிச்சையாய்த் தடவ துமியளவும் வேறுபாடின்றி அதே தடத்தை அவரது கைகள் உணரத் துவங்கின.

நுண்கதை: 27

பேருந்து அதன் இயல்பான ஒலியுன் ஊர்ந்திருக்க "ஆதி முதல் தங்களை ஆண்ட பரம்பரை எனப் பீற்றிக் கொண்டு ப்ளக்ஸ் பேனரில் வலிப்பு வந்தவனின் முகம்போல் உதட்டைக் கோணியவாறு உள்ள இவர்கள், அதே ஆதிமுதல் தாங்கள் குரங்கின் பரம்பரை எனச் சொல்லிக்கொண்டு பின்புறம் வாலோடு இருப்பதுபோல் எங்கேயும் இருப்பதில்லையே ஏன்? எனக் கேட்டாள் புளியோதரை." வாய்விட்டுச் சிரித்த விசும்பு "நல்லவேளை வாலோட நிப்பாட்டுன" என்றாள். இப்போது புளியோதரை வாய்விட்டுச் சிரித்தாள். அந்த உரையாடலை கேட்டுக்கொண்டிருந்த மாலை சூரியனும் மேகத்தோடு இணைந்து கண்ணீர்த்துளிச் சிதறச்சிதற சிரித்துக்கொண்டு இருந்தன.

நுண்கதை: 28

இயற்பியல் அறிஞர் டாக்டர் பாயாசம் அவர்கள் ஆக்ஸிசன் மட்டும் தனித்து எரிந்து போகுமாறு கண்டுபிடிப்பை நிகழ்த்தினார். அது குறித்த செய்திகளைப் பிரபல ஆய்வேடு, அவருடனான நேர்காணல் மூலம் வெளியிட்டு இருந்தது. இதைப் பார்த்த கேட்ட அறிவுஜீவி முதல் சாமான்யன்வரை என ஒவ்வொருவருக்கும் 'திக்' என்று இருந்தது. இது பற்றியெல்லாம் பெரிதாக அலட்டிக் கொள்ளாத டாக்டர் பாயாசம் ஆய்வின் வழிமுறைகளைத் தம் மூளைக்குள்ளேயே சேகரித்து வைத்துக்கொண்டார். ஆம் அவர் இதனை எவ்வித நவீன கணினியிலோ அல்லது மற்றையதிலோ பதிவு செய்துகொள்ள விரும்பவில்லை. வல்லரசுகளும் ஏனைய முதலாளிகளும் அவரின் கண்டுபிடிப்பைப் பெற்றுக்கொள்ள, போட்டியிட, அடுத்த நாளில் மூச்சுத் திணறல் காரணமாக டாக்டர் பாயாசம் இறந்த செய்தியை மக்கள் தெரிந்துக் கொண்டபோது, காற்று தனக்குள் புன்னகைத்துக் கொண்டது.

நுண்கதை: 29

தாவரவியல் பாடப் புத்தகத்தைப் பிரித்து வைத்து மெதுவாக அதில் நெற்றியை இடித்தவாறு படித்துக்கொண்டிருந்தபோது, 'மலர்' என்பது ஆனா அல்லது பெண்ணா என்ற வினாவை முன்வைத்தாள் மருதாணி. 'இரண்டும்தான்' எனக் கண்களைச் சிமிட்டினாள் மின்னல். அதெப்படி! என ஆச்சர்யப்பட்டவளின் காதருகே சென்று 'மொட்டு ஆண் குறி' யாகவும் 'மலர் பெண்குறி' யாகவுமே எப்போதும் எனை உணரச் செய்கிறது என்றாள் மின்னல். 'பாத்துடி' என மருதாணி வாய்விட்டுச் சிரிக்க அவள் தொடையில் கிள்ளி வைத்தாள் மின்னல். மருதாணியின் சிரிப்புச் சப்தம் அந்த அறையை நிறைத்து வழிந்தபடி இருந்தது.

நுண்கதை: 30

'இப்பிரபஞ்சத்தை தீப் பெட்டிக்குள் அடைபடும் பொன் வண்டென அடைத்து உனக்காய்த் தருவேன்' அன்பே என்றேன். பீச் காற்றில் அவளின் காதோரத்து சுருள் மயிர்கள் நீச்சல் பயில 'ங்கோத்தா மவனே பஸ்ட் போயி அந்தாண்ட ஒரு சுண்டல் பொட்ணம் வாங்கியா' என்றாள். விளையாடாதே அன்பே என்றேன். சட்டென எழுந்தவள் பின்பக்கம் அப்பிக் கிடந்த மண் துகள்களைத் தட்டியவாறு முறைத்துவிட்டு நகர, 'கொரோனா டைம்மு சேப்டி முக்கியம் இதெல்லாம் வேணாம் தங்கம்' என்று சொல்லிக்கொண்டிருக்கும்போதே, ஆட்டோவில் ஏறி அகன்றாள். இப்போது அதே பீச் காற்று என் கண்களில் மண்ணைத் தூவிச் சென்றது. என் விரல்கள் தீப்பெட்டியை உருட்டியபடி இருக்க நான் பிரபஞ்சத்தைப் பார்த்தபடி இருந்தேன்.

***

(பூங்குன்றன் இந்திய நிலத்தின் மாமன்னரைப் புகழ்ந்து ஒரு பா இயற்றியதோடு அதனை கூகிள் டிரான்ஸ்லேட்டர் துணையோடு பல்வேறு உலக மொழிகளில் பெயர்த்து, சமூக வலைத்தளங்களில் உலவவிட... அநேகமாக அடுத்த 'அகில இந்திய மானத்தின் பீடம் விருது' இவனுக்குத்தான் எனப் பிரபல 'வாய்க்கரிசி' இதழ் கருத்துக் கணிப்பில் கூறியுள்ளது.)

தோழிக்கு ஒரு பதில் கடிதம்

09.08.2018

இராமநாதபுரம்.

என் அன்பு மேழிக்கு,

இந்த உலகத்துல உணர்வுகளை வெளிப் படுத்துறதுலக் கூட எவ்வளவு இருக்கு பாருங்களேன். தனக்குப் பிடிச்ச பொண்ணுக்கிட்ட தன் காதலைக் கடிதமா எழுதி குடுக்குற அளவுக்கு ஒரு பையனுக்கு சுதந்திரம் இருக்கு. ஆனா ஒரு பொண்ணு தனக்கு ஒரு பையனப் பிடிச்சுருக்குனு சொல்லவும் அத வெளிப்படுத்தவும் ரொம்ப கஷ்டப்பட வேண்டித்தான் இருக்கு.

எனக்கு உங்கள ரொம்பப் பிடிக்கும். உங்கள கல்யாணம் பண்ணிக்கலாம்னு தோணுச்சு. இது 18 வயசுல வரக்கூடிய காதல் இல்லை. எனக்கு அப்போ யார் மேலயும் காதல் வரவும் இல்ல. எனக்கு வயசுல வராத உணர்வு இப்போதான் வந்திருக்கு. என் வீட்டுலக்கூட கிண்டல் பண்ணிட்டே இருப்பாங்க உனக்கு ஹார்மோன் சுரக்குதா இல்லையானு. நீங்க என்னைப் பார்த்து சிரிச்சதுதான் எனக்கு என்னவோ தோனக் காரணமா இருந்துருக்கும்னு நினைக்கிறேன்.

உங்களைப் பார்த்து... பார்த்து சும்மா பிடிச்சது... பேசுன அப்புறம் தான் எனக்கு ரொம்பப் பிடிச்சது... ஏன் தெரியுமா... நான் என்ன நினைக்கிறேன்... என்

முகம் எப்படி இருக்கும்னு கூட நீங்க சரியா சொல்றீங்க. என் மனசுல என்ன ஓடுனாலும் அத எதுவுமே மாறாம சொல்லுறீங்க... சில நேரத்துல அம்மாகூடச் சரியாச் சொல்லமாட்டேன்கறாங்க. ஆனா நீங்க சரியாச் சொல்லுறீங்க... நல்லாப் புரிஞ்சுகிட்ட ஒரு பையன யாருக்காவது புடிக்காம இருக்குமா...

பொதுவாவே நமக்குப் பிடிச்ச யாரா வேணாலும் இருக்கலாம்... அவங்க சாப்பிடலைனு சொல்லும் போது நம்மளால சாப்பிடவே முடியாது. நீங்க எப்படினு தெரியல... என்னால சாப்பிட முடியாது. அப்படியே சாப்பிட்டாலும் நெஞ்சுக்குள்ளயே நிக்கிற மாதிரி இருக்கும். அதும் நீங்க சாப்பிடலனு சொல்லும் போது எனக்கு அப்படித்தான் இருந்துச்சு. அது மட்டும் இல்லாம இத்தனை நாளா எப்படி சாப்பிட்டீங்கனு நீங்க கேட்டதும் நான் உடைஞ்சே போயிட்டேன் மேழி. தயவுசெய்து இனி யார்கிட்டயும் இப்படிக் கேட்காதீங்க. அன்னக்கி நான் எவளோ அழுதேனு எனக்குத்தான் தெரியும்.

நான் உங்கள நல்ல பாசமான பையன்னு நினைச்சது போலத்தான் இப்பவும் இருக்கீங்க (என்னைத் தவிர மத்தவங்கள்ட). என்கிட்ட பாசமாப் பேசுனா கல்யாணம் பண்ணிக்கோங்கனு சொல்லி அடம் பிடிப்பேனு நினைக்கிறீங்களோ என்னவோ... எனக்குத் தோணுச்சு சொன்னேன். அத ஏத்துக்கிறதும் வேணாம்னு சொல்றதும் உங்க உரிமை. அதுக்காக நீ கற்பனை பண்ணாத அது இதுனுலாம் சொல்லாதீங்க.

என் மனசுக்கு என்ன தோணுச்சோ அதப் பண்ணுனேன்... பண்ணுவேன்... அவ்வளவுதான். அதுவும் இனி என்னால முடியாது. எனக்கே தெரியுது. ஏதோ போல நீங்க கஷ்டபடுற மாதரி. கொஞ்ச நாள்... இனி எந்த மாப்ள வந்தாலும் பிடிச்சாலும் பிடிக்கலனாலும் நான் சரினு சொல்லிடுவேன். என் தொல்லை உங்க எல்லாருக்கும் கொஞ்ச நாள்தான். அப்புறம் எனக்கு யார்க்கிட்டையும் பேசக் கூட நேரம் இருக்காது. நிஜம்தான் மேழி. எனக்குத் தெரிஞ்சும் தெரியாமலும் நான் எதாவது பேசி உங்க உணர்வுகளைக் காயப்படுத்தி இருந்தா மன்னிச்சுடுங்க.

அன்புடன்,
பிரியா.

தோழிக்கான கடிதம்

18.08.2018
திருச்சிராப்பள்ளி.

இனிய தோழிக்கு,

வணக்கம். உங்க பகிர்வுகளைப் படிச்சேன். உங்களோட உணர்வுகளை ரொம்ப அருமையா பதிவு பண்ணிருந்தீங்க. என்கூட ஓரளவுக்கு நல்லாப் பழகுன நண்பர்கள் எல்லாரும் பொதுவாவே ஒரு கருத்து சொல்லுவாங்க. அதாவது, பாசமா ஒரு வார்த்தைக்கூட எனக்குப் பேசத் தெரியாதுனு. எல்லாரும் அப்படிச் சொல்லறதால அது உண்மையாதான இருக்க முடியும்;...

உங்களத்தவிர எல்லார்க்கிட்டயும் பாசமாத்தான் பேசறேன்னு சொன்னீங்கல்ல... அதை அப்படிச் சொல்லறதைவிட உங்கக்கிட்டப் போலவே எல்லார்க்கிட்டையும் பாசம் இல்லாமத்தான் நடந்துக்கிறேன் இல்ல எப்படிப் பாசம் காட்டுறதுனு தெரியாம நடந்துக்கிறேனு சொல்லுறது பொருத்தமா இருக்கும்.

நான் உங்களை, உங்களோட உணர்வுகளைக் காயப்படுத்தணும்னு எதுவும் பண்ணலை. ஒரு வேளை அப்படி ஏதும் நடந்துருந்தா மன்னிச்சிடுங்க. அப்படி நடக்கனும்னு நான் திட்டம் போட்டு எதுவும் பண்ணலை.

நான் உங்களைப் பாத்துச் சிரிச்சதால உங்களுக்கு அப்படித் தோனிருக்கலாம்னு சொன்னீங்க. அந்த வார்த்தைகளை வாசிச்சப்போ ஒரு விசயம் தெளிவாப் புரிஞ்சது. ‘நமக்கு ரொம்பரொம்பப் பிடிச்ச ஒருத்தர் நம்மளப் பாத்து ரொம்ப ரொம்ப இயல்பா சிரிச்சாக்கூட நம்ம மனசு அதைக் காதல்னு எடுத்துக்கும்னு’. இதை ஏன் சொல்லறேன்னா சில நேரங்கள்ல நீங்க புரிஞ்சுக்கிட்டது போலவே நானும் புரிஞ்சுட்டு இருந்திருக்கேன்.

‘இந்த உலகத்துல அன்பு செலுத்துறது ஒன்னும் கொலைக் குற்றம் இல்லை. அதேபோல அன்பு செலுத்தப்படுறதா நினைச்சுக்கிறதும் கொலைக் குற்றம் இல்லை’.

நான் பல நேரங்கள்ல சாப்டேன்னு சொல்லாமப் போனதுல உங்களுக்கு இவ்வளவு பிரச்சனை இருக்கும்னு எனக்குத்

தெரியலை. மறுபடியும் மன்னிச்சுருங்க. இனி இதுபோல நடக்காமப் பாத்துக்கறேன்.

அம்மாவவிட அதிகமா நான் உங்களைப் புரிஞ்கிட்டு இருக்கேன்னு சொல்லிருக்கீங்க. இதை எம்மேல நீங்க வச்சிருக்குற அதீத அன்போட வெளிப்பாடாத்தான் பாக்குறேன். ஏன்னா 'ஒரு அம்மாவவிட தம்புள்ளையை வேற யாராலையும் நல்லபடியா... அதிகம் புரிஞ்சுக்க முடியாதுன்றது என்னோட தரப்பு'.

உங்களோட உணர்வுகளைக் கடிதம்வழி நீங்கப் பகிர்ந்துக் கிட்டப்போ அரைப் பக்கம் வாசிச்சதும் தூங்கிட்டதாகச் சொல்லி இருந்தேன். பொய்தான். எல்லாம் வாசித்தேன்.

நீங்க உங்களோட உணர்வுகளை என்கிட்ட பகிர்ந்துகிட்டதுக்கு ரொம்ப நன்றி; இதுல தப்பும் இல்லை; நான் தப்பா நினைக்கப் போறதும் இல்லை. அதே நேரத்துல நான் இன்னொன்னையும் உங்கக்கிட்டப் பகிர்ந்துக்கணும்.

உங்கக்கிட்ட முன்னமே பகிர்ந்துகிட்டேனா இல்லையானு எனக்குத் தெரியலை. ரொம்பச் சின்னதா பகிர்ந்துகிட்ட நினைவுதான் இருக்கு. எனக்கு ஒரு பொண்ணைப் பிடிச்சுருக்குனு...

நீங்க உங்களுக்குப் பிடிச்ச ஒருத்தர்க்கு எப்படி ஒரு கடிதம் எழுதுனீங்களோ அதேபோல நானும் அவளுக்கு ஒரு கடிதம் எழுதுனேன். என்ன ஒரே வித்யாசம்னா நீங்க எழுதுன கடிதத்தை குடுத்துட்டீங்க. ஆனா நான் இன்னும் குடுக்கலை.

மறுபடியும் சொல்லுறேன் உங்கமேல எனக்கு எந்த வருத்தமும் இல்லை. நீங்க பகிர்ந்துட்ட வரைக்கும் மகிழ்ச்சி. எப்போதும் நாம நல்ல நண்பர்களா இருப்போம்.

உங்களால கேட்க முடியாத பல கேள்விகளுக்கும் நீங்க கேட்க நினைச்சு மறந்து போன சில கேள்விகளுக்கும் அவளுக்காக நான் எழுதுன கடிதத்துல பதில் இருக்கலாம். நீங்க அந்தக் கடிதத்தை வாசிங்க. வாசிச்சீங்கனா எம்மனசுல எப்படிப்பட்ட ஒரு அன்பு இல்லை காதல் இருக்குனு புரிஞ்சுப்பீங்க...

தோழமையுடன்,
மேழியன்.

அவளுக்கான கடிதம்

28.07.2018

திருச்சிராப்பள்ளி.

அன்புடன் உனக்கு,

நிச்சயமா இது ஒரு காதல் கடிதம்தான். அதனால... ஒருவேளை... நீ யாரையாவது விரும்பிட்டு இருந்தன்னா தயவுசெஞ்சு இதைக் கிழிச்சுப் போட்டுட்டு போயிரு.

நீ இதைக் கிழிச்சுப் போட்டுட்டுப் போயிட மாட்ட அப்படீங்கற நம்பிக்கையிலதான் தொடர்ந்து எழுதுறேன். நம்பிக்கைதானே வாழ்க்கை.

கொஞ்சம் இல்லையில்லை முடிஞ்ச அளவுக்கு என்னோட எண்ணங்களைப் பகிர்ந்துக்கத்தான் இதை எழுதுறேன். ஓரளவுக்கு என்னை உனக்குத் தெரியும்னு நம்பறேன். அதாவது மத்தவங்களுக்கு எந்த அளவுக்குத் தெரியுமோ அந்த அளவுக்கு அதுக்கு மேல இந்தக் கடிதத்துல என்னால முடிஞ்ச அளவுக்குப் பகிர்ந்துக்கறேன்.

இந்தக் கடிதம் அ-ல தொடங்கி ஃ-வரைக்கும் ஒரு முழுமையான... கோர்வையா இருக்குமானு எனக்குத் தெரியலை. உணர்வு எழுச்சியில எழுதறபோது இதெல்லாம் பாத்துட்டு இருக்க முடியாதுல.

உன்னை எப்போ முதல் முறையாப் பாத்தேன்னு நினைவு இல்லை. ஆனா எப்படியும் ஒரு வருசமாவது இருக்கும். உண்மையைச் சொல்லணும்னா உன்னைப்பாக்கத் தொடங்குன முதல் இரண்டு மாசத்துக்கு எனக்கு எதுமே தோனலை. அதுக்குப் பிறகு... ரொம்பபிடிச்சுடுச்சு.

பொதுவாவே எனக்கு அதிகமாப் பேசிப் பழக்கம் இல்லை. இன்னும் தெளிவாச் சொல்லணும்னா எனக்கு 'கொஞ்சம் கூடப் பேசத் தெரியாது' ஆனா கொஞ்சமா 'ரொம்பக் கொஞ்சமா எழுத வரும்'. அதனாலதான் கடிதமா எழுதிட்டேன்.

உன்னைப் பாக்குறபோதுலாம் நெருங்கி வந்து 'கட்டிக்கிறியானு' கேட்க நாக்கு கெடந்து துடியாத் துடிக்கும். ரொம்பவே... கஷ்டப்பட்டு... அடக்கிட்டுப் போயிடுவேன். 'இந்தப் பூமியில எப்படியும் ஏதோ ஒரு நாய கட்டிட்டு அவதிப்படத்தான போற

அதுக்கு இந்த மேழி நாய கட்டிட்டு அவதிப்படுனு' சொல்லிப் பேசலாம்னு நினைச்சேன். நமக்குத்தான் பேச வராதே. பிள்ளையார் பிடிக்கப்போயி குரங்காயிட்டா என்ன பண்றதுனு முயற்சியே பண்ணலை.

ரொம்பத் தீர்க்கமா யோசனைப் பண்ணித்தான் இந்தக் கடிதம் எழுதுறேன். ஏன்னா இப்பவே வயசு முப்பது நடந்துட்டு இருக்கு. இந்த வயசு கடந்ததுக்குப் பிறகு திருமணம் பண்ணிக்கிறதும்... உன் பின்னால ஓடிவந்து லவ் யூ சொல்லறதும்... சரியா வருமானு தெரியலை.

ஒவ்வொரு மனுசனுக்கும் ஒவ்வொரு உசுருக்கும் தன்னோட இணை எப்படி இருக்கணும்னு ஒரு கனவு இருக்கும். 'என்னோட கனவுக்கு ஏத்தவளா நீ இருக்க'. காரணம் கேட்காத நம்மள அறியாமலே சில விசயங்கள் நமக்குள்ள வந்துடும். அதுபோலத்தான் நீயும்.

என்னோட கெட்ட நேரமா என்னன்னு தெரியலை. கொஞ்ச நாள் முன்னால உன்னைப் பாக்காமப் போயிட்டேன். பாத்திருந்தா திருமணம் சார்ந்து வீட்டுல நடந்த பெரிய பிரச்சனையைத் தவிர்த்து இருக்கலாம்.

எனக்கு எழுத்துனா ரொம்பப் பிடிக்கும். அதாவது இந்த உலகத்துல உள்ள உயிர்களுக்கு நம்மால முடிஞ்ச அளவுக்கு எதுனா பண்ணணும்னு வெறி. அது இலக்கியத்தாலதான் சாத்தியப்படும்னு நம்பறேன். அதனால நான் பாத்துட்டு இருக்குற அரசாங்க வேலைய விட்டுட்டு இலக்கியம் சார்ந்து இயங்க ஆரம்பிச்சுடுவேன். இதை நான் உடனே செய்வேன்னு சொல்ல வரலை. ஆனா நிச்சயமா ஏதோ ஒரு தருணத்துல செய்வேன். இந்த முடிவுக்கு வீட்ல யாரும் ஒப்புக்கலை. அதனால திருமணம் வேண்டாம்னு சொல்லிட்டேன்.

எனக்கு நல்லா ஞாபகம் இருக்கு. பிப்ரவரி பதினான்கு அப்போ உனக்காக ஒரு கவிதை எழுதுனேன். அது ஏதோ கவிதைக்காக எழுதுன வார்த்தைகள் இல்லை. ரொம்ப ஆத்மார்த்தமா எழுதுனது. புரிஞ்சுப்பனு நம்பறேன். இதோ இந்தக் கவிதை இருக்கு. வாசிச்சுப் பாரு.

பித்தனரும் பூங்குன்றன் விளாதிமிரும்

வேறென்...ன வேணும்...

ஒத்த சடை
கொஞ்சமாப் பூ
நெத்தியில சின்னதா
ஒரு பொட்டு
பழசா இருந்தாலும் தாவணி
கண்ணோரத்துச் சிரிப்பு
வேறென்...ன வேணும்...

குடிசை வீடு
கூட்டுக் குடும்பம்
சாணி தரை
கூழே போதும்
மம்முட்டி
நாலு கோழி ரெண்டு ஆடு
அம்மாப்பா வாழ்ந்த வாழ்க்கை
வேறென்...ன வேணும்...

தென்னந் தோப்பு
தெக்கால வய
வண்டிப் பாதை
வாய்க்காக் கரை
தீரப்பாத்தி
கிச்சுக்கிச்சுப் பார்வை
சிறுக்கி நீ
கிறுக்கா நான்
வேறென்...ன வேணும்...

மலங்காடு
மஞ்சு மூடம்
சிலுசிலு காத்து
செறகடிக்கிற சாரல்
கை பக்கத்துல வானம்
கண்ணுக்குள்ள நீ
ஒத்தயில நாம
காடு கல்லு மாஞ்செடி ஒறவு
வேறென்...ன வேணும்...

மஞ்சக்கயிறு
மண்சட்டி
பழைய சோறு
சின்ன வெங்காயம்
ஊட்ட உன் வெரலு
தலைசாய்க்க உம்மடி
வேறென்...ன வேணும்...

இங்கு -
காதலால் ஆனது உலகம்
ஆகையால்-
காதலியுங்கள் காதலிக்கப்படுவீர்கள்...

இந்தக் கவிதையை வாசிச்சு முடிச்சதும் உனக்கே தெரிஞ்சுருக்கும்... என்னோட எதிர்ப்பார்ப்புகள் ரொம்ப எளிமையானதுனு... போதும்...

நான் ஒன்னும் எங்கையைப் புடிச்சுட்டு ஊர்ஊராச் சுத்தலாம் 'வா'ன்னு சொல்லலை. 'உன்னைப் பிடுச்சுருக்கு. உனக்கும் பிடிச்சிருந்தாச் சொல்லு. வீட்டுல நான் பேசுறேன். உன் வீட்டுலயும் சரி என் வீட்டுலயும் சரி சம்மதம் வாங்குறது என்னோட பொறுப்பு'.

உன்னோட நிலைப்பாடு என்னன்னே தெரியாம ஆர்வத்துல நான் எதுனாப் பண்ணப்போயி உன்னோட மனசு காயப்பட்டுப் போயிட்டா... எனக்கு ரொம்பவே வேதனையா இருக்கும். அதனால 'உன் முடிவு எனக்கு ரொம்ப முக்கியம்'.

பொதுவா காதல்னா அழகு... நிறம்... பாத்து வருதுனும் ஒரு புரிதல் இருக்கு. எனக்கு அதுல சம்மதம் இல்லை. அதாவது... அழகு. அழகு சார்ந்து நாம ரொம்ப எளிமையாப் புரிஞ்சுக்க நம்மளச் சுத்தி வெளியில பாத்தோம்னா 'தொந்தியும் தொப்பையும் கட்டையும் சொட்டையும் கூனும் நரையுமாத் தெரியக்கூடிய அம்மாக்களும் அப்பாக்களும் மாமாக்களும் அத்தைகளும் சித்திகளும் சித்தப்பாக்களும் ஒரு இருபது இருபத்தஞ்சு வருசத்துக்கு முன்னால நம்மளப்போலத்தான் இளமையா இருந்திருப்பாங்க... எல்லாம் மாறிடும்... 'எப்போதும் கூட வரப்போறது ஒன்னே ஒன்னுதான். அது அன்பாத்தான் இருக்க முடியும்'... அதனால...

நிறம். பொதுவா சிவப்புதான் அழகுன்றது பொதுப்புத்தி. அது ஒரு மயக்கம். கொஞ்சம் நிதானமாப் பாத்தோம்னா நம்மளச் சுத்தி உள்ளவங்கள்ல தொன்னூறு சதவீதம் பேர் சிவப்பாதான் இருப்பாங்க. அதுக்காக... 'நிறம் மட்டுமே காரணம் இல்லை காதலுக்கு. அது காரணமாவும் இருக்க முடியாது'... (உண்மையைச் சொன்னா எனக்குக் கருப்புதான் ரொம்பப் புடிக்கும்).

திருமணம் அதுலயும் காதல் திருமணம்னு சொன்னாலே இந்தப் பாழாப்போன சாதி ஈ-னு பல்ல இளிச்சுட்டு முன்னால வந்து நிக்கும். கவலைப்படாத அந்த 'ஈ-ய ஓட்டிடலாம்'.

சாதின்றது இரண்டாயிரம் வருசமாவே ஒருவேளை அதிகமாக்கூட இருக்கலாம் இந்த மனசனுங்க மனசுல வேரோடிப்போயி ஆதிக்கம் பண்ணிட்டு இருக்கு. உதாரணத்துக்கு 'மதம் மாறிட்டாங்கனு கேள்விப்பட்டு இருப்போம். ஆனா எங்கயாவது சாதி, மாறிட்டாங்கனு கேள்விப்பட்டு இருக்கமா? அவ்வளவு கடுமையா மக்கள் மனசுல அது பதிஞ்சுபோயி கிடக்குது'. அதனால... கொஞ்சம் கொஞ்சமாப் பேசி சரி பண்ணலாம். 'தீர்க்க முடியாத பிரச்சனைனு உலகத்துல ஒன்னும் இல்லை'.

'உன்னையும் சரி என்னையும் சரி பெரியவங்க ரொம்பவே பாடுப்பட்டு வளத்துப் படிக்கவைச்சு ஆளாக்கி இருக்காங்க. அதனால அவங்களோட உணர்வுகளுக்கு மரியாதை குடுக்கணும். அவங்களோட சம்மதத்துல திருமணம் பண்ணிக்கிறதுலதான் எனக்கு உடன்பாடு'.

நம்மளோட சமூக அமைப்புல ஒரு பொண்ணு திருமணம் முடிஞ்சதும் பையனோட வீட்டுக்குப் போயிடணும். அதுனால பையனப் பெத்தவங்களவிட பொண்ணப் பெத்தவங்க நிலைமை கொஞ்ச அதிகக் கடினம். இவ்வளவு நாளாப் பாத்துப்பாத்து வளத்தப் பொண்ணைக் கட்டிக்குடுத்து அனுப்புனாவே அவங்களுக்கு மனசு தாங்காது. அதுலயும் காதல்னு சொல்லி அவங்க உணர்வுகளைக் காயப்படுத்தி... திருமணம் பண்ணிட்டு... நினைச்சுப் பாக்கவே வேதனையா இருக்கு.

நீ திருமணத்துக்கு ஒப்புக்கிட்டாலும்கூட... நான் உன்னைப் பெத்தவங்கள்ட்ட இன்னும் கொஞ்சம் காலத்துல இந்த வேலையை விட்டுட்டு வந்துடுவேன்னு சொல்லிடுவேன். ஏன்னா

நாளைக்கி 'எம்பொண்ணோட வாழ்க்கை உன்னால தான் கெட்டுப்போயிடுச்சு'னு பழிச்சொல் வரக்கூடாது. நான் ஒரு பொண்ணுக்கு தகப்பனா இருந்தாலும் இதைத்தான் சொல்லுவேன்.

'ஒவ்வொரு பெத்தவங்களுக்கும் தம்பொண்ணை மகாராணியா வச்சுக் காப்பாத்த அரசாங்க வேலை பாக்குற தேவகுமாரன் தேவைப்படுறான்'. பாவம் அவங்களோட மனநிலை அது. அதை ஏன் குத்தம் சொல்லணும்?

என்னைப் பொருத்தவரைக்கும் 'என் வேலையை நம்பி பொண்ணுதரத் தேவையில்லை. என்னை நம்புனாப் போதும்'. நான் என்ன சாப்பிடுறேனோ அது நிச்சயமா உனக்கும் உண்டு. இந்த உலகத்துல எல்லாரும் அரசாங்க வேலையே பாத்துடலை. அந்த வேலையே இல்லாத எத்தனையோ நல்ல மனுசங்க நிம்மதியா சுயமரியாதையோட வாழ்ந்துட்டுத்தான் இருக்காங்க. உதாரணத்துக்கு நம்ம பெத்தவங்களையே எடுத்துக்கலாமே... 'நிரந்தரமான வருமானம் மட்டுமே வாழ்க்கை இல்லை. அதையும் தாண்டி எவ்வளவோ இருக்கு'...

குடும்பம் பத்திச் சொல்லணும்னா ரொம்பச் சாதாரணமான ரொம்ப எளிமையான நடுத்தர வர்க்கம். வீட்டுல அம்மா, அப்பா, தம்பி, பிரபா, நிலா, நிலாவோட குட்டிங்க, நாய்க்குட்டி அப்புறம் புத்தகங்கள்... வேற என்ன சொல்லுறது...

நான் ரொம்பக் கிறுக்கு... அதான் பாத்தாலே தெரியுதுனு சொல்லுறியா. ரொம்பவே கோவம்வரும்... ரொம்பவே பாசமாகவும் இருப்பேன்... 'எளிமையாச் சொல்லணும்னா எல்லாமே அதிகம் அதாவது நல்லதும் சரி கெட்டதும் சரி'...

இப்போ வரைக்கும் ஒரு கேஸ் அடுப்புக்கூட பத்தவைக்கத் தெரியாது. சத்தியமான உண்மை. அவளோ செல்லம். பழகிக்கணும்.

'ரொம்ப முக்கியமான விசயம் உன்கிட்ட சொல்ல வேண்டியது கூட்டுக் குடும்பமா வாழணும்னு எனக்கு ரொம்ப ஆசை'. உன்னோட அப்பாம்மாவும் கூட சேந்து வாழணும்னு நீ ஆசைப்பட்டாலும் எனக்கு உடன்பாடுதான். தாராளமாச் சேர்ந்து வாழலாம்...

'நீ திருமணத்துக்குப் பிறகு வேலைக்குப் போகலாம்னு நினைச்சுட்டு இருக்கியானு எனக்குத் தெரியலை. அப்படி

பித்தனாரும் பூங்குன்றன் விளாதிமிரும்

ஒரு எண்ணம் இருந்தா தாராளமாப் போ. உன்னைப் பெத்து வளத்தவங்களுக்கு நீ எவ்வளவு உரிமையானவளோ அதே அளவுக்கு உன்னோட வருமானமும் உரியது. நீ சம்பாதிக்கிறதத் தாராளமா அவங்களுக்குத் தரலாம். இதை நான் ஏதோ வறட்டு வீம்புக்கு எழுதலை. அதுக்கு நான் பொறுப்பு".

'நீ என்னோட வீட்டுக்கு மருமகளா வராத. மகளா வா. உன் வீட்டுல உன் அம்மாக்கூட எப்படி இருப்பியோ அப்படி இங்கயும் இரு. இதுக்குப் பொருள் சண்டை போடாத அதப் பண்ணாத இதப் பண்ணாதனு இல்லை. எதப் பண்ணுனாலும் அதை சரி பண்ணிடு. அதாவது உன் அம்மாவ எப்படிச் சரி பண்ணுவியோ அப்படி... அவ்ளோதான்'.

நாம வாழறது ஒன்னும் சிறைச்சாலை இல்லை. சட்டதிட்டங்களை வகுத்திட்டு வாழறதுக்கு. அதனால இயல்பா வாழலாம். வரக்கூடிய போராட்டங்களுக்கு ஏத்தாப்போல நாம நம்மல தகவமைச்சுக்கலாம்.

நான் உன்கிட்ட இருந்து சுதந்திரம் இல்லை உரிமைனு வச்சுக்கோயேன் என்ன என்ன எதிர்ப்பாக்குறேனோ அதெல்லாம் உனக்கும் குடுத்துடுவேன். அதேபோல நீ என்கிட்ட இருந்து என்னென்ன எதிர்பாக்குறியோ அதெல்லாம் எனக்கும் குடுத்துடு.

நாம இந்த உலகத்துல நிறைய தவறுகள் செஞ்சு இருப்போம். இன்னும் தெளிவாச் சொல்லணும்னா சரினு நினைச்சுட்டு தவறுகளையே ரொம்ப ரொம்ப நேர்த்தியா... சரியாப் பண்ணிட்டு இருப்போம். அப்படிப்பட்ட தவறுகளை ஒருத்தர் இன்னொருத்தர்ட்ட சுட்டிக்காட்டுறப்போ நிச்சயம் திருத்திப்போம்.

என்னையும் மீறி எதுனா தவறுகள் நடத்துச்சுனா நான் மாறிடுவேன்னு என்னை நம்பு.

இல்லைனா என்னை மாத்திடுவேன்னு உன்னை நம்பு.

அனுசரிச்சுப் போலாம். விட்டுக் குடுத்துப் போகலாம். எப்போதும் எந்த சூழல்லையும் உன்னோட உணர்வுகளுக்கு மதிப்புக் குடுப்பேன். நம்பு.

இதோ உனக்காக ரொம்ப சமீபத்துல எழுதுன ஒரு கவிதையோட இந்தக் கடிதத்தை முடிக்கிறேன்.

நீயும் நானும்

உனைத் தேர்ந்தது நானா?
தெரியாது...
உனை ஏன் பிடித்தது?
தெரியாது...
எதற்காக நீதான் வேண்டும்?
எதற்கும்...
நீ என்பது எது?
எல்லாம்...

நீ யாராக வேண்டும்?
ஒரு
குழந்தையாக.
ஒரு
அம்மாவாக.
ஒரு
தோழியாக.
ஒரு
நானாக...

நீ வேண்டுவது சுயநலமா?
ஆம்.
உண்மைதான்
நீ
இருந்தால்
ஒரு
விடுதலை
கிடைக்கும்.
என்
மிருகம்
சாகும்.
எனக்கான
வெளிச்சம்
நீளும்.
நான் நானாவேன்...

நீ எப்படி வேண்டும்?
நீ நீயாக வா

நான் நீயாவேன்.
நாம் திரியாவோம்.
நாம் நெருப்பாவோம்.
நாம் நமதாவோம்...

நிச்சயம்
நீ வேண்டும்.
நீதான் வேண்டும்.
நீ மட்டும்தான் வேண்டும்...

கடைசியா... 'நீ இந்தக் கடிதத்தை யார்க்கிட்ட வேணும்னாலும் காட்டலாம். பெத்தவங்களா இருந்தாலும் சரி மத்தவங்களா இருந்தாலும் சரி... கருத்துக் கேளு. ஆனா முடிவு நீ எடு... ஏன்னா இது உன்னோட வாழ்க்கை. வாழப்போறது நீ'.

உன்னோட பதிலுக்காக... ஒவ்வொரு கணமும்... ரொம்ப நம்பிக்கையோட...

காத்திருப்புடன்
காதலுடன்
மேழியன்.

பின்குறிப்பு:

1. நான் இதுக்கு முன்னாடிக்கூட ஒரு கடிதம் எழுதி இருக்கேன். ஆனா... இந்த அளவுக்கு... இருக்குமானு தெரியலை. நீ தெரிஞ்சுக்கணும்னு சொல்லறேன்.
2. அன்புள்ள 'உனக்குனு' தொடங்காம... உனக்குன்ற இடத்துல உன்னோட பேரை எழுதணும்தான் எனக்கும் ஆசை. ஆனா... நீ ஏதும்... பயம்.
3. உனக்கும் எனக்கும் வயசுல வித்யாசம் ஆறு வருசத்துக்கு மேல இருந்தா நானே உன்னை வேண்டாம்னு சொல்லிடுவேன்.
4. இப்பக்கூட வீட்ல பெரியவங்கள்ட்ட சொல்லி பொண்ணுக் கேட்கச் சொல்லிடுவேன். அவங்களும் 'உனக்காக அவங்க வீட்ல பொண்ணுக் கேக்குறோம் தம்பி. ஒருவேளை தரலனு சொல்லிட்டா நாங்க பாக்கிறப் பொண்ணைக் கல்யாணம் பண்ணிக்கனும்னு சொல்வாங்க. அப்படி ஒரு சூழல் உருவாகும். அது சரியா வருமான்னு தெரியலை...
5. இன்னும் இரண்டு வருசத்துல தம்பிக்கி திருமணம் பண்ணி ஆகனும். அப்படி ஒரு சூழல்ல 'நீ திருமணம் பண்ணிட்டாத்தான் நான் பண்ணிப்பேனு' சொல்லுறான்னு

வச்சுப்போம். அப்போ... நான் என்ன முடிவு பண்ணப்போறேனு தெரியலை. நீ 'சரி' சொல்லிட்டா இதெல்லாம் யோசிக்கவே இடமில்லை'.

6. வரதட்சணைப் பத்தி ஏதும் பேசலை. புள்ளத் தெளிவா அதாவது நான் தெளிவா இருக்கேன்னு நினைச்சுக்காத. உன் அம்மாப்பா உன்னைக் குடுத்தாலேப் போதும். உன்னையும் மீறி எதுனா குடுக்கணும்னா... கொஞ்சம் அன்பையும் ஆசிர்வாதத்தையும் தரச்சொல்லு. போதும்.

7. ஒருவேளை 'நீ என்னை மணம் பண்ணிட்ட பின்னால... ஏதோ ஒரு சூழல்ல... நான் இறந்து போயிட்டா... ம்ம்ம்... இறந்துட்டா... நீ உன் மனசுக்குப் பிடிச்சாபோல வாழலாம். உன் மனசுக்கு சரினு படுறதச் செய்யலாம். அதுல எனக்கு நூறு சதவீதம் உடன்பாடு'.

8. உனக்குப் பிடிக்கலையா... பிடிக்கலைனு தாராளமாச் சொல்லிடு. நான் காரணம் கேட்க மாட்டேன். ஏன்னா அது உன் உரிமை. உன்னோட உரிமைக்கும் உணர்வுக்கும் நான் எப்போதும் மரியாதை குடுக்க விரும்புறேன்.

   ஒருவேளை... நான் சொல்ல விட்டுப்போனது எதாவது இருக்கலாம். அதை நீ சொல்லு. பேசலாம்.

இந்தக் கதைத் தலைப்போடு தொடர்பு இல்லாத... கதையின் முடிவோடு தொடர்புள்ள... இரண்டாவது பின்குறிப்பு

1. இந்தக் கடிதம் எழுதுன என் நண்பன் மேழி இப்போ உயிரோட இல்லை. விபத்துல அவனும் அவனோட உலாவும் இல்லாமப் போயிட்டாங்க. உலாங்கறது அந்த பொண்ணுக்கு நிகரா அவனால நேசிக்கப்பட்ட அவனோட இரு சக்கர வாகனம்.

2. விபத்து நடந்த மறுநாள் அரசு மருத்துவமனையில பிரேதப் பரிசோதனை முடிஞ்சு ரத்தக்கறை படிஞ்ச துணி மூட்டையா அவனை வாங்குனப்போ ஏதோ ஒரு வழியில செய்தி கேள்விப்பட்டு அந்தப் பொண்ணும் வந்து இருந்தா... (இதுல இருந்து அந்த பொண்ணுட்ட அந்தக் கடிதத்தை அவன் குடுத்துட்டான்னு நாம நம்பலாம்).

3. ஒருவேளை அந்தப் பொண்ணு சரி சொல்லிட்டா திருமணத்துக்கு முன்னாடி தனக்குச் சில மருத்துவப் பரிசோதனை பண்ணிக்கணும்னு சொன்னான்... ஆனா இப்போ...

4. அந்தப் பொண்ணு... அழுது அழுது கண்ணு செவந்து... முகம் வீங்கி... நாலு முறைக்கி மேல மயக்கம் போட்டு விழுந்து... மன்னிக்கணும்... அதுக்குமேல அந்தச் சூழல் பத்தி என்னால விவரிக்க முடியலை.

அஞ்சு வருசம் கழிச்சு... யதேச்சையா... இப்போ சமீபத்துல... அந்தப்பொண்ணப் பாக்குற சூழல் வந்துச்சு. நம்ம ஊர்ல... நம்ம நாட்டுல... நம்ம உலகத்துல நடக்குறப்படி... அவளோட அம்மாப்பா உணர்வுகளுக்கு மரியாதைக் குடுத்து திருமணம் பண்ணிக்கிட்டாப்போல. இப்போ இரண்டு குழந்தைகளுக்கு அம்மாவா இருக்கா. 'பார்வைக்கு நம்ம ஊர்ல உள்ள எல்லா குடும்பத்தலைவி போல அவளும் சந்தோசமா இருக்காப்போலத்தான் தெரியுது. பாவம் அந்தப் பொண்ணு என்ன பண்ணுவா... எனக்கு ஒருத்தன் கடிதம் குடுத்தான். திரும்பி வராமலே போயிட்டான்னு அவளால யார்க்கிட்ட சொல்ல முடியும்?...

கதைத் தலைப்போடு தொடர்பு இல்லாத... கதையின் முடிவோடு தொடர்புள்ள... இரண்டாவது பின்குறிப்போடு இக்கதை முற்றிற்று.

– நடுகல் கொரோனா கால இதழ் எண் 9, அக்டோபர் 2020

பித்தனாரும் பூங்குன்றன் விளாதிமிரும்

பாகம் 1

பித்தனார் தான் கதைகளென விரித்து எழுத வைத்திருந்த குறிப்புகளைத் திருடிய அவரின் நண்பர், அதனைத் தன் வீட்டுப் பரணில் எறிந்துவிட்டு தனக்குள் அவ்வப்போது இரகசியமாய்ச் சிரித்துக்கொண்டார். ஏறக்குறைய அறுபது ஆண்டுகளின் பின்னர், பரணில் ஏறிய பாம்பின்கண் நண்பரவரின் பேரனான பூங்குன்றன் விளாதிமிரின் கைகளில் கிடைத்தன, இந்தக் குறிப்புகள். அதனை வரிசைப்படி எண்களிட்டு முப்பத்தெட்டு முதல் நாற்பத்தைந்து வரையிலான பக்கங்களில் உள்ள கதைகளைத் தனது சொந்தக் கதைகளென வெளியிடுகிறான் பூங்குன்றன்.

நுண்கதை: 1

அவன் தியரி வெற்றி அடைய வேண்டுமென்றால் இந்தச் சோதனை நூறு சதவீதம் வெற்றி அடைய வேண்டும் என்று விரும்பியதால் பச்சோந்தி, குரங்கு, நாய், பூனை, மனிதன் எனத் தூரத்தில் நிறுத்தி தரண் சிவா தன் பார்வையைக் குரங்கின் மீது உன்னிப்பாக்கினான்... குரங்கு திரும்பியது... பிறகு ஒவ்வொன்றாகச் சோதித்தான்... அவன் பார்வை எதன் மீது பட்டதோ அது மட்டும் திரும்பியது... பிறகு மனிதரில் பத்து நபர்களை நிறுத்தி அவர்களின் பின்னால் தூரத்தில் எனப் பல்வேறு கோணங்களில் நின்று பார்வையைக் குவித்தான்... மிகச் சரியாக

அவர்கள் திரும்பினர்... காரணம் தங்கள் முதுகில் ஏதோ குறுகுறுப்பை உணர்ந்ததாகத் தெரிவித்தனர். சாலையில் பெருங்கூட்டத்தின் மத்தியில் என இதனைச் செயல்படுத்தியவன் ‘காற்றின் மூலக்கூறுகளோடு உறவாடும் ஆற்றல் கண்களுக்கு உள்ளது என்று’ கண்டறிந்தான். பிறகு இந்த ஆராய்ச்சிக் கட்டுரையை எழுதத் துவங்கினான்.

நுண்கதை: 2

நிர்வாணமாய்க் கிடக்கும் கல்மீது ஏறிச் செல்லும் சிற்றெறும்பு அதில் படிந்துள்ள காற்றில் கால் புதைய நடக்கிறது... அதன் பாதச் சுவடுகளை அற்புத ஓவியமென ஏந்திக்கொள்கிறது காற்று... இருளையும் ஒளியையும் நீரையும் நெருப்பையும் கடந்து தன் இடம் அடைகிறது. தன் சேகரிப்பில் வைத்து அழகு பார்க்கிறது... பிறகு தன் பயணத்தைத் துவங்கிய காற்று கடல் நடுவே சென்று பெருமீனின் வயிற்றுள் தன் சமாதியைத் தேடிக்கொள்கிறது...

நுண்கதை: 3

மருமகனே புஜ்ஜி இந்த உலகம் மிக அற்புதமானது... மானுட உடலில் உன் உயிர் தரித்ததற்குப் பதிலாக நீயொரு பாகற்காய்ப் பிஞ்சாகப் பிறந்திருக்கலாம்... ஆம் குழந்தாய் அப்போது நீ மஞ்சளாய்ப் பூத்திருப்பாய்... காற்றே தொட்டிலாகி உன்னைத் தன் மார்பில் ஏற்றித் தாலாட்டியிருக்கும்... அதனால் என்ன மகவே விடு கடந்தது கிடக்கட்டும்... உன் கண்கள் எல்லாவற்றையும் பார்க்கட்டும்... எளியவனாக வாழ்ந்து பழகு... அதோ அங்குத் துள்ளும் ஆட்டுக் குட்டியுடனும் வேலியோர காட்டுக்கொடியின் தளிர் நுனியுடனும் நட்புசெய்... மேகத்தைக் கொஞ்சு... காலில் நுழையும் முள்ளின் ஆன்மாவோடு பேசிப்பார்... ஆம் அன்பே இந்த மானுட உடலை ஒரு போர்வையாக மட்டும் கொள்... அன்புசெய்... மாமனின் முத்தங்கள்.

நுண்கதை: 4

முருகன் கோபித்து, குன்றேறி விட்டான்... யானை முகத்தான் தன் கையில் வைத்திருந்த ஞானப்பழத்தை ருசிக்கத் துவங்கினான்... கடவுள் என்றாலும் குழந்தை அல்லவா! அதனால் வாயோரங்களில் பழச்சாறு கோடென நீண்டோடியது... சிறிது நேரத்தில் அவன் வாயைக் கோணிக்கொண்டு உவ்வே என்றான்... அம்மையும்

அப்பனும் பதறி நெருங்க அவன் வாயிலிருந்து வண்டொன்று பறந்தோடியது... அவன் கையில் வைத்திருந்த விதையுள் வண்டு வந்த வாசல் கருந்துளையாய் காட்சிக்கானது...

முடிவு:1

நாரதனைக் குண்டுக்கட்டாகத் தூக்கிவந்து விச வண்டு வைத்துக் குழந்தையைக் கொல்லப்பார்த்த குற்றத்துக்கென மாறுகை மாறுகால் வாங்கி வாயிலில் கட்டித் தொங்கவிட்டனர்.

முடிவு:2

நாரதன் வண்டெனப் போகும்படி சபிக்கப்பட்டு அதே கொட்டையுள் அடைக்கப்பட்டுப் புதைக்கப்பட்டான்... அவன்தான் இப்போதும் நாம் உண்கையில் வண்டென வருகிறான்.

இப்படியான கதைகள் பூமியிலிருந்து ஆயிரம் ஒளியாண்டுகள் தொலைவில் உள்ள கிரகத்தில் காணக்கிடக்கின்றன. வாழ்க கடவுளர் புகழ்.

நுண்கதை: 5

தனது 50 வது நுண்கதையை எழுதி முடித்த பூங்குன்றன்... "நண்பர்களே அன்பர்களே தாங்கள் அன்றாடம் நுண்கதைகளைப் படித்து விவாதித்து மெய்ப்பொருள் கண்டு தடவித் தடவி படிக்காமல்கூட சென்று... கொடுத்த ஆதரவினால்தான் இத்தகு சாதனை சாத்தியமானது என்றும் அனைவருக்கும் நெஞ்சின் அடி ஆழத்திலிருந்து நன்றி எனச் சொல்ல வேண்டிய முறைமை இருப்பினும் முறைமைகளை செவுட்டில் அறைவதனை நோக்கமாகக் கொண்டமையால் அவ்விதம் அன்றி மேலோட்டமாக வேணும் நன்றியினைத் தெரிவிக்க ஆசைப்பட்டாலும்கூட... இதுவொரு பிழைப்பா என்று உள் மனம் என் முகத்தில் காறித்துப்பி நகைப்பதால்... மப்பு இறங்கியதும் நன்றி கூறும் படலம் தொடரும்..."

உண்மையைச் சொன்னா எதுக்கு ஊளைவிடறானுங்க என்கிற பதிலை தயார் செய்து வைத்துவிட்டுப் பூவி உறங்கச் சென்றான்.

நுண்கதை: 6

வேட்டையாடிய குருவியைக் கவ்விக் கொண்டு வந்தது செவலைப் பூனை... மற்ற பூனைகள் நெருங்கும் வேளை கர்கொர் என்று சப்தம் காட்டி முறைத்தபடி தரையில் உதிரக்கறை படியுமாறு கடித்து உண்டபோது விளைந்த முட்டை ஒன்று உருண்டோட மற்ற பூனைகள் அதனை மோந்துப் பார்த்தன... பிறகு வயிற்றை நெளித்தவாறு வந்த செவலை முட்டையை வைத்து தன் பங்கிற்கு விளையாடி களைத்து உறங்கி மீண்டும் விளையாடி, அதனைத் தன்னுடன் சேர்த்துக்கொண்டது... ஒரு மாலை நேரம் அவ்வாறு விளையாடும்போது முட்டை உடைந்து மஞ்சள் திரவத்துடன் இறந்த வெளுத்த நிறமுடைய கண் திறவாதக் குஞ்சு வெளியில் விழுந்தது... தடுமாறிய செவலைப் பார்த்திருக்க மற்றொரு பூனை அதைப் பற்றிக் கவ்வி இழுத்து ஓடி மறைந்தது.

நுண்கதை: 7

அந்த வனப்பு மிகுந்த தாய்மை அடைந்த நாவல் மரம் தன் உடல் முழுக்கப் பூவென நூறாயிரம் குழந்தைகளைச் சுமந்தவாறு இருந்தது... அவைகள் பிஞ்சாகி காயாகி வாழ்ந்து வளர்ந்து கனி என்னும் முது நிலை அடைந்தன... தனக்கு உயிர் ஊட்டிய மண்ணின் பசிக்குத் தன் கருமைப் படர்ந்த முதிய மென்மையான உடலை அளிக்கக் காத்திருந்தின... தொலைவில் மனிதர்கள் தொரட்டிக் கம்புடன் பழம் பறிக்க ஆரவாரமாக வந்து கொண்டிருந்தனர்... ஒரு கணம் ஆழ சுவாசித்த மரம் தன் உடலைக் குலுக்கிக் கொள்ள தரையில் விழுந்தன பழங்கள்... அதனுள் உடல் முழுக்க நாவைக் கொண்ட மண் பசியடங்கத் தன்னைப் புதைத்துக்கொண்டது... அருகே வந்த மானுடர் அதனை எடுத்து ஊதி ஊதி தின்னத் துவங்கினர்.

நுண்கதை: 8

ஆதியூர் பற்றி நிச்சயம் நீங்கள் கேள்விப்பட்டிருப்பீர்கள்... அங்கேயுள்ள அரண்மனை யானை பொருதும் களம் வளையாத நதி கொண்ட சுவரோவியம் மற்றும் ஒற்றைக் கண் ஒற்றை நாசி துவாரம் பாதி வாய் இடக்கை இடக்காலோடு செங்குத்தாய்ப் பிளக்கப்பட்டிருக்கும் உடற்சிலை போன்றவற்றைப் பார்த்திருக்கலாம்... கடந்தமுறை நான் சென்று களைப்பு மிகுதியில் அங்கிருந்த வாகை மரத்தடியில் அமர்ந்து எப்படியோ

உறங்கியும் போனேன்... கனவில் வந்த மீதி உருவம் அந்த வாகை இலையில் ஓடும் நரம்புகளின் எண்ணிக்கை எவ்வளவோ அதே அளவில்தான் அந்த ஆண்டில் நம் நிலப்பகுதியில் நதிகள் ஓடும் என்றும் இலையுதிர் காலம் முடிந்துத் தளிர்க்கும் இலையில் அதனைக் காணலாம் என்றும் கூறி மறைந்தது... அது முதல் இந்த உலகம் எனை வாகைமரச்சாமி என்கிறது... நதியின் பிறப்பைக் கணிப்பவன் அல்லவா நான்... அதுமட்டுமல்ல அந்தக் கனவை மற்றவரிடம் பகிர்ந்துகொள்ள எனக்கொன்றும் பைத்தியமில்லை.

நுண்கதை: 9

கதை சொல்பவர் யார்?

அம்மா தன் குழந்தைக்குச் சோறூட்டச் சொல்வாள்.

ஒரு எழுத்தாளன் தாயைப் போன்றவன் இல்லையா? உடல் வளர்ச்சிக்கு உணவு மட்டும் போதுமா? அறிவு வேண்டாமா?

வாசிப்பு பொறுமையையும் மனதையும் ஒருமுகப்படுத்தும் தவத்தையும் கற்பனை வளத்தையும் கடின உழைப்பையும் பின் சிந்தித்துச் செயல்படும் மேன்மையையும் அளிக்கவல்லது, அல்லவா?

நரகத்தின் சாவியை வாயில் கவ்விக்கொண்டு திரியும் எழுத்தாளனை அல்ல வாசிப்பைப் புறக்கணிக்கும் சமூகம்.

நுண்கதை: 10

பள்ளி முடிந்ததும் வீடு திரும்பிக் கொண்டிருந்த மீன் குஞ்சு காற்றில் காலூன்றாமல் மிதக்கும் பறவையையும் தன்னை எட்டிப் பார்த்துவிட்டு காற்றில் காலூன்றி ஊர்ந்துபோகும் மனிதனையும் ஆச்சர்யம் ததும்பப் பார்த்துக்கொண்டிருந்து... பிறகு தன் ஆசிரியர் சொல்லக்கேட்ட பரிமாண வளர்ச்சிப் பட்டியலில் ஊர்ந்து பறக்கும் இனம் பதினாறு அறிவு உடையதாகவும்... அப்படியே நீண்ட பட்டியலில் ஒன்றாம் இடத்தில் மானுட இனமும் இருந்ததை நினைவில் கொண்டு தன் நினைவாற்றலை மெச்சிக்கொண்டது... பிறகு குழந்தைக்கே உரிய துடுக்குத்தனத்தோடு மிக நளினமாகத் தன் வாலை அசைத்தவாறு திமிங்கிலத்தைப் பார்த்து டைவ் அடித்து வம்பிழுத்தபடி நீந்தத் துவங்கியது.

நுண்கதை: 11

அவள் தன் கண்களை மூடி ஆழ சுவாசித்தாள். முகத்தில் படிந்த பனிச் சாரலை இரசித்தாள். உயிர்ச் சிலிர்க்க சிலிர்க்கக் குளிரை வாங்கிக்கொண்டாள். செடியில் அரும்பியுள்ள மொட்டுக்களென அவள் கூந்தல் பனியால் நிரம்பி இருந்தது. ஒருமுறை தன் கடந்த காலத்தை எண்ணிப் பார்த்தவள் தன் முன் செங்குத்தாக நீண்டிருந்த பாதாளத்தைப் பார்த்துப் புன்னகைத்தாள். ஒரு வண்ணத்துப்பூச்சி ஆழத்தின் மேல் பயணித்தது. தூரத்தில் இருந்து யார் யாரோ அவளை நோக்கி சப்தமிட்டபடி ஓடி வந்து கொண்டிருந்தனர்.

நுண்கதை: 12

புதிதாக முளைத்து எழும்பும் காட்டு மாதுளைச் செடியில் பிறக்கும் முதல் கனி தானாக வெடித்து வெளியேறும் பருவத்தில் கன்னிப்பெண் ஒருத்தியால் பறிக்கப்பட்டு வைகறையின் இரண்டாம் நாழிகையில் கைபடாமல் சேகரிக்கப்பட்ட மலைத்தேன் குடுவையில் உதிர்க்கப்பட வேண்டும். அதனை ஒரு மண்டலத்திற்குச் சூரியன் உதிக்கத்துவங்கி இரு நாழிகைகள் உலரவைத்து நிறைந்த அமாவாசையில் சந்தன மரக்கிளையின் சுள்ளிகள் கொண்டு எரிக்கப்படும் அடுப்பில் மண்சட்டியில் வேம்பு கடலை, எள் தேங்காய், கடுக்காய், இஞ்சி, வேங்கை மர பால் ஆகிவற்றை சம அளவில் எடுத்துப் பதமாக வறுத்து ஆட்டும்போது கிடைக்கும் எண்ணெய்யில் உலரவைக்கப்பட்ட மாதுளையை இட்டு நீர்புகா வண்ணம் மூடியிட்டு, காட்டருவியின் அடியில் ஏழு நாள் புதைத்துப் பின் எடுக்க மாணிக்கப்பரல்களைக் காணலாம்' என்று சித்தாற்று படுகையில் கண்டறியப்பட்ட சுவடிகளில் நான்காம் சுவடி சொல்கிறது என்றாள் அடுப்பாயி...

நுண்கதை: 13

முதலில் தொண்டையில் மிக மெல்லிய கரகரப்பு ஏற்பட்டது... பிறகு எச்சில் விழுங்க சிரமம் ஆனது... பிறகு நா வெளியேறுமாறு வறட்டு இருமல்... தொடர்ந்து தெறித்த எச்சிலில் உதிரமும் சேர்ந்து வந்தது... பின்னர் ஏற்பட்ட குமட்டலில் உதிரமே வழிந்து... குமட்டல் அதிகரித்தபோது ஆடத்துவங்கிய பல் ஒவ்வொன்றாகப் பெயர்ந்து விழ... நாவும் அடிவயிற்றில் உள்ள பெருங்குடல் மற்றும் சிறுகுடலோடு வெளிவந்து விழுந்தது... பிறகு அம்மையார்

இருந்த அப்பல்லோ ஆஸ்பத்திரி சென்று அவர்களே அதாவது மருத்துவர்களே மேலும் கீழும் விழித்து விழி பிதுங்காமல் நின்றனர்... இது எல்லாம் உலகில் பரவிவரும் புதுவகையான நோயினால் ஏற்பட்டது அல்ல... மாறாக பூங்குன்றனின் நுண்கதை நன்றாக உள்ளது என்று வாய் திறந்து சொன்னதால் ஏற்பட்டது... உயிர் முக்கியம் அமைச்சரே. வாழுங்கள். வாழ்த்துகள்...

நுண்கதை: 14

வாசுகி காற்றைப் பார்த்துச் சிரித்தாள்; காற்று அவளைப் பார்த்துச் சிரித்தது... வாசுகி மரத்தைப் பார்த்துச் சிரித்தாள்; மரம் அவளைப் பார்த்துச் சிரித்தது... வாசுகி கிணற்று நீரைப் பார்த்துச் சிரித்தாள்; நீர் அவளைப் பார்த்துச் சிரித்தது...

மண்ணைப் பார்த்துச் சிரித்தாள்; மண் அவளைப் பார்த்துச் சிரித்தது... அவள் இந்த ஒட்டு மொத்த இயற்கையைப் பார்த்துச் சிரித்தாள்; இயற்கை அவளை உச்சிமோந்து தாய்மையோடு சிரித்தது... வள்ளுவன் மிகத் தீவிரமாக

'தெய்வம் தொழாஅள் கொழுநன் தொழுதெழுவாள்
பெய்யெனப் பெய்யும் மழை'

என்ற குறளை எழுத்தாணியால் கீறி முடித்தான்.

என் கிழத்தியிடம் 'நீ சாமி கும்புடாம புருசனை குடும்புட்டாலே ஒன் வாய்ஸ்கு கட்டுப்பட்டு மழை பெய்யும்னேன்'; அதற்கு அவள் 'நீ என்ன லூசு ____ யானு என்னயப் பாத்துக் கேட்கிறாள்' ஐயனே.

நுண்கதை: 15

'பிரபஞ்சம் ஒரு 360 டிகிரி கோணம் கொண்ட புத்தகம். அதனுள் யார் வேண்டுமானாலும் எப்போது வேண்டுமானாலும் நுழைந்து பார்க்கலாம். உதாரணமாக ஒரு புத்தகத்தில் 1ஆம் பக்கத்தில் உள்ள நிகழ்வை வாசித்துக் கடந்துவிடுகிறோம்... பிறகு 1200 பக்கங்களை வாசித்து அந்தப் புத்தகத்தை நிறைவு செய்கிறோம் என்று வைத்துக்கொள்வோம்... இப்போது மீண்டும் 1 ஆம் பக்கத்தைத் திறந்து வாசிக்கத் துவங்கினால் அதில் எதுவும் மாறி இருக்காது அல்லவா? இப்படித்தான் நாம் வாழும் பிரபஞ்சமும் ஒரு புத்தகம் போன்றது. இதனைத்தான் நம் முன்னோர்கள் விதி என்றனரா?

இதைக்கண்ட பின்னோர்கள் விதியை மதியால் வெல்ல இயலும் என்று தீவிரமாக முயல்கின்றனரா?

- குறிஞ்சி மலரனின் ‘புதிர் விதிகள்’ நூலில் இருந்து.

நுண்கதை: 16

மகளே மேழியாள்,

நீ யாரென்று உனக்கும் தெரியவில்லையா அன்பே? நீ இந்தப் பூமியை வளர்த்தெடுக்கும் கற்பகத் தருவல்லவா? நீ இல்லையேல் உன் வயிறு இல்லை உன் வயிறு இல்லையேல் இப்பிரபஞ்சத்தின் கடைசி மானுடம் உனக்கு முன்னரே அழிந்திருக்காதா? உன்னை நீ உணர்... நீ மகத்தானவள்... எந்த இருளாலும் நெருப்பை ஒளித்து வைக்க இயலாது அல்லவா? வாய்ப்பிருக்கும்போது “வால்காவிலிருந்து கங்கை வரை” நூல் வாசி; அல்லது வாய்ப்பினை உருவாக்கி வாசி... அது உன் மூதாதைகளின் வேர்களை உன்னுள் ஆழச் செலுத்தும்... பணிதல் என்பதன் பொருள் பயம் அல்ல என்பதை உணர்த்து... வாழ்... வாழ்வி... முத்தங்கள்.

நுண்கதை: 17

நேற்றைய மழை தூரத்துப் பச்சையை மேலும் மெருகேற்றி இருந்ததாய் சாரணிக்குத் தோன்ற தன் கைப்பையில் இருந்து மொபைலை எடுத்து அதனையும் தான் நடந்து செல்லும் பகுதியில் மழை அரித்துப்போட்ட சாலையின் பக்கவாட்டுப் பகுதிகளின் வனப்பினையும் புகைப்படங்களாகச் சேமித்துக் கொண்டாள். ஒரே இரு சக்கர வாகனத்தில் கடந்த மூன்று கல்லூரி மாணவர்கள் ஒன்று போலவே அவரை விரும்பிச் சென்றனர். அவளும் தன் பங்கிற்கு நிமிர்ந்து அவர்களைப் பார்த்து புன்னகைத்திருந்தாள். ஓரத்தில் புளிய மரங்கள் சூழ வாலறுந்து கிடந்த சாயம்போன சிலையில் வீற்றிருந்த சங்கிலி கருப்பின் உடைந்த ஒற்றைக் கண் அவளையே உற்றுப் பார்ப்பதுபோலிருக்க, தன் உடலில் குறுகுறுப்பை உணர்ந்தவள் அதனையும் படமாக்கினாள். அடுத்தடுத்த நாள் முதல் இரவுகள் அவளைச் சங்கிலியிடம் சேர்ப்பித்தன. அதுமுதல் அவளின் அகத்தில் அடங்கா நெருப்பொன்று சுடரத் துவங்கியது. இப்போதெல்லாம் ஊரோரத்தின் பாழுங்கிணறு ஏனோ அவளின் பாதங்களை ஈர்த்த வண்ணம் இருக்கிறது.

நுண்கதை: 18

இயற்கையையும் கடவுளையும் நடுவராகக் கொண்டு இப்பிரபஞ்சத்தின் ஆகச் சிறந்த அறிவாளியாகவும் நிலைத்திருக்கும் ஆற்றல் நிறம்பிய இனமாகவும் உள்ளது எது என்ற போட்டியில் கலந்துகொள்ளத் தன்னிச்சையாக முன்வந்திருந்த அடர்க்கிளை உடைய ஒரு காட்டுத் தாவரம், பல்லி, மண்புழு மற்றும் மானுடர் என நான்கினமும் அவரவருக்கான ஆசனத்தில் அமர்ந்திருக்கத் தம் கண்ணசைவில் போட்டியினைத் துவங்க நடுவர்கள் ஆணையிட்டதும் சுற்றம் அதிர வந்த இரு யானைகள் ஆசனத்தில் இருந்தவர்களை இரு கூராகப் பிய்த்துப் போட்டுப் பின் அவ்விடம் விட்டு அகல சுற்றமும் அகன்றனர்.

மானுட ஓலம் கேட்டபோது பார்வையாளர் பகுதியைக் கடந்து வந்த காற்றில் மூத்திர வாடை வீசியது.

அடுத்த மூன்றாம் நாளின் மாலையில் நடுவர்கள் உட்பட அனைவரும் அவ்விடம் அணுகிப் பார்த்தபோது தாவரம் வேர்பிடித்து வளரத் துவங்கியும் மண்புழு உடலையும் பல்லி தன் வாலையும் வளர்த்தபடி இருக்க மானுட உடல் அழுகி நாற்றமெடுத்துக் கிடந்தது.

கைக்குட்டையால் மூக்கினைப் பொத்தியவாறு நடுவர்கள் கலந்துபேசி தீர்ப்பினை வாசிக்கத் துவங்கினர்.

நுண்கதை: 19

கி.பி.3022: மிகமிக அதீதமாக வளர்ந்து நிற்கும் அறிவியலின் துணையோடு புதைத்து அழுகிக் கிடக்கும் உடலில் நெளிந்தோடும் புழுக்களைப்போல் தன் தந்தையின் உயிருள்ள உடலைச் சின்னஞ்சிறு புழுக்களாக மாற்றி மலர் கொய்யப் பயன்படும் கூடையின் அமைப்பிலான ஒன்றில் அவற்றை வீட்டிற்கு எடுத்துச் சென்று அவற்றைப் பாதுகாத்து வைக்கும்படி அறிவுறுத்திவிட்டுக் குளிக்கச் சென்றான்.

திரும்பி வந்து பார்த்தபோது குஞ்சுக் கோழியொன்று புழுக்களைக் கொத்தியபடி இருக்க, வீட்டில் இருந்தவர்களை வசைபாடியவாறு பதறியபடி ஓடி எஞ்சியிருந்த புழுக்களை எடுத்து உள்ளங்கையில் வைத்தவாறு அவ்விடம் விட்டு அகன்றான்.

நுண்கதை: 20

இப்படியாக
'உன்னிடம் ஒரு பூனை
குட்டியாகும் வரம்' கேட்கிறேன்;
நீ 'வரங்கள் மீது நம்பிக்கையில்லை' என்கிறாய்;
நான் 'சாபங்களை நம்பத் துவங்குகிறேன்'.

நுண்கதை: 21

ஒரு காதல் கடிதம் எழுதுகிறேன்;
அதை என்னிடம் உள்ள எல்லா
அன்பர்களுக்கும் பகிர்கிறேன்;
ஒருவர் வெட்கம் அடைகிறார்:
'இதை எனக்கு அனுப்பும் அளவிற்கு
உனக்கு எவ்வளவு திமிர்' என ஒருவர்
பொய்யாகக்
கோபித்துக் கொள்கிறார்;
ஒருவர் மீண்டும் ஒரு கடிதத்தை
எழுதி எனக்குப் பகிர்கிறார்;
ஒருவர் 'அந்தக் கடிதம் என் இணையரால்
பார்க்கப்பட்டது' என 'நம்பும்படி' சொல்கிறார்;
ஒருவர் சகோதர பாவத்திற்குண்டான
அத்தனை பாவனைகளையும் மேற்கொள்கிறார்;
இறுதியில்
ஒருவர் மிஞ்சாமல்
அந்தக் கடிதத்தை மிகவும்
பத்திரமாக சேமித்துக் கொள்கின்றனர்;
பிறகு
தேவையான நேரங்களில்
அவரவர்க்குத் தேவையான
காதலர்களுக்கு
அதே கடிதத்தைப்
பகிர்ந்து கொள்கின்றனர்.

நுண்கதை: 22

"ஆண்குறியையும் பெண்குறியையும் தெய்வமாகப் பாவிக்கும் மரபு நம் மரபு; ஆகையால்தான் அவை கோவில்களில் தனியொரு வடிவமாகி பெரும் இறையென நிற்கின்றன" என்றார் பொற்பாதத்தார். தன் தீர்க்கமான கண்கள் மேலும் சுடர்விட 'அப்படிப் பார்த்தால் ஒரு புதிய உயிரினை உலகிற்கு இட்டுவரும் பிறப்புறுப்பான பெண்குறியை அல்லவா முதன்மைப் படுத்தியிருக்க வேண்டும். இல்லை இல்லை பெண்குறியை மட்டுமல்லவா இறையென வைத்திருக்க வேண்டும்' என்றான் குருவியான். கயிலாயத்தின் முட்டுச் சந்தருகில் குட்டைச் சுவற்றில் அமர்ந்திருந்த நீலகண்டர் தம் தொண்டையைச் செருமிக் கொள்வதை ஞான திருஷ்டியால் உணர்ந்த பாதத்தார் தம் உடல் நடுநடுங்க 'வாயை மூடடா அற்ப பதரே' என அலற திடுக்கிட்டுப்போன குருவியான் தன் கேள்வியில் அப்படியென்ன தவறாக உள்ளதென எண்ணியவாறு தலை குனிந்து சிந்திக்க அவர்கள் முன் ரேசன் கடையில் பொங்கலுக்கு வழங்கிய கதராடை உடுத்தி தோன்றிய பார்வதியாள் முருகனுக்கு இடுவதைப்போல் குருவியானுக்கு முத்தமிட்டு மறைந்தாள். குருவியும் பாதமும் அவரவருக்கான மனநிலையில் திக்குமுக்காட சடையனார் தம் அண்ட்ராயரின் ஓட்டைக்குள் நெளிந்து கிடந்த சுருள் தொடை மயிரை நிரடிக்கொண்டிருந்தார்.

நுண்கதை: 23

எறும்புகள் தம் படையெடுப்பிற்கான நாளைக் குறித்தன. அவைகளுக்குள் மானுட இனத்தின் மீதான ஒவ்வாமை நாளுக்கு நாள் அதிகரித்த வண்ணம் இருந்தது. அவைகளின் அனுமானப்படி 'ஒரு மானுடனைச் சதைக் கோளங்களாகப் பிய்த்து உணவாக்கிட தேவை தங்களுள் கோடிபேர்' எனத் தோராயமாகக் கணக்கிட்டு வைத்ததுடன் பிறக்கும் மற்றும் இறக்கும் மானுடர்களின் எண்ணிக்கைக்கு ஏற்ப தங்களின் படைபலத்தைப் பெருக்கிக் கொள்ள இருநூறு ஆண்டுகளாகக் காத்திருக்கவும் செய்தன.

அவைகளுக்கான பொழுது அற்புதமாக விடிந்தது. போரும் துவங்கியது. மானுடர்கள் தங்களின் கடைசிப் பார்வையில் 'பிய்த்தெடுக்கப்பட்ட தேன் ராட்டில் மொய்க்கும் தேனீக்களென உடல் உருகி வழிந்துகொண்டிருந்த தம் அன்பானவர்களைப்

பார்த்தபடி இறந்துகொண்டிருந்தனர். இருள் கைவிளக்கை தொலைத்த வயோதிகளின் தளர்நடையெனத் தூரத்தில் இருக்க மானுட ஓலம் எலும்புக் கூடுகளின் மத்தியில் பிரபஞ்சத்தை நிறைத்தது.

நுண்கதை: 24

உன்னைப் பொருத்தவரை 'இறை' என்றால் என்ன? எனக் கண்டங்கத்தரி கேட்க தன் முகத்தைச் சற்றே தீவிரமாக வைத்தவாறு ஆலமரத்தின் விழுதுகளைப் பற்றி இருந்த அரைவேக்காடு, 'இறை என்றால் உயர்ந்த ஆற்றல்' என்றாள். சிங்கப்பல் தெரியும் வண்ணம் சிரித்த கத்தரியாள் சிவனா இயேசுவா அல்லாவா பார்வதியா மாரியம்மாளா கருப்பனா சங்கிலியா பேச்சியா காளியா என அடுக்கியவாறே ஒரு விழுதைப் பற்றி இறுக்கி; பின்னால் நகர்ந்து ஓர் உந்து உந்தி கால்களை மடக்கியவாறு முன்னோக்கிப் பாய்ந்து ஊஞ்சலாடத் துவங்க ஆலும் அவளின் கொண்டாட்டத்தில் தன் இலைகளை அசைத்தவாறு பங்கெடுத்துக்கொண்டது. அன்பே கத்தரி 'எந்த ஒன்றை உன் ஆழ்மனம் ஆத்மார்த்தமாக நம்புகிறதோ அல்லது பற்றிக்கொள்கிறதோ அதன் பெயர்தான் இறை' என்றாள். புரியும்படி சொல்லேன் என ஊஞ்சலாள் கேட்க அவளை நிறுத்தி சற்றே தடுமாறியபடி, அவள் கன்னத்தில் எச்சிற் பதிய முத்தமிட்டவள் 'அந்த முத்தத்தின் பெயர் இறை' என்றாள். சுற்றம் அவர்களையே பார்க்க இறை மௌனமாகத் தமக்குள் புன்னகைத்துக்கொண்டது.

கத்தரியாள் தன் தோழியைத் துரத்திக் கொண்டிருந்தாள்.

நுண்கதை: 25

'ஆதியில் மானுடர்கள் தாவரங்களாகவே இருந்தனர்' என்ற தழல் வாசற்படியில் தோண்டப்பட்டிருந்த பல்லாங்குழியில் சாரையின் விரல்களில் இருந்து பங்கிடப்படும் கற்களை ஊன்றிக் கவனித்த வண்ணம் இருந்தாள். சாரையும் மிகச் சிரத்தையுடன் எதை வைத்து இப்படிச் சொல்கிறாய் என்றாள். சாரையின் வலப்பக்கத் தோள்வழி சரிந்துக்கிடந்த கூந்தலைச் சுட்டிய தழல் 'இவை மயிர்கள் அல்ல; வேர்கள். புயலில் அடிபட்டு வீழ்ந்துக் கிடந்தபோது, தன் உயிர் காக்க வேண்டி கிளைகளால் நகரத் துவங்கினர் நம் முன்னோர். பின்னர் அதுவே கால் கை ஆனதுடன் வேர்களும் வெளுத்து வறண்டு மயிரானது என்றாள். அப்படியென்றால் குரங்கிலிருந்து

நாம் வரவில்லையா! எனச் சாரை கேட்க இது 'நம் மூதாதைக் குரங்கு வந்த கதை என வைத்துக் கொள்ளேன்' என்றாள் தழல். பிறகு இருவரும் ஒருவரையொருவர் பார்த்துப் புன்னகைத்தவாறு விளையாட்டைத் தொடர்ந்தனர்.

நுண்கதை: 26

மது 'டைனோசர்... டைனோசர்...' என அலறத் துவங்க குழந்தையின் குரலில் இருந்த பதற்றத்தால் பயந்தபடி ஓடோடி வந்தவள் மூச்சிரைத்தவாறே 'என்னாச்சும்மா' என்றாள். குழந்தை தன் தெளிந்த விழிகளை அகலப் பிரித்து அதிசயித்துக் கைநீட்டிய திசையில் பூச்சி ஒன்றை வேட்டையாட தன் உடலின் பச்சை நரம்புகள் தெரியுமாறு சுவரின் செங்குத்துச் சரிவில் காத்திருந்தது பல்லி.

நுண்கதை: 27

மருதாயி தான் இதுவரை சேர்ந்து இருந்தவர்களின் விளைவால் தரித்த கர்பத்தினைப் பெற்றெடுக்காமல் அதனைப் பிரித்தெடுத்து அதற்கென இருந்த நிறுவனத்தில் சேகரித்து வைத்திருந்தாள். அந்த நிறுவனத்தில் இருந்து அவற்றைப் பாதுகாப்பதற்கான தவணைத் தொகைக்கான இரசீதானது 'இதுவே கடைசி முறை; இந்த முறையும் நீங்கள் கட்டணம் செலுத்தத் தவறினால் கருக்கள் அழிக்கப்படும்' என்பதோடு அருகில் ★ குறியிட்டு ஒப்பந்தத்தைப் பார்க்க' என்ற எச்சரிக்கையோடு வந்திருந்தது. ஏனோ அவளுக்கு அந்த ஏழு நபர்களின் மீது மட்டுமல்லாமல் அந்தக் கருக்கள் மீதும் நாட்டம் குன்றி இருந்தது. சிறிது நேரம் அந்தக் குறுஞ்செய்தியை வெறித்தவள் நிதானமாக அதை நீக்கிவிட்டு காபூல் மாதுளையின் விலையை இணையத்தில் தேடத் துவங்கினாள்.

நுண்கதை: 28

'அன்பு செய்வோம்' என்கிறேன்;
'யாரை' என்கிறாய்;
உண்மையில் உன் கேள்வியால்
நான் திகைத்துப் போகிறேன்;
நான் திகைப்பது கண்டு
உன் முகத்தில் குழப்பம் நேர்கிறது;
உன்னிடம் மிகப் பலகீனமான

குரலில் 'மன்னிப்பு' கேட்கிறேன்;
இதற்கென்ன அவசியம் என்பது
போல் பார்க்கிறாய்;
பிறகு
நாம் நமக்கான வழிகளில்
நடக்கத் துவங்குகிறோம்.

ஒரு சாலையோர டீ கடையில்
பஜ்ஜி ஒன்றைக் கையில் எடுத்தவாறு
அமர்கிறது - அன்பு.

நுண்கதை: 29

இதோ கடைசியாக ஒரேயொரு முறை உனது உள்நாவைத் தொட்டுக் கொள்கிறேன் எனக் கெஞ்சினாள்; காற்று அந்த நள்ளிரவை மேலும் குளிர்மை செய்திருக்கத் தன் தோள்களைக் குலுக்கிக் கொண்டவன் வழமைபோல் அவளுக்குப் பிடித்தபடி முகத்தில் புன்சிரிப்போடு சீரான வரிசையால் ஆன பற்களைத் திறந்தபடி கட்டிலில் அமர மிக மிக மென்மையாக அவனது உதட்டினை ஆட்காட்டி விரலால் தடவியபடி முன்னேறியவள் உள்நாவை நெருங்கியதும் அவன் முகம் கோணத்துவங்கியதை வெகுவாக இரசித்தாள். ஒரு வினாடிக்கும் குறைவான நேரத்தில் தொண்டைக் குழிக்குள் கையைச் செலுத்தி அவனது இதயத்தைப் பிய்த்து வெளியே கொண்டுவர அவன் வாயெல்லாம் இரத்தம் வழிந்திருந்தது. கண்களின் வழி அவனது உயிர் வெளியேறி இருக்கத் தன் கையில் இருந்த இதயத்தை அருகிலிருந்த ஜன்னலின் வழி தெருவில் வீசி எறிந்துவிட்டு கீழே கிடந்த துப்பட்டாவில் கைகளைத் துடைத்துக் கொண்டாள். பிறகு வாஷ்பேசின் சென்று முகத்தில் நீரை வாரி அடித்துக்கொண்டாள். இரவு அவர்களை விழித்து பார்த்துக்கொண்டிருக்க அவள் கட்டிலில் மல்லாந்தபடி வெறித்திருந்தாள்; அவன் தரையில் ஒரு மடிந்த காகிதம்போல் கிடந்தான்.

நுண்கதை: 30

உலகிலுள்ள எழுத்துகள் எல்லாம் ஒன்று கூடிய மாநாடு பெரும் திருவிழாவென நடைபெற்று முடிந்த இருபத்து நான்கு மணி நேரத்தில் பூமியில் உள்ள அனைத்து வாசிக்கத் தெரிந்தவர்களும்

தற்கொலை செய்துகொண்டு மரணித்து இருந்தனர். ஆம் எழுத்துக்கள் வாசிப்பவரின் மனநிலையைத் தற்கொலைக்குத் தூண்டும் வண்ணம் தங்களை மாற்றிக்கொள்ள வேண்டும் என்ற தீர்மானத்தின்படி ஒருவர் எதை வாசித்தாலும் அதில் தம் கொள்கையினைச் செயல்படுத்தி வெற்றிகண்டன.

வாசிக்கத் தெரியாத மானுடச் சமூகம் சிறிது சிறிதாக ஆதியில் இருந்த பூமியை நோக்கிப் பயணிக்கத் துவங்க, பூமியின் அதிபதியான எழுத்துக்கள் நிம்மதியாக ஓய்வெடுக்கத்துவங்கின...

***

(பித்தனாரின் மொழிநடையில் தாமே இயற்றிய சிற்சில பத்திகளை இக்கதைகளின் ஊடாக பூங்குன்றன் கலந்துவிடுவதாகவும் கேள்வி)

மனிதனும் மனிதமும்

செவ்வகமாகக் கிழிக்கப்பட்ட செய்தித்தாளின் மேல் நடுத்தண்டினை வெகு லாவகமாகப் பிரித்துவிட்டு வைத்த வாழை இலையில் பிரியாணியை அளவு பார்த்து வைத்தபின் மேலும் சிறிதளவு பிரியாணியை வைத்து நேர்த்தியாகத் தாளின் நான்கு முனைகளையும் பற்றிச் சேர்த்து, அதாவது மலர்ந்திருக்கும் தாமரை மலரின் இதழ்களை ஒன்றாய்ச் சேர்ப்பதுபோல் தன் இடது உள்ளங்கையில் மொத்த கணமும் தாங்குமாறு வைத்து வலது கையையும் இடக்கையோடு சேர்த்து இப்போது இரு கைகளாலும் பொட்டலத்தைத் தாங்கிக்கொண்டு இரு கட்டை விரலுக்கும் இடையே இருந்த தாளின் நுனியை முதலிலும் பின் இடது ஆட்காட்டி விரலில் அடுக்கி இருந்த நுனியையும் மடித்து ஒரு குலுக்குக் குலுக்கி அதனை ஒரு செவ்வக வடிவப் பொட்டலமாக்கி வெண்ணிற நூலினால் இரண்டு பிரியாணி பொட்டலங்களைக் கட்டித் தந்தார்.

இருசக்கர வாகனத்தில் நாகல் நகர்ப் பகுதியைக் கடந்து - தந்தி அலுவலகம் வழியாக இரயில்வே நிலையம் சென்று கொண்டிருந்தபோது, மேம்பாலத்தின் அடியில் சல்லிக்கற்கள் பெயர்ந்த தார்ச் சாலையின் ஓரத்தில் அவனைக் கண்டேன்.

அந்தப் பௌர்ணமி இரவின் பதினொன்றரை மணிக்குக் குழந்தையைக் கொஞ்சுவதைப் போல அந்த நாயைக் கொஞ்சிக் கொண்டிருந்தான். அது வெகு உரிமையோடு தனது இரண்டு முன்னங்கால்களை அவன் தோள் மீது போட்டு அவனது முகத்தை நக்கிக்கொண்டு இருந்தது. அது அவனுக்குப் பேருவகையை அளித்திருக்க வேண்டும். அவனும் அதன் தலையைப் பற்றி முத்தமிட்டுக் கொஞ்சிக்கொண்டு இருந்தான். அந்த எளிய உயிருக்கு அவன் பிச்சைக்காரன் என்றோ பைத்தியம்போல் உளறிக்கொண்டு திரிபவன் என்றோ தெரியாது. அதற்குத் தெரிந்த ஒன்றேயொன்று அதன்மேல் அன்பு செலுத்தும் ஓர் உயிர் அவன் அவ்வளவுதான்.

அவன் பசியோடு இருப்பவன்போலத் தென்படவே நான் வாங்கிக்கொண்டு வந்த இரண்டு பிரியாணிப் பொட்டலங்களில் ஒன்றை அவனிடம் கொடுப்பதற்காக வண்டியை ஓரமாக நிறுத்திவிட்டு அவனருகில் சென்று பிரியாணி பொட்டலத்தை நீட்டினேன்.

அப்போது அவர்களின் விளையாட்டு தடைபட்டதால் அவன் தன் புருவம் சுருக்கி ஒரு நிமிடம் என்னை உற்றுப் பார்த்து விட்டுப் பொட்டலத்தை வாங்கிக்கொண்டான். நாய் தன் பங்கிற்கு இடுப்போடு சேர்த்து வாலையாட்டியபடி என்னருகில் வந்து முகர்ந்து பார்த்தது. நான் பயத்தில் சற்று நகர்ந்து நின்றுகொண்டேன்.

அவன் அந்தப் பொட்டலத்தை இரு கைகளிலும் ஏந்தி மூக்கின் அருகே கொண்டு சென்று ஆழமாக முகர்ந்தான். மேலும் இரண்டுமுறை அவ்வாறே முகர்ந்துவிட்டுப் பொட்டலத்தைக் கட்டியிருந்த நூலைக் கவனமாகப் பிரித்தான்; பிரித்த நூலை தன் கழுத்தில் மாலையாய்ப் போட்டுக்கொண்டான். நாயோ பிரியாணியின் மணத்தில் உற்சாகமாய் அவனைச் சுற்றிச் சுற்றி வந்து தன் முன்னங்கால்களால் பிராண்டியது.

பின் பொட்டலத்தைப் பொறுமையாகப் பிரித்து அதில் இருந்த செய்தித் தாளை தன் வசம் வைத்துக்கொண்டு அதில் இருந்த பிரியாணியை அப்படியே இலையோடு நாய்க்கு முன் வைத்துவிட்டுச் செய்தித்தாளில் கவனம் பதித்தான்.

பௌர்ணமிக்கு இன்னும் சில நாட்களே இருந்தன என்பதாலும் அருகில் இருந்த மின் கம்பத்தின் விளக்கிலிருந்து போதிய ஒளி வீசியதாலும் அவனால் எழுத்துகளை வாசிக்க முடிந்தது. நான் ஒருமுறை திரும்பி சாலை ஓரத்தில் சாய்த்து நிறுத்தி வைத்திருந்த என் இருசக்கர வாகனத்தைப் பார்த்துக் கொண்டேன்.

மனிதர்கள்மேல் எப்போதும் ஐயம் கொள்ளுமாறுதான் இருக்கிறது இச்சமூகம். அந்தச் செய்தித்தாளின் ஒரு மூலையில் குஜராத் மாநிலத்தில் பட்டேல் சிலை திறக்கப்பட்ட நிகழ்வு புகைப்படமாய் இருக்க அதன் மேல் அவன் பார்வை நிலைத்து இருந்தது.

நாய் பிரியாணியைச் சாப்பிடும்போது ஏற்பட்ட 'லப் லப்' ஒலியால் கவனம் கலைந்து செய்தித் தாளில் இருந்து தலையை உயர்த்தி உதட்டை பன்றியின் வாய் போல் குவித்துக் கோணியவன் "ஒன்னக் கொல்ல முடியாத எதையும் நீ கொன்னுத் திம்ப" என்றான். பாழாய்ப் போனவனுக்குப் பிரியாணியைக் கொடுத்தால் பேசுகிற பேச்சைப் பாரு என நினைத்துக்கொண்டு இருந்தபோதே நாய் பிரியாணியை வேகவேகமாகச் சாப்பிட்டு முடித்தது. நாய் சாப்பிடும்போது சிதறிய பிரியாணி சோற்றுப் பருக்கைகள் அங்கே ஓர் ஓவியம்போல் சிதறிக் கிடந்தன. அது பார்க்க சர்தார் வல்லபாய் பட்டேல் போலவே இருந்தது அதிசயம்தான்.

சாப்பிட்டு முடித்த நாய் அவன் அருகே வந்து வாலாட்டியபடி நின்றது. அவன் அந்த இலையை எடுத்து அதில் மிச்சம் இருந்த சோற்றை வழித்து அள்ளி தன் வாயில் போட்டு மெல்லாமல் விழுங்கினான். இதனைக் கண்டபோது என் முகம் கோணியது போலும். ஏனென்றால் அவன் என் முகத்தைப் பார்த்துச் சிரித்தது அக்கணம் மட்டும்தான்.

அவன் தன் போக்கில் "மனுசங்க தின்னுட்டுப் போடுறதயே சாப்புடுறேன்" எனச் சொல்லிவிட்டு எதை எதையோ நினைத்து வெடிச் சிரிப்பாய் சிரித்தான்.

இப்போது சாலையில் நடந்து போனவர்களில் சிலர் அவனையும் அவனருகே நின்றிருக்கும் என்னையும் சற்று விசித்திரமாகப் பார்த்துவிட்டு நகர்ந்தனர்.

அந்த வெடிச் சிரிப்பின் ஊடே நான் அவனை எடைபோடத் தொடங்கினேன். அவன் இயேசு அளவுக்கு உயரமானவனாக இருந்தான். அவன் முகத்தில் தாடி இல்லை. கைகளையும்

விரித்து வைத்திருக்கவில்லை. ஐந்து வேளை தொழுகையால் இஸ்லாமியர்களின் நெற்றியில் ஏற்படும் தழும்பையொத்த ஒரு தழும்பும் அவன் நெற்றியில் இருந்தது. அவனது முகம் புத்தரின் முகத்தைப் போலக் கருணையைக் கொட்டுவதாகவும் சிவனது பிடரிமயிரைப் போல் அவனுக்கு முடி வளர்ந்து பிரிந்து அவனது தோளில் கவனிப்பாரன்றிக் கிடந்தது. ஒரு பிச்சைக்காரனின் உடைகள் எப்படி இருக்க வேண்டுமோ அப்படி அதீத அழுக்குடன் மொடமொடவென இருந்தது.

பிரியாணியைச் சாப்பிட்டுவிட்டு வீசிய இலையைக் காற்று சாக்கடையில் கொண்டுபோய்ச் சேர்த்தது. செய்தித்தாளும் பறக்கவே அதை ஓடிச்சென்று பிடித்து எடுத்து வந்து மீண்டும் அமர்ந்தான். தன் இரு கைகளின் இடையே செய்தித் தாளை வைத்து அதில் இருந்த படேலின் உருவப் படத்தை உற்று உற்றுப் பார்த்தான். பின் அதனைக் கீழே விரித்துத் தன் கால்களை அதன்மேல் நீட்டி அமர்ந்தான்.

அவன் அந்தச் செய்தித்தாளில் இருந்த "உலகிலேயே உயரமான மனித சிலையைக் குனிந்து பார்த்துக்கொண்டிருந்தான்." அவனது காலடியில் கிடந்த படேலின் முகத்தில் மற்றைய புகைப்படங்களில் இருந்தது போன்ற இறுக்கம் இல்லாமல் யாரையோ வென்றுவிட்ட களிப்போடும் பெருமிதத்தோடும் காணப்பட்டது. தனது இரு கைகளையும் முதுகுக்குப் பின்னால் கொண்டு சென்று தரையில் ஊன்றி மஞ்சத்தில் வீற்றிருக்கும் அரசனைப் போல் வெகு ஒய்யாரமாக அமர்ந்து அருகே எங்கோ ஒரு மரத்தில் திடீரெனக் கரைந்த காக்கையின் குரல் வந்த திசையில் தலையைத் திருப்பி ஊன்றிக் கவனித்தான்.

ஒரே இடத்தில் அதிக நேரம் நின்றமையால் கொசுக்கள் என்னை வட்டமிடவும் கடிக்கவும் தொடங்கியதால் அனிச்சையாகக் கொசுவை அடிக்க அந்தச் சப்தத்தில் அவன் என்னைப் பார்த்து இப்படிச் சொன்னான்.

"நீ கொன்னியே கொசு அதுக்குக் குடும்பம்லாம் இருக்கும்ல. ரத்தத்த குடிச்சா கொன்னுடுவியா? அப்ப நீ இதுவரை எத்தனை மனுசன கொன்னுருக்க? கொசுனா அவளோ கேவலமா ஒனக்கு? அதுக பறக்கும். உன்னால" என்றவாறு தன் கீழ் உதட்டைப் பிதுக்கிக் காட்டினான்... மென்மையான பௌர்ணமி காற்றில் அவன் கழுத்தில் மாலையாகி இருந்த நூல் அசைந்தது. நாய் அவன்

பக்கத்திலேயே படுத்துத் தூங்கத் தொடங்கி இருந்தது. "எந்நேரமா இருந்தாலும் முன்னாடிலாம் ஒரு காக்கா கத்துனா நூறு காக்கா கத்தியிருக்கும். ஒரு வேளை செத்துட்டாக்கூட ஒரு நாளுல நாறி நாத்தமெடுத்தும் போகும். ஆனா இப்பலாம் அதுக செத்து நாலு நாளு ஆனாக்கூடப் பளபளனு மின்னிக்கிட்டு அப்படியே கெடக்குதுங்க. இதெல்லாம் பாக்க ஒங்களுக்கு எங்க கண் இருக்கு."

இதன் பிறகும் அவரைப் பிச்சைக்காரன் என்றோ பைத்தியக்காரன் என்றோ சொல்ல மனம் கூசுகிறது. எதனையோ நினைத்துச் சட்டென எழுந்தவர் தனது கழுத்தில் இருந்த வெள்ளை நூலால் அவர் காதில் சொருகி இருந்த அரைப் பீடியை எடுத்துக் கட்டினார். அதனைப் பக்கத்தில் அவர்கள் சாப்பிட்டபோது சிதறி இருந்த பருக்கைகளை நகர்த்திக்கொண்டு செல்லும் எறும்பு கூட்டத்தின் பாதையில் வைக்கவும் பாதை தடைபட்டது. ஓர் எறும்பு சற்று நிதானம் இழந்து அதில் தொற்றிட அந்த எறும்பை வெகு நுட்பமாக ஊஞ்சல் மேல் ஏற்றிய குழந்தைபோலப் பாவித்து அருகே இருந்த மின்கம்பம் நோக்கி எடுத்துச் சென்றார். அவர் அழைக்காமலேயே அவரைத் தொடர்ந்தேன். மின்கம்பத்தை அடையும் முன்னரே அந்த எறும்பு பீடியைத் தவிர்த்து நூலின் மேல் ஏறத் தொடங்கி இருந்தது.

அவர் அந்தக் கம்பத்தில் தனது தலையின் உயரத்தில் நூலினை உராயவிட்டு எறும்பு அதில் ஏற உதவிட அதுவும் ஏறியது. புதிய சூழலால் ஏற்பட்ட தடுமாற்றத்தில் அது உழல இவர் நான் கவனிப்பது பற்றி எவ்வித பற்றுமற்று அதன்மேல் அவர் தம் கால்களைச் சற்று எக்கி ஊத எறும்பு விரைய இவர் தன் வேகத்தை அதிகப்படுத்த அது தன் கால்களால் மின்கம்பத்தில் ஒட்டி கிழிக்கப்பட்டு இருந்த காகிதத் துணுக்குகளின் மிச்சங்களை வலுவாகப் பற்ற ஒரு தருணத்தில் பறந்து கீழே விழுந்து அங்கும் இங்கும் இருநொடி அல்லாடி ஓடத் துவங்கியது. இவர் மிகத் தீவிரமாக ஒருமுறை என் கண்களைச் சந்தித்துவிட்டு அந்த எறும்பு விழுந்த இடம் சென்று பீடியால் அதனைப் பற்றிட எண்ணி முடியாமல் போகவே, அதனைச் சுற்றி நூலால் வட்டம் போட அதில் ஏறிய எறும்பை பிடித்து விட்டார்.

பின்னர் அந்தச் சோற்றுப் பருக்கையை நகர்த்திச் செல்லும் எறும்பு கூட்டத்திடம் இதனை இறக்கிவிட அது அந்தக் கூட்டத்தில் இருந்த எல்லா எறும்பின் மீதும் ஓரிருமுறை ஏறிஏறி இறங்கி பின்

தனக்கான இடத்தில் தன்னைப் பொருத்திக்கொண்டு மிக மிகச் சுறுசுறுப்புடன் மேம்பாலச் சுவரை நோக்கி வட்டமிட்டபடியே மெள்ளமாக நகரத் தொடங்கின.

இதன்பின் அவர் என்னைப் பார்க்கவே இல்லை. தனது சட்டையைக் கழட்டி அதனை முண்டாசு போலத் தலையில் கட்டிக்கொண்டு நாயின் அருகே சென்று வெற்று உடலோடு படுத்துக்கொண்டார். அவ்வளவு தூக்கத்திலும் நாய் மிக மென்மையாக வாலை அசைத்தது.

தூரத்தில் இரயில் வரும் ஓசையும் அதன் ஒலிப்பானும் குதிரையின் குளம்படி ஓசைபோல் தாளமயமாய்க் கேட்க, அப்போது வீசிய பெருங்காற்று செய்தித்தாளையும் நகர்த்திச் சென்றது.

— உயிர் எழுத்து, செப்டம்பர் 2021

●

பித்தனாரும் பூங்குன்றன் விளாதிமிரும்

பாகம் 8

பித்தனார் தான் கதைகளென விரித்து எழுத வைத்திருந்த குறிப்புகளைத் திருடிய அவரின் நண்பர், அதனைத் தன் வீட்டுப் பரணில் எறிந்துவிட்டு தனக்குள் அவ்வப்போது இரகசியமாய்ச் சிரித்துக்கொண்டார். ஏறக்குறைய அறுபது ஆண்டுகளின் பின்னர், பரணில் ஏறிய பாம்பின்கண் நண்பரவரின் பேரனான பூங்குன்றன் விளாதிமிரின் கைகளில் கிடைத்தன, இந்தக் குறிப்புகள். அதனை வரிசைப்படி எண்களிட்டு நாற்பத்தாறு முதல் ஐம்பத்திரண்டு வரையிலான பக்கங்களில் உள்ள கதைகளைத் தனது சொந்தக் கதைகளென வெளியிடுகிறான் பூங்குன்றன்.

நுண்கதை: 1

பாட்டி சுட்ட வடையைக் காக்கா திருட காக்காவிடம் இருந்து திருடித் தின்ற நரி மயங்கிச் சரிந்தது... காதுகளில் பம்பட்டம் டிஸ்கோ ஆட புடவையை இடையில் சொருகிய பொக்கையற்ற வாயுள்ள கிழவி 'யார்க்கிட்ட ஒன் வேலைய காட்டப் பாக்குற' என்றவாறே நரியின் கழுத்தை அறுத்துத் தோலுரித்துக் கண்டமிட்டு உப்பு தேய்த்து உலர்த்தி மசங்களுக்கு சற்று முன் காட்டில் உள்ள தன் குடிசையை அடைந்து மண் சட்டியில் இட்டு பாதுகாத்தவள் மறுநாள் எந்த இடத்தில் அடுப்பினை ஏற்றலாம் என்று மனக் கணக்குப் போட்டவாறே ஓரிரு துண்டங்களைச்

சுட்டுத் தின்றதும் காடா விளக்கை அணைத்து உறங்கத் துவங்க... அத்தனையையும் வேடிக்கைப் பார்த்திருந்த காக்கை மாரடைத்து செத்தது.

நுண்கதை: 2

உலக அழகி தன் பிரார்த்தனையை முடித்துவிட்டுத் திரும்பிய வழியில் பரட்டைத் தலையையும் உரோமங்கள் அடர்ந்த அதே நேரம் மிக மெல்லிய உடல்வாகு கொண்ட எலும்புகள் துருத்தித் தெரியும் நெஞ்சையும் எப்பொழுதும் காறையான பற்களைக்கொண்ட தொப்புளை மட்டும் கிடைத்த துணியில் மறைத்துக்கொண்டு காலகட்டிக் கிடக்கும் அந்த யாசகன் மேல் மிக மிக அபரிமிதமானப் பற்றுதல் கொண்டாள். ஒரு மழை நாள் நீர்த்துளிகளைத் தன்மீது ஏற்றபடி உருண்டு கிடந்த அவன் அருகில் தன்னை ஒரு யாசகியைப்போல் புனைந்துகொண்ட அவள் வெறிச்சோடிக் கிடந்த சாலையின் ஓரத்தில் அவனுடன் புணர்ந்து தீர்த்தாள்... பின் இப்படியான இரவுகளில் திடீரெனத் தொப்புளை மட்டும் ஏன் மறைக்கிறாய் என்ற போது அது நாள்வரை வாயே திறவாதவன் அதில் நான் அம்மாவைக் காண்கிறேன் என்றான்... அதன் பிறகு அவள் அவனை ஒரு நாளும் தேடிவரவில்லை. அவன் வழமைபோலவே கிடந்தான்.

நுண்கதை: 3

பூமி கிழடாகத் துவங்கியதும் ஈர்ப்பு விசையின் வீரியம் குறையத் துவங்கியது... முதலில் கடைசியில் என எவ்விதப் பாகுபாடும் இல்லாமல் வேரற்ற அனைத்தும் ஆகாயத்தில் பறக்கத் துவங்கின... அதுவரை பறப்பதற்கு சிறகுகள் அவசியம் என்று இருந்த நிலை மட்டுமல்லாது அறிவியலும் கூட தோற்றே போனது... எல்லையற்ற பெருவெளியில் கடவுள் உறையும் வானகத்தில் நாய் விட்டையோடு மானுட இனமும் உயிரற்ற உடலோடு பயணித்துக் கொண்டிருந்தது... பூமியில் மரங்கள் தங்கள் கனிகளைக் கிளைகளில் அன்றி வேர்களில் பிறப்பிக்கத் துவங்கின.

நுண்கதை: 4

அவனைக் கனவுகள் மிகவும் பாடாய்ப்படுத்தின... அவன் தூக்கத்தில் கனவின்றி இருக்க குட்டிக்கரணம்கூட அடித்துப் பார்த்துவிட்டான்... ஆனால் கனவு மீண்டும் மீண்டும் இருளின்

வழி அவன் மூளைக்குள் ஊர்ந்து கொண்டே இருந்தது... தூங்காமலே இருக்கலாம் என்றாலும் அதுவும் இயலவில்லை... ஆகவே வெவ்வேறு இடங்களில் உறங்கிப் பார்க்கலாம் எனத் துவங்கியவன் மயானம் உட்பட ஊர் முழுக்க உறங்கிப் பார்த்தும் கனவுகள் தொடர்ந்தன... கனவுகளற்ற உறக்கம் தேடிய அவன் ஒரு பரதேசியாய் மாறிப்போனான்...' காலில் வலு உள்ளவரை கண்களுக்கு நிலம் தென்பட்டவரை நடந்து களைத்து உறங்கித் தோற்றான்... பின் ஒருநாள் கனவுகள் அற்ற உறக்கத்தைக் கண்டடைந்து பெருமூச்சு விட்டுக்கொண்ட போது, பெயர் அறியா பிணம் ஆற்றில் மிதப்பதாக ஊர்மக்கள் பேசிக்கொண்டனர்...

நுண்கதை: 5

ஸ்க்ரூ கொடுத்தல் அதாவது ஏத்தி விடுதல் என்பதற்கும் வழிகாட்டுதல் அதாவது வளர்த்தெடுத்தல் என்பதற்கும் வேறுபாடு உள்ளது. ஏத்திவிடுதல்: உதாரணமாக, சிவன் பிரம்மாவிடம் சென்று நேற்று மாலை சோம பானம் அருந்திவிட்டு விஷ்ணு உன்னைப்பற்றி மிக மிக மோசமாக வசை பாடினான் என்று சொல்லியதும் காதோடு இரகசியமாக இதனை உன்னிடம் நான்தான் சொன்னேன் எனச் சொல்லிவிடாதே எனப் பம்முவது... (உண்மையில் விஷ்ணு பிரமனுக்கு தலை 4 என்பதால் மயிர் தொல்லையால் அவதிப்படுவான் என்றே சொல்லியிருந்தார்) வழிகாட்டுதல்: ஒரு சீனக் கதை உண்டு... பசியில் உள்ளவனுக்கு மீன் பிடித்துத் தருவதைவிட மீன் பிடிக்கக் கற்றுத் தருதலே தர்மம் என்று..." நான் இரண்டாவது வகை மாமியாரே என மிக லெந்த்தாக எடுத்த கிளாஸ்ஸை ஒரு வழியாக முடித்துவிட்டுக் கிளாம்பினான் மண்ணாங்கட்டி.

நுண்கதை: 6

இளவரசியால் மிகமிகச் செல்லமாக வளர்க்கப்பட்ட பறவை அடர் வனத்திலிருந்து நீலமும் வெளிர் மஞ்சளும் உடைய வண்ண மலரினை ஒவ்வொரு கார்காலத்திலும் அவளுக்குக் கொய்து தந்தது. இளவரசி சூடிய மலரின் அழகில் மயங்கிய ஏழை ஒருத்தி அந்தப் பறவையிடம் இருந்து அதனைப் பெற்றுத்தர தன் காதலனை வேண்டினாள். எவ்வளவு முயன்றும் அவனால் அந்தப் பறவையிடமிருந்து அதனைக் கைப்பற்ற இயலவில்லை. ஒரு சாதாரண பறவையிடம் இருந்து மலரைக்கூட பெற இயலாத

வீணன் என அவள் அவனை ஒதுக்க... பெரும் துயரத்தோடு வனத்தில் நுழைந்த அவன் நம்பிக்கை தளராமல் உள்ளே உள்ளே என நுழைந்து சரிவொன்றில் தவறி கூர்ப் பாறையில் விழுந்து தலை சிதறி உயிர் இழந்தான்... அதனைக் கேள்வியுற்ற உடல் முழுக்க முட்களை உடைய அம்மலர்ச் செடி அதுமுதல் தன் பூக்களை அவன் உதிர நிறத்திற்கு மாற்றிக்கொண்டது. மறு கார்காலம் முதல் மலர் கிடைக்காத ஏக்கத்தில் நோய்கண்ட இளவரசி இறந்தாள். அவள் இறப்பால் அப்பறவையும் கொல்லப்பட்டது.

நுண்கதை: 7

'எருக்கஞ் செடியோரம் இறுக்கி புடுச்ச எம் மாமா' என்னும் பாடல் பேருந்தில் ஒலித்துக்கொண்டு இருக்க ஒரு ஆண் தன் புறங்கை விரலால் பேருந்தின் கம்பியை ஒட்டிய கூரையிலும் ஒரு பெண் தன் ஹீல்ஸ் காலுடன் பேருந்தின் தரைப்பகுதியிலும் தாளமிட... இளையவன் ஒருவன் தன் தலையை இடவலம் அசைத்தவாறும் நடத்துனர் கண்கள் மூடியவாறு இரசித்தும்... ஓட்டுனர் காலரை தூக்கிவிட்டபடியும் புறங்கழுத்தைச் சொரிந்தவாறும் பாடலுடன் சாலையில் ஒன்றியிருக்க... மாண்புமிகு பூங்குன்றனுக்கு 'அந்த மாமன் என்னத்த இறுக்கிப் புடுச்சுருப்பான்? அதும் எருக்கஞ் செடி ஓரம்! அத யார கேட்டாத் தெரியும்?' என யோசித்தவாறு பாடலுடன் ஆடிக்கொண்டிருந்த உடல்களின்மேல் தன் பார்வையை வீசி ஐயம் போக்கவிருக்கும் அந்த உன்னத ஆத்மாவைத் தேடிக் கொண்டிருந்தான்.

நுண்கதை: 8

கங்கையைத் தன் தலையில் இருந்து கீழிறக்கிக் கொண்டிருந்தான் உமையொருபாகன்... தன் கோவணத்தை இறுக்கியவாறு 'உம்மைவிட அம்மாவிற்கு நீளமான கூந்தல் உள்ளது தெரியும்தானே' எனச் சிவனைப் பார்த்துச் சினந்தான்... மிகமிக அதீதக் கோபத்தில் ஊழிக்கூத்தனாரின் சிக்ஸ்பேக் உடல் நடுநடுங்கியதோடு நெற்றிக் கண்ணும் தாமாய்த் திறந்தது மட்டுமின்றி கோவணாண்டியை விடுத்து சிவனையே எரியூட்டத் துவங்க... வானின் ஒவ்வொரு அங்குலத்திலும் மின்னலும் இடியும் வெடித்துக் கிளம்பின...

இதற்கு எட்டாப் பக்கங்களிலும் வரப்போகாத விமர்சனங்களுக்குப் பதிலாய் 'ஒரு படைப்பில் படைப்பாளன் முன்வைப்பது கருத்துகளை மட்டும்தான்; அதன் சாதகப் பாதகங்களைச்

சமூகம்தான் ஆய்ந்துத் தேற வேண்டும்' எனத் தமக்குள் முனங்கியவாறு இருந்தான் பூங்குன்றன்.

நுண்கதை: 9

'அடிமைப் படுத்தப்படும் ஒவ்வொன்றும்
முதலில் புனிதப்படுத்தப்படும்.'

உலகின் மிகவும் வக்கிரமான சொல் அன்பு. ஒவ்வொரு உயிருக்கும் தனித்தனி உடல் உண்டு; தனித்தனி மனம் உண்டு.

'வேருக்கு மட்டுமல்ல தேரைக்கும் வழிவிடும்
மொட்டைப்பாறை'

என்பன போன்ற வரிகளை வாசித்த கயல்விழி தன் தலையில் அடித்துகொண்டதோடு... வெங்காய போண்டா செய்யும் வழிமுறைகள் பற்றிய குறிப்புகளைக் குப்புறப்படுத்து மிகச் சுவாரசியமாக காலாட்டி இரசித்தவாறு சப்தமிட்டு மனப்பாடம் செய்துகொண்டிருந்தாள்...

நுண்கதை: 10

ஒரு மண் துகள் அவன் கண்ணின் உள் பகுதியில் விழுந்தது. அதன் பின் அவன் கண்ணைத் தேய்த்துக்கொள்வது கண்ணில் நீர் வழிவது எல்லாம் கதையல்ல... மாறாக அந்த மண் 'நாம் பிறந்தபோது பூமியைப்போல ஆயிரம் மடங்கு பெரிதாக இருந்தோம் பிறகு வெடித்து உருகி சிதறி பற்பல மில்லியன் ஆண்டுகளாகச் சிறுத்து சிறுத்து இதோ இப்போது இங்கு இவ்வாறு கிடக்கிறோம்' என எண்ணிக்கொள்வதை காரசாரமான பில்டப்களோடு விவரிக்கப்போவதுதான் கதை.

நுண்கதை: 11

ஒரு பூச்சியின் ஆயுட்காலச் சராசரி 1 நாள்; ஒரு மனிதனின் ஆயுட்காலச் சராசரி 55 ஆண்டுகள்; ஒரு ஆமையின் ஆயுட்காலச் சராசரி 300 ஆண்டுகள் எனில்... இதிலுள்ள ஒவ்வொரு உயிருக்கும் ஒவ்வொரு வகையான வாழ்க்கை அதாவது ஒரு பூச்சி தன் சந்ததியை 1 நாளிலும்; ஒரு மனிதன் தன் சந்ததியை 55 ஆண்டுகளிலும்; ஒரு ஆமை தன் சந்ததியை 300 ஆண்டுகளிலும் நிலைநிறுத்தி வாழ்ந்து தீர்க்கிறது என்று வைத்துக்கொண்டால்

300 ஆண்டுக்காலத்தில் ஆமை நிகழ்த்தும் சாதனையை 1 நாளில் பூச்சி முடிக்கிறது அல்லவா? அப்படி என்றால் ஆமையின் 300 ஆண்டுகள் பூச்சியின் 1 நாளுக்குச் சமமா? 'காலம்' என்பது உண்மையில் எது? அனைவருக்கும் ஒன்றா? வெவ்வேறா? என்று அந்த எழுத்தாளன் யோசித்துக்கொண்டிருந்தபோது 'மாமா அந்த ப்ளவுசுல தையல் பிரிச்சுவுட சொன்னனே' என்றாள். தான் ஒரு கதை எழுதுவதாக எழுத்தாளன் சொல்ல சொம்பு உருண்டோடும் சப்தத்துடன் பாத்திரங்கள் பறந்தோடும் ஒலியும் கேட்க... அந்த எழுத்தாளனைப் பார்த்து அவனது எழுத்துகள் வாய்விட்டுச் சிரித்தன.

நுண்கதை: 12

உலகின் முதன்மையான மூன்று கடவுளர்களும் (யார்யார்னு தெரியாதுல? பாவம் பால்குடி மறக்காத பாப்பால) முட்டுச்சந்திற்கு அருகில் உள்ள முச்சந்தியில் தள்ளுவண்டிக்காரரிடம் ஆளுக்கு 1 கிலோ வெங்காயம் வாங்கிக் கொண்டிருந்தனர்... தொகையை செட்டில் செய்யும் தருவாயில் கிலோ ரூபாய் 34 என வியாபாரி சொல்ல என்னையே ஏமாற்றப் பார்க்கிறாயா? நீ வாங்கிய விலை எனக்குத் தெரியாதா? என்னிடமே எப்படி அதிகமாக விற்கத் துணிந்தாய் என ஒரு கடவுள் ஆரம்பிக்க... மற்ற இருவரும் இணைந்து கொண்டனர்... அந்த ஏழை மிகப் பணிவாக ஐயனே என் உழைப்பிற்கான கூலி வேண்டாமா எனக்கேட்க தன் நீண்ட கூந்தலைத் தடவிக்கொண்ட கடவுள் மற்ற கடவுளருடன் கலந்து பேசி விட்டு ஹோல் சேல் ரேட்டுக்கு கேட்டார். கடுப்பான வியாபாரி 3 கிலோ மொத்தமாக வாங்கிக் கொண்டால் மொத்த விலையில் ரூபாய் 2 குறைக்கலாம் எனச் சொல்ல... மகிழ்வாக ஒப்புக்கொண்ட கடவுளர் மீதத் தொகையைத் தங்களுக்குள் சமமாகப் பங்கிட்டுக்கொள்ள இயலாமல் வெங்காயங்கள் சிதறியோட முட்டுச்சந்துள் கட்டிப்புரண்டு எதிராளியின் வேட்டியை உருவிக்கொள்ள... கோவணம் அவிழும்முன்... காறி உமிழ்ந்தபடி நடந்தார் வியாபாரி.

நுண்கதை: 13

மனிதன் என்ற பெயரை தம் குழுவிற்கு ஏற்படுத்திக் கொள்ளாதபோது, 'ஒரு முறை காட்டில் வேழத்தின் காலில் மிதிப்பட்ட காற்று நைந்து போன தன் பாதி உடலோடு ஊர்ந்து

போய்க்கொண்டு இருந்தது... மாமைரான் உதவி வேண்டுமா எனக் குரல் எழுப்ப எண்ணிய தருணத்தில் காற்று ஒரு காட்டுச் செயில் புகுந்தது... மரத்தில் உதிரும் இலை தரைத்தொடும் நேரத்திற்குள்ளாக, தன் பழைய உடலைவிடவும் இளமையான செழிப்பான உடலுடன் வெளிப்பட்ட காற்று தன் பணியைத் தொடர ஆடியவாறு ஓடியது... அந்தச் செடியின் அருகில் சென்ற மாமைரான் அதில் இரண்டு இலைகளை மிகுந்த தயக்கத்தோடு கடித்து மென்றிட உடலின் புண்கள் மறைந்தன... பிறகு தன் குழுவில் உள்ளவர்களுக்கும் கொடுத்தான்... காலப்போக்கில் இலையால் குணப்படுத்த இயலாத காயங்களை வேர் குணப்படுத்தும் எனக் கண்டறிந்தான்...' இப்படித்தான் அவன் வைத்தியன் ஆனான் என்பதுடன் மூலிகை கண்டறியப்பட்ட கதையும் நிறைவடைகிறது.

நுண்கதை: 14

விற்கொடி புருவத்தாளுக்கு மிக மிக எரிச்சலாக இருந்தது... உண்மையில் அவளும் உலகப் புகழ்ப் பெற்ற உலக சினிமாக்கள் மற்றும் வெப் சீரியஸ்கள் பார்க்கத் துவங்கியபோது, இதனைக் கவனிக்கத் தவறினாலும் மேலும் மேலும் என அனுபவம் நீளும் போது ரொமான்ஸ் காட்சிகளோ அல்லது சாதாரண காட்சிகளோ எதுவாக இருந்தாலும் பெண்களை மட்டுமே நிர்வாணமாகச் சித்தரிக்கும் காட்சிகளே தொன்னூறு சதவீதம் இருப்பதை உணர்ந்தாள்... எவ்வளவு பெரிய வன்முறை இது என்பதனை உணர்ந்தவள் அது முதல் தான் இயற்றிய அல்லது இயக்கிய அத்தனை படைப்புகளிலும் ஆண்களை நிர்வாணமாகவே புனையத் துவங்கினாள்.

நுண்கதை: 15

தனது சிஷ்யக் குஞ்சுகளுடன் வேம்பின் மரத்தடியில் அமர்ந்திருந்தார் சுவாமிகள் காலஞ்சென்றார் (காலஞ்சென்றார் என்பது பெயராகும்). புதன்கிழமை காலை நிறைந்த நன்னேரத்தில் மிகப் பவ்வியமாக ஒருவர் குஞ்சுகளைக் (கதைய பாலோ பண்ணுங்கப்பு... குஞ்சுகள்னா சிஷ்ய குஞ்சுகள்) கடந்து சுவாமிகளை நெருங்கி காதுக்குள் ஏதோ முணுமுணுத்தார்... அவர் காலடியில் உதிர்ந்த இலையின் மீது இறந்த எறும்பொன்றைத் தன் வாயில் கவ்வியபடி இழுத்துக்கொண்டிருந்து மற்றொரு எறும்பு. காலஞ்சென்றார் புன்னகைத்தபடி அந்தக் காட்சியை

வந்தவருக்குச் சுட்டிக்காட்டினார். பிறகு தன் குஞ்சுகளுடன் யாத்திரையைத் துவங்கினார்.

நுண்கதை: 16

சிற்பி கூடத்தை விட்டு வெளியேறி மன்னரைக் காணச் சென்று இரவு மீளத் திரும்பாத போது, அவள் அந்தச் சிலையோடு உறவு கொண்டாள்... உண்மையில் சிற்பியோடு இருப்பதைக் காட்டிலும் சிற்பத்தோடு இருப்பது பேருவகை தருவதாக உணர்ந்தாள்... அன்றைய இரவு முழுக்க சிற்பமும் அவளும் கோடை மழையெனக் கூடித் திளைத்தனர்... மறுநாள் சிற்பி ஊர் திரும்பியபோது அவளும் ஒரு சிற்பமாக மாறி நின்றதைக் கண்டான்... பிறகு மிக மிக நிதானமாக உளியையும் சம்மட்டியையும் எடுத்தவன் அங்கிருந்த ஒவ்வொரு சிற்பத்தையும் சிறுசிறு ஜல்லிக் கற்களென உடைக்கத் துவங்கினான்.

நுண்கதை: 17

சாமிலாம் எங்கப்பா இருக்கு? அதுலாம் அதோ மேல தெரியுது பாரு வானம் அங்க இருக்கு குட்டிம்மா. ஏம்பா அங்கபோயி இருக்கு? அவங்க வீடு அங்கதான்டா இருக்கு. வானத்துமேல ஒரு சாமிதா இருக்காப்பா? நிறையநிறைய இருக்கு பாப்பு என்ற பதிலைப் பெற்ற மொழியழகி தன் பிஞ்சு விரல்களால் பாவாடையை உயர்த்திப் பிடித்தவாறு ‘அப்போ அவுங்களாம் எங்கப்பா ஆயி போவாங்க? என வானத்தில் உள்ள தெய்வங்களை எண்ணி கவலைப்பட்டுக்கொண்டே ஆய்போய்க் கொண்டிருந்தாள்.

நுண்கதை: 18

ஸ்பார்டகஸ் வெப் சீரியஸ் யார்யார் பாத்துருக்கீங்கனு எனக்குத் தெரியலை... ஆனா கண்டிப்பா பாத்துடுங்க. அதுல நாம பேசறதுக்கு ஏகப்பட்டது இருந்தாலும் ‘நிர்வாணம்’ ரொம்ப குறிப்பிடத்தக்கது. உதாரணத்துக்கு நம்ப உடம்ப ‘ஒருத்தர் நிர்வாணமா பாத்துட்டாங்க அப்படீங்கறதாலயே எல்லாமே முடிஞ்சு போச்சுது’ அப்படீங்கற மனநிலையை நம்ம சமூகம் ஏற்படுத்தி வச்சிருக்கு. ஆனா அப்படிலாம் கிடையாது. இப்பலாம் நான் எப்பவுமே ஆடை ஏதும் இல்லாம நிர்வாணமாத்தான் குளிக்கிறேன்... உடனே நிர்வாணமா ரோட்டுல நடப்பியானு கேக்கப்படாது... ஒருவேளை அப்படி நடக்கணும்னாக்கூட

தாராளமா நடக்கலாம்... அதுக்குப் பெருசா மனத்தடை ஏதும் கிடையாது... கடைசியா சொல்லறதுனா 'உடம்பு ஜஸ்ட் உடம்பு அவ்வளவுதான்'... எனத் தனது நீட்சியில்லாத நுண் உரையை முடித்தார் மகேஷ்.

நுண்கதை: 19

1. ஒரு நூறு ரூபா தாள் ரோட்ல அனாமத்தாக் கிடக்குது. அப்போ அத எடுப்போமா இல்லை அப்பறமா எடுத்துப்போம்னு காத்திருப்போமா? 2. ராட்டுல இருந்து தேன் வழியிது உடனே நக்குவமா இல்லை நாலு நாள் வெயிட் பண்ணி அப்பறமா நக்குவமா? 3. அட அக்குள்ல அரிக்கிது உடனே சொரிஞ்சுப்பமா இல்லை அப்டியே விட்டுருவமா? என்ற கேள்விகளைத் தனக்குள்ளாகவே கேட்டுக்கொண்ட 'நான்' என்னும் பெயர் கொண்ட அந்த உயிரி வழமைப்போல் அதனைக் கடந்து சென்றது.

நுண்கதை: 20

ஒரு ஊர்ல ஒரு சோத்து சட்டி இருந்துச்சாம்... அதுக்குப் பக்கத்துல கொழம்புச் சட்டியும் இருந்துச்சாம்... சோ.சட்டி கொ.சட்டியை சின்சியரா லவ் பண்ணுச்சாம்... ஒரு நாள் சாயங்காலம் சரக்கு போட்டுட்டு பொண்டாட்டி புருசன் சண்டையில் கொ.சட்டி நெளிஞ்சு போக மறுநாள் அதைத் தூக்கி பழைய சாக்குல போட்டுக் கட்டி வச்சுட்டாங்க... அதுல இருந்து சோ.சட்டி நெதம் அழுதுட்டே இருந்துச்சு... அந்த வாரத்து ஞாயிறு கிழமைல பழைய பாத்திரக்காரன் வர பழைய கொ. சட்டி போயி புது கொ.சட்டி வந்துச்சு... இங்கதான் கதையில ஒரு ட்விஸ்ட்டு வருது...

(க்காய்ஸ் நானும் ரொம்ப நேரம் யோசிச்சுட்டேன். இத்தோட இந்தக் கதைய பினிஷ் பண்ணிக்கலாம்.)

(அப்புடியே முழுசா சொல்லி பினிஷ் பண்ணிட்டா மட்டும்ம்... போப்போ கிளம்பு கிளம்பு.)

நுண்கதை: 21

'என்னை எவராவது மயிர் என்று சொல்லும்போது நீண்ட மயிரா அல்லது குட்டை மயிரா எனக் கேட்பது வழக்கம்... அவ்வாறு கேட்கும்போது உண்மையில் எதிராளி குழம்பிப்போவது மிகவும் ஆச்சர்யம் அளிக்கிறது. மயிர் என்பது கெட்ட வார்த்தையா?

உண்மையில் மயிர் என்பது நாம் எண்ணுவதைப்போல் சாதாரணமானதல்ல. ஏனென்றால், அது உயிர் உள்ளவரை நீண்டு வளர்ந்த வண்ணமாகவே உள்ளது."உண்மையை வெட்கமின்றிச் சொல்ல வேண்டுமென்றால் எங்களைவிட மயிர் அதிக புகழ் அடைந்தமையால்தான் எங்களால் அவதூறு செய்யப்பட்டு அதன் புகழ் குறைக்கப்பட்டது" என ஸ்டேட்மெண்ட் கொடுத்த கடவுளர்கள் கூட உண்டு இப்பூமியில்... ஆகவே நண்பர்களே மயிர் என்பது நமக்கு நட்பு கவசம் என்பதுடன் ஊக்கி என்பதையும் உணர்வோமாக... மயிரன்புடன் - மிசைவாழ் நிலத்தன்' எனத் தன் ஆன்லைன் தேர்வை புத்தகம் பார்க்காமல் நிறைவு செய்தாள் பூவிழி.

நுண்கதை: 22

நீ எல்லாம் ஒரு மனுசனா? என்ன மனுசன் நீ? மனுசனா நீ? எப்படிப்பட்ட அற்புதமான கேள்வி? மனித குலத்துக்கே பொதுவான கேள்வி அப்படித்தான? போயும்போயும் இந்தப் பூமியில மனுசனாவா பொறக்கணும்! ஒரு அட்டப்பூச்சியா பொறந்து காடு மலை கம்மாய்னு சுத்தி இருக்கலாம்... அட்டப்பூச்சிலாம் 'சுத்திட்டு' இருக்குனு நினக்கிற நம்ப எண்ணம் இருக்குல்ல அதாவது அப்படி யோசிக்கத் தோணுதுல்ல அதுக்குப் பேர்தான் மனுச புத்தி அதும் கேடுகெட்ட மனுசபுத்தி... பொதுவா நான் மனுசனா இருக்க விரும்புறது இல்லை. ஆனாலும் நான் மனுசனாத்தான் இருக்கேன். மனுசன்னா பொதுவுல நம்பப்படுற மனுசன் அதாவது உருவத்துல... மத்தபடி நான்லாம் மனுசனே இல்லை ரொம்ப ரொம்பச் சாதாரண அதாவது நம்மப் பார்வையில கேவலமா தெரியிற ஏதோ ஒரு உயிரி... புரியலதான? புரிஞ்சுமட்டும் என்ன ஆகிடப்போகுது? - 'புத்திர விலாசா' நூலின் துவக்க வரிகள்.

நுண்கதை: 23

மனசுனா என்னா அப்பா? மனசுனா ஒன்னும் இல்லை மகளே. ஒன்னுலையாப்பா? ஆமா மவளே அது ஒன்னும் இல்லாதது. உதாரணத்துக்கு உன் மனசு இன்னிக்கி தேன் முட்டாய் கேக்கும் நீ வளந்ததும் குச்சி முட்டாய் கேக்கும் அப்பறம் அப்பறம் இன்னும் வளந்ததும் ஐஸ்கிரீம் கேக்கும் அப்பறம் இன்னும் வளந்ததும் சாக்லேட் கேக் அப்பறம் இன்னும் வளந்ததும் பிரியாணி அப்பறம் இன்னும் வளந்ததும் உனக்கும் பாப்பா வரும் அப்பறம்

இதெல்லாம் ஒன்னும் இல்லைனு புரியும் மவளே... என்னப்பா? ஒன்னும் இல்லைமா.

நுண்கதை: 24

தன் நெற்றியில் விபூதியைப் பட்டையாய் அணிந்தவரும், நாமமாய் இட்டவரும் முகஞ்சுளித்து எதிரெதிர் நடந்தவாறு இருந்தனர். அவ்வழியே சென்ற தெரு நாய் ஒன்று தன் முதுகில் படர்ந்திருந்த சிரங்கினை நக்கியவாறு அவர்களை ஏளனமாய்ப் பார்த்துக் கடந்து சென்றது. இக்காட்சியைப் பார்த்திருந்த பரதேசி ஒருவன் வாய் கொள்ளாமல் சிரித்திருந்தான். பிறகென்ன வழக்கம்போல் அதிகாரம் வெல்லத் துவங்கி பரதேசி போலீசாரால் கஞ்சா விற்பவனாகவும் தெரு நாய் கார்ப்பரேசன் மக்களாலும் கைது செய்யப்பட்டபோது பர மண்டலங்களில் உள்ள பிதா தன் மீசையை முறுக்கிக்கொண்டார்...

நுண்கதை: 25

ஒரு ஊர்ல ஒரு ராஜா இருந்தாராம்... அந்த ராஜாவுக்குக் குளிக்கிறதுனா ரொம்பப் பிரியமாம்... ஒரு நாள் அவருக்கு உலகத்தில உள்ள எல்லா நீர்நிலையிலையும் குளிச்சுப் பாத்திடணும்னு ஆசை வந்துச்சாம். உடனே தன்னோட ஆட்சியை மந்திரி கையில ஒப்படைச்சுட்டு ஊர்ஊரா சுத்தி குளிக்கத் தொடங்குனாரு மன்னர்... ஒரு குளத்துல இருந்த கொக்கு தன்னோட பிள்ளையப் பாத்து 'செய்யற வேலைய விட்டுட்டு சென ஆட்டுக்கு மயிர் புடுங்குற வேலையா பாக்குறனு' கேக்க மன்னருக்கு தன்னப்பாத்தே அந்தக் கேள்வி கேட்டாப்போல இருக்குனு நினைச்சவரு... தன்னோட பயணங்களை நிப்பாட்டிட்டு தன்னோட நாட்டுக்குப் போனாரு. அதுக்குள்ள அங்க சட்டங்கள் மாறி இருந்துச்சு... அதாவது வருங்காலங்கள் முதல் மந்திரிகள்தான் நாட்டை ஆட்சி பண்ணுவாங்க அப்படினு...

நுண்கதை: 26

இடது பக்கம் பெரியவனும் வலது பக்கம் சின்னவனும் உட்கார்ந்து இருந்தப்போ மாமியார் வீட்டுல காஃபி குடுத்தாங்க... உடனே சின்னவனப் பார்த்து காஃபிய வச்சு ஒரு கதை சொல்லலாம்னு 'தென்னை மரத்துக்குத் தண்ணி ஊத்துனா என்ன டா வரும்னு கேட்டேன், 'எளநீ வரும்னான். அப்போ தண்ணீர்க்குப் பதிலா

காஃபி ஊத்தி வளத்தா என்னடா வரும்னு கேட்டேன், காஃபிதான் வரும்னு சொல்லிட்டு, ம்ம்ம் னு யோசிச்சவன் என்னைப் பார்த்து "அப்போ நாம பால் குடிச்சா குஞ்சுல இருந்து பால் வருமானு கேட்டான் பாருங்க" அத்தோட முடிஞ்சது நம்பள் கதை.

நுண்கதை: 27

பால்வெளியில் பூமியைக் கடந்த கோள் ஒன்று, "ஆதியில் பூமியில் ஏழு வண்ணங்களை உடைய மலர் இருந்தது என்றும் அதனைப் பெரு மழையை ஏவி வான் கையகப்படுத்தியதோடு அல்லாமல் அந்த மலர் இனத்தையே அழித்தொழித்தது என்றும் தெரிவித்தது"... இதுபற்றி வானவில்லிடம் வினவியபோது, "உண்மையில் நான் என்னை ஒரு மலரைப்போல்தான் உணர்கிறேன். ஆனால் வேரோ கிளையோ அற்று அந்தரத்தில் ஒரு தக்கையென மிதக்கும்போது அதுபற்றியெல்லாம் எண்ணுவதில்லை" எனத் தன் கருத்தினைச் சுருக்கமாக முடித்துக்கொண்டது... பிறகு வானத்திடம் இதுபற்றிக் கேட்டபோது மிக மிக அலட்சியமாக அவதூறுகளுக்குப் பதில் சொல்வது தன் வேலையில்லை என்று விலகிச்சென்றது... இந்தச் சம்பவம் நடந்த முந்நூறு நாட்களின் பின்னர் எட்டாவது வண்ணமாகி கருப்பு வண்ணமும் வானவில்லில் இணைந்துகொண்டது. அதன்பின் இந்தப் பரந்த பூமியில் ஒரு காக்கைகூட எவரது கண்களிலும் தட்டுப்படவில்லை.

நுண்கதை: 28

பூமி ஏன் உருண்டையாகவும் மிதந்தவாறும் உள்ளது என்பதை விளக்கும் பகுதி: மூலம் "கல் ஓணான் புராணம்" ...

மயிர்களை ரிப்பன் போட்டுக்கட்டாமல் காற்றில் அலைபாய விட்டவாறு பிணங்களை எரிக்கும் தொழிலைச் செய்யும் நம் தலைவர் பூமி ஏன் உருண்டையாகவும் பறந்துகொண்டும் உள்ளது எனக் கேட்ட தன் குழந்தைகளுக்கு இவ்வாறு பதில் அளித்தார்...

"நான் சிறுவனாக இருந்தபோது, எனது ஆயா எனக்குக் கல்கோனா செய்து தந்தார். ஒருநாள் என் நண்பர்களுக்கு அதனைப் பங்கிட்டுத் தர எண்ணி கடைவாய்ப் பகுதியில் வைத்துக் கடித்தபோது வழுக்கிக்கொண்டு கீழே விழுந்து மிதக்கத் துவங்கிவிட்டது. பிறகு நானும் என்னிடம் இருந்த மற்றதை பங்கிட்டுவிட்டு விளையாட்டு ஆர்வத்தில் அதனை எடுக்கத் தவறிவிட்டதன் விளைவே இது

என்று” அவர் முடித்தபோது குழந்தைகள் உதட்டோரம் வழியும் எச்சிலோடு தூங்கிக் கொண்டிருந்தன...

(கல்கோனா புராணம் “கல் ஓணான் புராணம்” என ஆர்வலர்களால் மாறுதல் அடைந்தது.)

நுண்கதை: 29

புத்தன் தன் சீடர்கள் மத்தியில் வெங்காயம் ஒன்றை எடுத்து உரிக்கத் துவங்கினார். ‘வாழ்க்கை என்பது வெங்காயம் போன்றது. உரிக்க உரிக்க ஒன்றுமே இருக்காது’ என்ற வாசகங்களுக்காக ஏங்கி இருந்த காதுகளை ஏமாற்றி “நாம் ஒன்றும் இல்லை என நினைத்துக் கொண்டிருக்கும் எல்லா இடங்களும் கண்ணீரால் நிரப்பப்பட்டிருக்கும்” என்றவாறு புன்னகைக்க அவர் விழிகளோ கண்ணீரால் நிரம்பி இருந்தன. இவ்வரிகளைக் கேட்டு இவ்வளவு நேரம் அவர்களை அடைகாத்து நின்ற மரம் தன்னைச் சிலிர்த்துக்கொள்ள நிழலும் அதனுடன் சேர்ந்துகொண்டது.

நுண்கதை: 30

வறட்சியால் அழியத் துவங்கிய பெரு வனத்திலிருந்து அந்தப் புரவி இடைப்பட்ட எதனையும் பொருட்படுத்தாமல் மிக மிக வேகமாக ஓடிக்கொண்டிருந்தது. ஆறு நாட்களின் பின்னர் கடலை அடைந்து வயிறு முட்டும் அளவு உப்பு நீரைக் குடித்தது. பின் மீண்டும் தான் துவங்கிய அதே இடத்தை நோக்கித் திரும்பத் துவங்கியது. இந்த முறை அதன் பயணம் அவ்வளவு சிரமம் இல்லாமல் இருப்பினும், அது தன் இலக்கை அடைந்தது. பின் வாயில் நுரை பொங்க கீழே விழுந்து பெரு பெரு மூச்சுக்களுடன் தன் உயிரை விட்டது... அடுத்தச் சில நாட்களில் அதன் மாமிசத்தை உண்ட உயிரினங்கள் அதன் எச்சத்தினைக் காடு முழுமைக்கும் கொண்டு சேர்த்தன... உடைந்தும் உடையாமலும் கிடந்த எலும்புத் துண்டுகளைச் சுற்றி ஒரு புற்று உருவானது... அடுத்தச் சில தினங்களில் வனம் உயிர்க்கத்துவங்கியது.

***

(பூங்குன்றன் தனக்கென ஒரு பர்சனல் செக்கரட்ரரியை நியமனம் செய்து பிரபலமான எழுத்தாளர்களின் புத்தகங்களை வாசிக்கச் சொல்லி கேட்பதுடன் அதில் இரண்டாவது பக்கம் தாண்டும் முன்னரே குறட்டைவிட்டும் தூங்கிவிடுகிறான்.)

எல்லமரத்துப்பட்டி எலந்தம்பட்டியான கதை

கருவாத் தாத்தா பெருமாத்தூர்ல இருக்குற அவரோட மூணாவது மக வீட்டுக்கு வந்தவரு விழுந்துக்கிட்டாரு, படுத்தப் படுக்கை, யாரோ இலந்த மரத்துப்பட்டில இருந்து தாத்தாவப் பாக்க வந்துருக்காகனு பெருசாக் கத்திக்கிட்டு தண்ணித் தூக்க ஆத்துக்கு ஓடுனா அந்த வீட்டுப் பொண்ணு...

சுத்து வட்டாரத்துலயே ரொம்ப வயசானவரு கருவாத் தாத்தா, தொண்டுக் கிழவர், கண்ணுல பூ போட்டுருச்சு, வாய் கொழரும், பல்லு ஒன்னுகூட இல்லை, நெஞ்சு கூடு மட்டும் ஏறி ஏறி இறங்கிட்டு இருக்கும். ஆனா, காது பாம்புக்காது. வாழ்நாள் முழுக்க மாட்டு மந்தையோட பழகுனதால சின்னச்சின்னச் சத்தங்கூட அவரு காதுலயிருந்து தப்பிக்க முடியாது.

அதுலயும் இலந்தம்பட்டின்ற பேரக் கேட்டாலே அவரு வாய் ஏதோ சொல்லும்... அவரு வாய்பக்கத்துல காத வச்சுக் கேட்டோம்னா எல எல்லைனு ஏதோ கேக்கும், ஆறு மாசத்துக்கு முன்னாடி வரைக்கும். இப்போ வெறும் காத்து மட்டும்தான் வருது.

கிழவர பாக்க வந்தவங்க இன்னும் இரண்டு, மூணு நாள் தாங்குவாரா பெருசுனு ஏதேதோப் பேசிட்டு இருக்க கிழவருக்குப் பழைய நினைப்பு மனசுக்குள்ள ஓடுது...

அவரு சின்னப்புள்ளையா இருந்தப்ப, அவரு சோட்டுப் புள்ளங்கனோட, தூக்குச் சட்டியில பழச ஊத்திக்கிட்டு, ஊருக்கு மேற்குப்பக்கம் மாட்டு மந்தையோட ஓடுவாங்க. அந்த ஒத்தயடிப்பாதையில இரண்டு நாழி (நாப்பத்தெட்டு நிமிசம்) நடந்தா மலையடிவாரத்துக்குப் போயிடலாம். போயி, மாட்ட வெரட்டி விட்டுட்டு ஒவ்வொருத்தனும் எல்லமரத்தடிக்கு வந்துடுவாங்க... போறப்ப யாரு என்ன கொண்டு போனாலும் சரி (கூழோ, கஞ்சியோ) திரும்பி வர்றப்ப எல்லார் தூக்குலயும் எல்லமரத்துப் பழம் இருக்கும்... அந்த ஊரு மக்களப் பொருத்தவரை எல்லமரத்துப் பழத்தைத் திங்காதவன் பாவம் பண்ணுனவன்.

சின்னப்புள்ளங்க மட்டும் இல்லை, மலைக்கி விறகுக்குப் போறவங்களும், வேட்டைக்குப் போறவங்களும், யாரா இருந்தாலும் சரி அந்தப்பக்கம் போயிட்டா எல்லமரப்பழம் இல்லாமத் திரும்புறது இல்லை.

எல்லை மரம்...

அந்த மரந்தான் ஊருக்கு மேற்கெல்லை. அதத் தாண்டுனதும் மலை ஆரம்பிச்சுடும், ஒத்தயடிப் பாதையில பாதி தூரம் போனதுமே மரம் தட்டுப்படும். அவளோ உயரம், அவளோ கம்பீரம், அந்த மரத்த பாக்குறப்ப நமக்குள்ளயும் ஒரு கம்பீரம் திகுதிகுனு வளரும், வாழ்நாள் முழுக்க உழச்சு உழச்சு உடம்பெல்லாம் முறுக்கேறி முதுமை அடைஞ்ச உழைப்பாளிபோல எல்லமரம் நின்னுட்டு இருக்கும்...

பகல்ல குருவி, கிளி, மைனா, சிட்டு, அணில், இரவுல வௌவால், எலி, பூச்சி, ஆந்தை, தேவாங்கு, அப்பப்ப வந்துபோற குரங்கு, சில உசுருங்க வந்துட்டுப் போயிடும் சில உசுருங்க கூடுகட்டி அங்கயே தங்கிடும்... அது ஒரு சின்ன உலகம், அந்த உலகத்துக்கு எல்லமரந்தான் அம்மா, அந்த அம்மாவ பாதுகாக்கப் பத்துப், பதினஞ்சு மலைத்தேனியும் அங்கங்க கூடு கட்டி இருக்கும்...

ஒருமுறை எவனோ ஒருத்தன் எல்லமரத்துல பழத்த அடிக்கிறேனு கல்லுவிட்டு வீச, காவக்கார பெருந்தேனிக் கூட்டம் மாட்டு மந்தை, வந்தவன் போனவன்னு எல்லாத்தையும் உண்டு இல்லைனு பண்ண, ஊரே அல்லோகலப்பட்டுப் போச்சு... அதோட முடிஞ்சது எல்லமரத்து மேல கல் எறிதல் படலம்...

எல்லமரத்துப் பழம் நல்லாக் கருகருனு மின்னிக்கிட்டுப் பருவப்புள்ள கணக்கா பளபளனு இருக்கும். எல்லமரத்து இலயகூட எண்ணிடலாம் ஆனா பழத்தை எண்ண முடியாது... அவளோ பழம் இருக்கும். கீழக் கிடக்குற பழத்த அள்ளுனாலே அள்ள அள்ளக் குறையாது...

அது நாட்டு மரத்துப் பழத்தப்போல பெரிசு பெரிசா இருக்காது; குட்டிகுட்டியா இருக்கும். அத நரி நவாப் பழம்னு சொல்லுவாங்க...

எல்ல மரத்தோட அளவையும், அதோட பழத்தையும், அதோட சுவையையும் பாத்துட்டு எத்தனையோ பேரு அதோட கன்னுகளை எடுத்துட்டுப் போயி நட்டு வச்சுப் பாத்தாங்க... ஆனா கன்னுங்க முளைக்கல. இன்னும் சிலர் அங்க இருக்குற மண்ணோடயே கன்னுகளை எடுத்துப்போயி நட்டுப் பாத்தாங்க. அப்படியும் முளைக்கல... எல்ல மரம்னா ஒன்னே ஒன்னுதான்...

ஒரு நாள்,

சரியான மழை, மின்னல், இடி, பேய் காத்து, ஊர்ல இருந்த பாதிக் குடிசைய காத்து கொண்டு போயிடுச்சு, பெருசா இடி சத்தம் ஊரே ஒடுங்கிப்போச்சு...

மறுநாள் மழை முடிஞ்சு மலையடி வாரத்துக்குப் போனப்பதான் எல்லமரம் இடி விழுந்து கருகிக் கிடக்குறது தெரிஞ்சது, அதுல இருந்த அத்தனை உசுருகளும் அந்தச் சின்ன உலகத்துத் தாயோடவே கரிஞ்சு போயிடுச்சு, வேட்டைக்கிப் போன நாலுபேரு எல்லமரத்தடியில மழைக்கி ஒதுங்க அவங்களையும் எல்லமரம் தன்னோட கூட்டிட்டுப் போயிடுச்சு...

ஊரே பெருமூச்சு விட்டுச்சு.

கரிஞ்சுப் போன மனுசங்களப் பாத்து கதறுனவங்களவிட எல்லமரத்தப் பாத்து அழுதவங்கதான் அதிகம்...

எல்லமரம் ஒன்னே ஒன்னுதான்...

கிழவரு கண்ணுல இருந்து கண்ணுத்தண்ணி பெருகுது, சாவ நினைச்சு பெருசு அழுவுதுன்னு அங்க இருந்தவங்க நினைச்சுகிட்டாங்க...

அந்த ஊரோட பேரு எல்லமரத்துப்பட்டி. அந்த மரம் கரிஞ்சுப் போனப் பின்னாடி சிலர் 'இழந்தமரத்துப்பட்டி'னு சொன்னாங்க.

இப்போ இலந்தமரத்துப் பட்டின்றாங்க. காரணம் கேட்டா, 'இலந்த மரம் நிறைய இருந்துச்சு அதுனால அத எலந்தமரத்துப் பட்டினு சொல்றோம்னு' சொல்லுறாங்க...

இதுதான் எல்லமரத்துப் பட்டி எலந்தமரத்துப்பட்டியான கதை...

கிழவரைப் பாக்க வந்தவங்க இன்னும் பேசிட்டு இருக்காங்க, மறுபடியும் அவங்க 'எலந்தம்பட்டி'ன்ற பேரச் சொல்லுறாங்க. கருவாத் தாத்தாவோட உதடு 'எல்லமரத்துப்பட்டி எல்லமரத்துப்பட்டின்னு' முணுமுணுத்துட்டே இருக்கு.

– சீர் மாணவர்களுக்கான கலை இலக்கிய இதழ் எண்: 6, அக்டோபர் – டிசம்பர் 2021

பித்தனாரும் பூங்குன்றன் விளாதிமிரும் பாகம் 9

பித்தனார் தான் கதைகளென விரித்து எழுத வைத்திருந்த குறிப்புகளைத் திருடிய அவரின் நண்பர், அதனைத் தன் வீட்டுப் பரணில் எறிந்துவிட்டு தனக்குள் அவ்வப்போது இரகசியமாய்ச் சிரித்துக்கொண்டார். ஏறக்குறைய அறுபது ஆண்டுகளின் பின்னர், பரணில் ஏறிய பாம்பின்கண் நண்பரவரின் பேரனான பூங்குன்றன் விளாதிமிரின் கைகளில் கிடைத்தன, இந்தக் குறிப்புகள். அதனை வரிசைப்படி எண்களிட்டு ஐம்பத்துமூன்று முதல் ஐம்பத்து ஒன்பது வரையிலான பக்கங்களில் உள்ள கதைகளைத் தனது சொந்தக் கதைகளென வெளியிடுகிறான் பூங்குன்றன்.

நுண்கதை: 1

பயணி தன் புல்லாங்குழலை இசைக்கத் துவங்க ஊரே ஒன்று கூடி இரசித்தது. நடு இரவு கடந்தும் ஒருவர் ஏன் ஒரு குழந்தைகூட அவரைவிட்டு விலகவில்லை. அந்த இசைஞன் பெருத்த மகிழ்வோடு ஆத்மார்த்தமாக அதிகாலை தன் இசைப்பை நிறுத்த நீர் அளிக்கப்பட்டது. பிறகு வெற்றிலை இட்டு சிவந்த வாயுடன் அனைவருக்கும் நன்றி தெரிவித்து அடுத்த ஊர் நோக்கி நகரத் துவங்க இடைமறித்த ஊரார் கடந்த இருநூறு ஆண்டுகளாக இப்படியான ஒரு நாளுக்காகத்தான் தாங்கள் காத்திருப்பதாகவும் விருந்துண்டு செல்ல வேண்டும் என்றும் வலியுறுத்த

அவர்களின் பேரன்பிற்கு இரங்கி ஒப்புக்கொண்டார். அவ்வூரின் சிறு தெய்வம் சோடிக்கப்பட்டு விருந்து வைக்கப்பட்டது. ஊர் பெரியவர் மாலை அணிவித்து ஆசி பெற அதிர்ச்சியிலும் குழப்பத்திலும் இசைஞன் திகைத்திருந்தபோது இருவர் நெருங்கி தூக்கி தோளில் வைத்து மக்களின் ஆரவாரங்களின் இடையே பாழுங்கிணற்றில் தள்ளப்பட்டான். பிறகு புல்லாங்குழலும் கிணற்றில் எறியப்பட்டது. பின் இருநூறு வருட சாபம் நீங்கியதென ஊர் மக்கள் மகிழ்ச்சியுடன் கலைந்து சென்றனர்.

நுண்கதை: 2

இரவை மிக நீண்டதாகவும் தனிமை நிரம்பியதாகவும் உணர்ந்தேன்... டாம் அண்ட் ஜெர்ரி இரண்டு மணி நேரம் பார்த்திருப்பேன்... ம்ம்ம் பிறகு சதுரங்கம் கணிணியோடும் ஆன்லைன் ஆப் மூலம் முகம் அறியா மனிதர்களோடும் விளையாண்டு தோற்ற வண்ணமாகவே இருந்தேன்... பிறகு கடவுளர்களையும் என் ஆசிரியர்களையும் வாயில் வந்தபடி வைது தீர்த்தேன்... ம்ம்ம் பென்சிலை எடுத்து தீரும் மட்டும் சுவர்களில் கிறுக்கினேன்... ஆம்... இது இது ஒன்று மட்டும்தான் சற்றே என்னை ஆசுவாசம் கொள்ளச் செய்தது... ஆகவே மறுநாள் அவள் வரும்வரை பென்சிலாலும் இதுவரை பயன்படுத்தப்படாமல் பல ஆண்டுகளாக கேட்பாரற்று கிடந்த பழைய சிவப்பு மற்றும் ஊதா வண்ண கேம்ப்ளின் நிறுவன இங்க் பாட்டில்களைக் கொண்டும் பவுடர் மெடிமிக்ஸ் சோப் மற்றும் அரிசி மாவு என எவற்றையெல்லாம் கொண்டு கோடிழுக்க இயலுமோ அவற்றையெல்லாம் கொண்டு வீடு முழுக்க அதாவது தரை உட்பட எல்லாவற்றிலும் கிறுக்கினேன்... இதோ இப்போது அவள் வந்துவிட்டாள்... அவளுக்காகக் கதவை திறந்துவிட்டுவிட்டு ஒரு டம்ளர் நீரை மிக மிக மெதுவாகப் பருகியவாறு கண்களில் மின்னும் வன்மத்தோடு காத்திருக்கிறேன்... அவள் இன்னும் மிரட்சியிலிருந்து மீண்டிருக்கவில்லை.

நுண்கதை: 3

வேடனுக்குத் தன் மீதே எரிச்சலாக வந்தது... இவ்வளவு தூரம் அலைந்தும் ஒரு சிட்டுக்குருவி கூட அகப்படாதது அவனை மென்மேலும் எரிச்சல் கொள்ள வைத்தது... இரவு மெல்ல மெல்லப் படரத் துவங்க சோர்வு மிகுதியில் மரத்தடியில் அமர்ந்துவிட்டான்... மெல்லிய சப்தங்களுக்கும் பழக்கப்பட்ட அவன் செவிகள்

தூரத்தில் ஏற்பட்ட சலங்கை ஒலிகளையும் சிரிப்புச் சப்தத்தையும் அடையாளம் காண அதனை நோக்கி நடக்கத் துவங்கினான்... இரவு அவன் கருத்த மேனியில் ஒரு கொடியென படர்ந்து ஒளி வீசிக் கொண்டிருக்க... அவன் அந்த நடன இடத்தருகே வந்திருந்தான்... அங்குக் காளான்கள் மானுட உருவம் கொண்டு மகிழ்ந்திருந்தன... உண்மையில் வேடனை அவை அனைத்தும் எதிர்பார்த்தே இருந்திருக்கும் போல... ஆகவே அவை எவ்வித பாதிப்பும் இன்றி தங்கள் ஆடல் பாடல் நிகழ்வினை பெருத்த கொண்டாட்டங்களுடன் நிறைவேற்றிக் கொண்டிருந்தன... அவைகளின் உணவையே அவனும் விருந்தென உண்டு உறங்கினான்... மறுநாள் அந்த இடம் வெறிச்சோடிக் கிடக்க... வீடு அடைந்தவன் ஊர் முழுக்கக் காளான்களின் கதைகளைக் கூறியவாறு இருந்தான்... பின்னரான நாட்களில் பலர் முயன்றும் அப்படியான நடனத்தை எவராலும் காண இயலவில்லை. அடுத்தடுத்த நாட்களில் வேடன் வேடனாக இல்லை. ஆண்டுகள் பல மறைந்து அவன் கல்லறையில் காளான்கள் முளைக்கும்வரை ஊரார் அவனை ஒரு பைத்தியமாகவே எண்ணினர்.

நுண்கதை: 4

தங்களின் வேலையில் கவனமாயிருக்கும் பெண்களின் கையைச் சொரிவது; இடையை மேய்வது; காலை நக்குவது எனக் காலம்காலமாக தம் தொழிலில் பிஸியாகவே உள்ள மைனர் குஞ்சு என நம்மால் அழைக்கப்படும் நம் நாயகர் வீட்டை விட்டுக் கிளம்பினார்... அவர் வீட்டுப் பொக்கை வாய்க்கிழவி 'கோவணத்த ஏம்ல வாயில போடுறவன்? போட வேண்டிய இடத்துல போடுல' எனச் சொல்ல 'கெழட்டு மூதி எல்லாம் எனக்குத் தெரியும்ல உன் வாய மூடு' என்றவாறு தன் மாஸ்கை சரி செய்தபடியும் தன் மார்பில் புரளும் புலி பல் ஏதும் பதிக்கப்படாத தங்கச் சங்கிலி வெளித் தெரியும்படியும் எட்டு முழ வேட்டியுடன் டி வி எஸ் எக்ஸலில் வெளிக்கிளம்பினார்... டாஸ்மார்க் சென்று ஃபுல் போட்டவர் வறுத்த ப்ராய்லர் கோழி தோலையும் குடல் எடுக்காத மீன் பொறியலையும் விழுங்கிவிட்டு பற்பல எட்டுக்களை போட்டுக்கொண்டு சாலை முக்கில் வேட்டியை முக்காடிட்டு குறட்டையோடு விழுந்து கிடக்க இத்தனை நாட்களாக மைனர் குஞ்சு என அழைக்கப்பட்டதன் காரணத்தை ஊரார் அவன் குஞ்சைப்பார்த்தே அறிந்துகொண்டதுடன் மறுநாள்

அவரைப் பார்த்தவர்கள் நமுட்டு சிரிப்புடன் ‘வாங்க மைனர் குஞ்சு சார்’ என்றவாறே கடந்தும் சென்றனர். நடைபெற்ற நிகழ்வுகளை நண்பர்கள் வாயிலாக அறிந்த மைனர் வெட்கம் சிறிதும் இன்றி ‘எங் குஞ்ச எவம்ல மைனர் குஞ்சுனு சொன்னது நம்பள்து யானைக்கி உள்ளதாட்டும் மேஜர் குஞ்சாக்கும்’ என மறுநாள் போதையில் உளற அதனைக்கேட்ட காகம் ஒன்று யானையிடம் இது பற்றிச் சொல்ல மைனரைக் கண்டடைந்த யானை அவனை மல்லாக்கப் படுக்கவைத்து காய்ந்த காக்காய் தோடெனெ இருந்த மைனரின் மைனர் குஞ்சைப் பிய்த்து அந்தக் காக்காயிடம் எறிந்துவிட்டு நடையைக் கட்டியது... பாவம் மைனர் தற்போதெல்லாம் பறந்து செல்லும் காகங்களின் வாயில் தன் குஞ்சைத் தேடியபடி சாலைகளில் திரிகிறார்.

நுண்கதை: 5

அன்பே பூங்குன்றா என்றாவது ஒருநாள் யோசித்து பார்த்துள்ளாயா? கடவுள் ஏன் பரிசுத்த ஆவியால் பிறக்க வேண்டும் என்று? நான் வழமைபோல் ஏதோ சொன்னேன்... அவள் சிரித்தவாறே ‘கடவுளுக்கு ஆண் ஒருவன் மூலம் கருவாக விருப்பமில்லை’ என்றாள்... நான் இம்முறை ‘ஆண் மூலம் பிறக்கவிரும்பாத இறை ஏன் ஆணாகப் பிறக்க வேண்டும்?’ என்றேன்... ‘ஆண் இல்லாவிட்டால் கூட ஆணாக ஒருவனை பிறப்பிக்க இயலும் என்பதே அதில் உள்ள செய்தி’ என்றாள். நான் சற்று நேரம் மௌனமானேன்.

நுண்கதை: 6

அறிவழகி சைக்கிளில் சென்றுகொண்டிருந்தாள். தூரத்தில் உள்ள மலை முகடு ஒவ்வொரு நாட்களையும் போல் அவள் வரும் அழகில் மெய்மறந்து தன் உடலைச் சிலிர்த்துக் கொண்டது... அதன் சிலிர்ப்பில் உச்சி மலையில் ஊற்றொன்று வெடித்துக் கிளம்பியது... அவள் வளர்ந்து வளர்ந்து வளர்ந்து முதுமை எய்தி ஒரு சடலமாக அதே மலை நோக்கித் தூக்கிவரப்பட்டாள்... இதோ இப்போது மலை தன் உயிரினை ஒரு கூலாங்கல்லாக உரு மாற்றிக்கொண்டு அந்த ஊற்றின் வழி உருண்டது... ஆடு மேய்க்கும் சிறுவன் தன் தாகம் தனித்த பின் அதில் கிடந்த கூலாங்கல் எடுத்துக் கவனில் பொருத்தினான்... தன் இலக்கை முன்னரே தேர்ந்துவிட்ட கல் அவள் புதைமேட்டில் விழுந்து அமிழ்ந்தது...

பிறகான நாட்களில் பல ஜேசிபி இயந்திரங்கள் அந்த மலையைத் துண்டாடத் துவங்கின.

நுண்கதை: 7

'பறக்கும் தட்டுக்கள் பூமியில் வந்து இறங்கின' என்ற செய்தியை கேள்விப்பட்ட முதல்வர் நலன் புஜ்ஜிபாபு ஐயா அவர்கள் அவற்றை எப்படியாவது வாங்கிவிட வேண்டும் என எண்ணிக்கொண்டு ஏலியன் உயிரிகளோடு தன் பி.ஏ மூலம் பேச்சுவார்த்தை நடத்தினார்... பி.ஏ பேசியது ஏலியனுக்கும் ஏலியன் பேசியது இவருக்கும் என எவருக்கும் எதுவும் புரியவில்லை... என்றாலும்கூடக் கதையை நகர்த்த வேண்டிய கடமை நமக்கு உள்ளபடியால் பேச்சுவார்த்தை வெற்றி கண்டு ஒரு பறக்கும் தட்டு மட்டும் வாங்கப்பட்டு முதல்வருக்குச் செய்தி தெரிவிக்கப்பட்டது... பிறகு வீடு திரும்பிய முதல்வர் தன் அத்தை சுட்ட இட்லி மற்றும் சற்றே காரம் கூடிய மணமணக்கும் பூண்டு சட்னி ஆகியவற்றை உண்ணும் ஆசையில் பெருத்த பசியோடு கூடிய வயிற்றோடு அமர தலைவாழை இலை போட்டுப் பரிமாறத்துவங்கியவர்களை இடைமறித்து, 'ஏம்பா எம்புட்டு கஷ்டப்பட்டு அந்தப் பறக்குற தட்டை வாங்கியாந்தும் அத பொத்தி பொத்தி வைக்காம நம்ப டைனிங் டேபில்ல வைச்சு இட்லிய போடுங்க சாப்பிடலாம்' என்றார்...

நுண்கதை: 8

'நீ என்னை விரும்புவதை விட நூறு மடங்கு இல்லை இல்லை ஆயிரம் மடங்கு அதிகமாக உன்னை நேசிக்கிறேன் அன்பே'. "வயதிற்கு வராத நாளில் துவங்கிய காதல் முதல் இதைத்தானே அனைவரிடமும் சொல்லித் திரிகிறோம்" என்ற எண்ணம் வந்தோங்கியது... ஆம் உண்மைதான்... 'எல்லாவற்றையும் அன்பு செய்வது எல்லோரையும் அன்பு செய்வது எல்லாவற்றிலும் அன்பு செய்வது ஆத்மார்த்தமாக அன்பு செய்வது' அவ்வளவு பெரிய குற்றமா எனவும் அட முட்டாள் மூதி அதெப்படி உன்னால் இப்படி முடிகிறது என்ற எதிர்க் கேள்வியையும்... அதற்கென்ன செய்ய முடியும்? 'எவர் கையில் இருந்தாலும் எவ்வளவு கைகளில் தவழ்ந்தாலும் மலர் தன் தூய மணத்தைதானே அருளும்' எனவும் கேள்வியோடு பதிலையும் ஏந்திக்கொண்டு மனதை மனமே

சமாதானமும் செய்துகொள்கிறது... நான் ஒரு பார்வையாளனாக எல்லாவற்றையும் இரசித்துக் கொண்டிருக்கிறேன்."

நுண்கதை: 9

சூல் கொண்ட நாகம் நூறாவது முறை ஈன்றபோது பாம்பு குட்டிகள் அல்லாது எருமை கன்று ஒன்று பிறந்தது. அதனைக் கண்ட நாகம் தன்னை ஒரு எருமையாகக் கருதிக் கொண்டதுடன் சில நாட்களில் இறந்தும் போனது... தான்தோன்றியாக வளர்ந்த அந்த எருமை பருவம் எய்தி தன் தலைச்சன் ஈற்றில் ஐந்து தலைகளை உடைய நாகத்தைப் பெற்றது... முதல் முறை தாயின் காம்பினை நாகத்தின் நான்கு தலைகள் பற்றிக்கொள்ள நஞ்சு தலைக்கேறி எருமை இறந்தது... குஞ்சு மிதித்து கோழியோ அல்லது கோழி மிதித்து குஞ்சோ இறக்குமா என்பது பற்றி நமக்கு ஏதும் தெரியாது என்பதுடன் தாயின் காம்பைச் சுவைத்த தலைகள் அதே சுவை உடைய பாலிற்காக ஏங்கி உயிர்விட எஞ்சிய ஐந்தாவது தலை மட்டும் உயிரோடு உலவித்திரிகிறது.

நுண்கதை: 10

பிதாவே,

'வயது ஏறிக்கொண்டே இருப்பதால் ஒருமுறையாவது அல்லது இம் முறையாவது எனது பிரார்த்தனைக்குச் செவி கொடுப்பீராக... நானும் தெய்வம் நீவிர் என்றுணர்ந்த நாள் முதல் முழந்தாளில் நின்றும் மெழுகினை ஏற்றியும் சிலுவைக்குறியை நாளுக்கு முப்பத்தேழு முறை மார்பின் குறுக்கே இட்டும் உமைத் தேடியபடியே உள்ளேன்... கேளுங்கள் கொடுக்கப்படும் என்றீரே பிதாவே... இதோ இந்தக் கூண்டில் முன்னர் நும் பெயரால் பாவங்களை மன்னிக்கும் பணியாற்றிய பாதர் லூர்து சாமி பித்துப் பிடித்தமையால் மிஷனிரி மருத்துவமனைக்குச் சென்றார். பின் குணசீலம் பின் தர்கா... பின் அதோ தெரிகிறதே அந்த ஒற்றைப் புகைப்போக்கி அதற்கு நேர் மேற்கே இருபதடி தொலைவில் உள்ள மயானத்தில் நிர்வாணமாய் ஆகாயத்தை வெறிக்கும் பார்வையோடு நகர மறுத்துக் கிடக்கிறார். குறைந்தபட்சம் அவரையாவது சொஸ்தப்படுத்தலாம் அல்லவா...? எரியும் சடலத்தில் தெரித்துவிழும் பிணத்தின் கறிகளைக்கூட அவர் உண்பதாகச் சிலர்சொல்லித் திரிகின்றனர்... ஆகவே பிதாவே மூன்றாம் நாள் நீ உண்மையாகவே உயிர்த்தெழுந்தாயா அல்லது'...

என்ற கேள்வி அவர் மனதில் ஓடி விம்மியபோது மூக்கின்வழி உதிரம் வழிய தேவாலயத்தின் நடு முற்றத்தில் மயங்கிச் சரிந்தார்... இதோ இப்போது மாரடைப்பில் அவர் உயிர் நீத்ததாய் ஏனையோரும் பேசிக்கொள்கின்றனர்... பிதா எப்போதும்போல் பிளந்த அல்லது பிளவாத வாயுடன் சிலுவையில் தொங்கியவாறே உள்ளார்.

நுண்கதை: 11

நான் இப்பொழுதெல்லாம் கதைகளை எழுதும்போது மிகவும் கவனமாக இருக்க நேர்கிறது... வழக்கமாகவே நம் மக்கள் ஒரு கதையை வாசித்ததும் 'இது உன் வாழ்வுடன் தொடர்பு உடையதுதானே' என்ற மனப்போக்கிலேயே வினாக்களை எழுப்புகின்றனர். உதாரணமாக மைனர் குஞ்சு என்று எழுதப்பட்ட கதையை வாசித்த நண்பர் ஒருவர் அந்தக் கதாப்பாத்திரத்தை சந்தித்தே ஆக வேண்டும் என்று சொன்னதுடன் அது நீ தானே என்று கண்களைச் சிமிட்டியதோடு என் மற்ற நண்பர்களிடமும் குடும்பத்தாருடனும் சிறிதும் நாகரீகமின்றி இளித்த வாயோடு அதைப்பற்றி பகிர்ந்துகொள்ள நானும் அதே நாகரீகம் கருதி புன்னகைத்தவாறு அவரின் விடைப்பெறலுக்காகக் காத்திருந்தேன்... பிறகு மிக நிதானமாக எல்லாவித விமர்சனங்களையும் ஏந்திக்கொள்ளும் மனப்போக்குடன் அடுத்தக் கதையை மனதில் அசைபோடத் துவங்கினேன்.

நுண்கதை: 12

தேவதை வரம் ஒன்று கேள் என்றது... நான் ஒரு பேயை அருளிச்செல் என்றேன்... பேய் வந்தது. எதற்காக என்னைக் கேட்டாய் என்றது நான் புன்னகைத்தேன் அதுவும் புன்னகைத்தது பிறகு உன்னை நான் கடித்துத் தின்றுவிட்டால் என்ன செய்வாய் என்றது நான் மீண்டும் புன்னகைத்தேன் அதுவும் புன்னகைத்தது... உண்மையில் அந்தப்பேய் தேவதையைவிட மிக மிக அழகாய் இருந்தது... அது என்னைப்பற்றியோ நான் அதைப் பற்றியோ எவ்வித கவலையும் கொள்ளவில்லை... உண்மையில் தேவதையிடம் எனக்குக் கேட்பதற்கு எதுவும் இல்லை என்பதால்தான் பேயைக்கேட்டேன்... ஏனோ பேயிடம் இதனைச் சொல்லத் தோன்றவில்லை... அது மிக அன்பான பேயாக இருந்தது... அது பழங்களைத் தவிர வேறு எதனையும் உண்ணவில்லை...

உண்மையாகவே உண்ணவில்லை... ஒருமுறை நான் பிரியாணியில் உள்ள இறைச்சியை உண்டபோதுகூட முகம் சுளித்தவாறு எழுந்து சென்றுவிட்டது... இன்றுவரை எங்களுக்குள் எவ்வித புரிதலற்ற நிலையும் ஏற்படவில்லை... ஆம் நண்பர்களே, உண்மையில் நான் என்னை அறியாமலேயே பேயை விரும்பத் துவங்கிவிட்டேன்... கொஞ்சம் பொறுங்கள் அதனிடம் பேசிவிட்டு முடிவைச் சொல்கிறேன்.

நுண்கதை: 13

குடும்பத்தோடு குலதெய்வம் கோவிலுக்குச் சென்றான் மண்ணாங்கட்டி... முறைப்படி வணங்கி முடித்தான்... ஆம் அவன் அப்படித்தான் நினைத்துக் கொண்டான்... பிறகு சுற்றத்தில் உள்ள தெய்வங்களை அவனுக்கு அறிமுகம் செய்யத் துவங்கினர்... மரத்தையும் கல்லையும் காற்றையும் [இங்கு மரத்தை எனத் தட்டச்சு செய்யும்போது மலத்தை என்று வருகிறது. (ஏற்கனவே இவனுங்களுக்கு நாம ஆவமாட்டோம் இதுல இதுவேறயா)] வணங்கி பழக்கப்பட்ட மண்ணாங்கட்டி அவற்றைப் புதிதாகக் கேட்டுக்கொண்டான்... இறுதியாக நான்கு தலைகளை உடைய பிரம்மன் சிலையைச் சுட்டி அவர்கள் ஏதோ சொன்னபோது, 'அது ஏன் தலை மட்டும் நான்கு! (இப்போது நீங்கள் மண்ணாங்கட்டி மனதில் ஓடும் எண்ணத்தைப் (அதான்யா குஞ்சு மட்டும் ஏன் ஒன்னு?) புரிந்துகொள்ள வேண்டும். முன்னோர்கள் அப்படி என்ன தத்துவத்தை அந்தத் தலைக்குள் பொதித்து வைத்துள்ளனர்! என்றெல்லாம் எண்ணிக் கொண்டிருக்க சற்றே முனை காய்ந்த இலையில் புகை வாடையுடன் பாசிப்பருப்பு அற்ற பொங்கல் பிரசாதமாக வர முனங்கிய மூளையுடன் சுவைக்கத் துவங்கினான்.

நுண்கதை: 14

மகளே யாழ்நேசிகா உண்மையில் உன் தந்தை யார்? இந்த உலகம் உன் தந்தைக்கும் உன் தந்தை இந்த உலகிற்கும் கொடுத்தது என்ன என்று அறிவாயா? என்மேல் மொய்த்துக் கிடக்கும் அளவற்ற குற்றச்சாட்டுகள் எதன் நிமித்தம் என்று ஒரு நாளாவது சிந்தித்துள்ளாயா அன்பே? நட்சத்திரங்கள் பாறையா அல்லது தூசியா என்பது பற்றி யாருக்கும் கவலை இல்லையடி பெண்ணே... எது எப்படி ஆனாலும் 'மின்ன வேண்டும்' இவர்களுக்கு... ஆம்

மகவே அப்பன் சொல்வது ஒன்றே ஒன்றுதான் உயிரே 'வாழ்தல் இனிது' எனவே 'வாழ். மனம்போல் வாழ்'.

நுண்கதை: 15

நீங்கள் தற்போது பார்த்துக் கொண்டிருக்கும் ஓவியத்தை அவன் வரைந்து முடித்தான். இப்படியாக... இல்லை இல்லை அதற்கான தகுந்த வண்ணங்களையிட்டு முழுமை செய்து மிகுந்த நிறைவோடு எழுந்து சென்றான்... மறுநாள் அவன் ஓவியத்தைக் கண்டபோது பூனையின் தலை தொய்ந்து அதாவது அந்த உருண்டையான தலை தட்டையாகக் காட்சி அளித்தது... அவன் தனது நினைவாற்றலினை கோபித்தவாறு அதனை மீண்டும் சரி செய்துவிட்டு தற்காப்பிற்கெனத் தனது விவோ ஐடெக் 30 மாடலில் ஒரு ஃபோட்டோவையும் எடுத்துக்கொண்டான்... மறுநாள் வந்து பார்த்தவன் முதல் நடந்தது போலவே இன்றும் இருந்தது கண்டு மிகுந்த அச்சத்தோடு பூனையின் மீதுள்ள அந்த வண்ணத்துப் பூச்சியை உற்று நோக்கினான்... பிறகு நேற்று எடுத்த படத்தோடும் அதனை ஒப்பிட்டும் பார்த்துக்கொண்டான்... பூனை தட்டைத் தலையோடும் வண்ணத்துப் பூச்சி அதி செழுமையோடும் இருப்பதைக் கண்டவன் ஏதோ விபரீதமாக உணர்ந்ததோடு இதை யாரிடம் சொல்வதெனத் தெரியாமல் குழம்பி கடைசியில் தன் ஓவியத்தையே வரைந்து அதன் மேல் அதே வண்ணத்துப் பூச்சியினையும் வரைந்து முழுமை செய்து வீடு திரும்பினான். மறுநாள் வீட்டில் நீண்ட நேரம் பதிலற்று இருந்த அவன் அறைக்குள் சென்றவர்கள் தட்டையான தலையுடன் பிணமாக அவன் கிடந்ததைக் கண்டனர். இரு நாட்களின் பின்னரான பிரேத பரிசோதனை அறிக்கை அவனது மூளை களவாடப்பட்டிருப்பதாய்த் தெரிவித்தது... அதே நேரம் அவனால் வரையப்பட்டிருந்த அந்த ஓவிய வண்ணத்துப் பூச்சியின் மேனி மேலும் செழுமையோடு காட்சியளித்தது.

நுண்கதை: 16

ஒரு கொலையை எப்படி நிகழ்த்த வேண்டும் எனத் தெரியுமா?"நம் வார்த்தைகளில் கண்களில், முகத்தில், அகத்தில் என எல்லாவற்றிலும் அன்பை ஊற்றி எதிர் உள்ள உயிர் முழுக்கச் சில்லென்ற காற்றுடன் மென்மை சிந்தி உடல் முழுக்க நனைத்திடும் சாரல்போல் நஞ்சைப் பாய்ச்ச வேண்டும்... பிறகு கோழிக்கு

இறையிட்டு வளர்க்கும் ஒருத்தி அதன் கழுத்தை (கைகளில் வழியும் உதிரத்தின் மிக மெல்லிய சூட்டுடன்) ஆசுவாசமாக அறுத்து பேணிக்காத்து கறித் துண்டென ஆக்குவது போல் மிக மிக நிதானமாகக் கூரிட்டு 'அதனை' நிகழ்த்த வேண்டும்."

- சேவற்கொடியோனின் அன்பெனப்படுவது என்னும் நூலின் பின் அட்டையில் இருந்து.

நுண்கதை: 17

அன்பே,

நேற்றைய நிர்வாணக் குளியலில் முதுக்குப்புறம் தேய்க்க நகம் கிழித்து உதிரம் கசிய ஏற்பட்ட மெல்லிய எரிச்சலின் போது, கடவுளுக்கும் இதற்கும் தொடர்பு இருக்க முடியுமோ தெரியவில்லை எனத் தோன்றியது. திடீரெனப் பாறையையும் மரத்தையும் காற்றையும் 'இயற்கை' என்னும் பெயரில் ஓர் உயரிய சக்தியாய் நாம் வணங்கிட மற்றும் சிலர் சிற்பங்களைக் கடவுளர் என்னும் பெயரில் வணங்குவதில் குற்றம் என்ன என்று தோன்றியது... ஏனென்றால் கடையப்பட்ட பாறையும் மரமும்தானே சிற்பம்! காற்று தானே சுடர்! என்ற புரிதல் துவங்க... மூளையின் வலது மூலையில் ஒரு குரல் 'இயற்கை தனக்கென உயிர் பலி கேட்காது (பிறகு பேரிடர்கள் என்போர்... அனைத்து உயிர்க்கும் பொது என்று உணர்வீராக) என்பதோடு பூட்டோடு உண்டியலையும் வன்மத்தோடு ஏற்றத்தாழ்வையும் கோராது என்றது... நானும் ஒப்புக்கொண்டேன்.

நுண்கதை: 18

அன்பே

உலகம் என்பது உடலோடு சேரும் உடலோ; அதனைச் சேர்ந்த உடல்களோ இல்லை.

மாறாக உலகம் என்பது-

உடல் மேல் உரசும் காற்று;

கடந்து செல்வோரின் நிழல் தழுவும் கணம்; முகத்தில் விழும் நீரின் சிலிர்ப்பு;

கிழித்தெரியப்பட்ட காகிதம் படபடக்கும் ஓசை; காய்ந்த கொவ்வை பழ சிவப்பு;

உச்சியில் தேங்கிக் கிடக்கும் நரை;
கவனில் வீறிடும் கல்;
நாய் குரைப்பு;
அரசியல்;
மேல் மூச்சு;
வியர்வை பொங்கி வழியும் தடம்;
ஓடையின் சலசலப்பில் கலந்திருக்கும்
காட்டுப் பறவையின் குரல்;
நீ;
உன் எச்சில்;
கண்ணில் விழும் தூசியின் கூர்மை;
வண்ணக் கலவையின் குழப்பம்;
முள்ளின் முறிந்த முனை...

இப்படி உலகென்பதற்குச் சொல்லலாம் ஓராயிரம்... உன்னை நீ நேசி; உலகம் உனெதென்று உணர்; நலம் வாழ்... முத்தங்கள்.

நுண்கதை: 19

"இப்போதெல்லாம் ஏனோ வள்ளுவத்தை யத்தேச்சையாக வாசிக்கையில் கூட ஒரு வகை ஒவ்வாமை ஏற்படுகிறது... இது அகங்கார மிகுதியில் வெளிப்படும் வார்த்தை அல்ல மாறாக ஆத்மார்த்தமாக வெளிப்படும் வார்த்தை... ஒருவேளை உங்களுக்கு சுந்தர ராமசாமி என்னும் இலக்கியவாதி பரிச்சயம் என்றால் அவரின் மனக்குகை ஓவியங்கள் என்னும் கட்டுரைத் தொகுப்பில் பாருங்கள்... 'குறளுக்கு இன்னும் சரியான விமர்சன நூல் தோன்றவில்லை' என்று சுட்டியிருப்பான்... எது எப்படியோ இன்னும் சற்று நாட்களில் அப்படியான நூல் நம்மால் படைக்கப்படும் என்றே எண்ணுகிறேன்" என்றான் அவன்... தமிழர்களின் புனித நூலினைப் பற்றி இவ்வாறு கூறியமைக்காக அந்த எழுத்தாளனை எச்சரிக்கும் வகையில் அவனது ஆறு மாத கர்ப்பினி மனைவியை இரு சக்கர வாகனத்தில் இருந்து இறங்கச் செய்தபின், வாகனம் தீ வைத்துக் கொளுத்தப்பட்டது... பிறகான நாட்களில் வள்ளுவமும் எழுத்தாளனும் இவ்வையத்தில் வாழ்வாங்கு வாழ்ந்தனர்.

நுண்கதை: 20

திரு. பத்தரை ஐயா அவர்களின் ஐயங்களாவன:

1. நான் இறந்துபோனால் எம் சந்ததிகளால் தெய்வமாகத்தானே பார்க்கப்படுவேன். அப்படி என்றால் இவ்வுலகில் உள்ள ஒவ்வொரு நபரும் அவரின் இறப்பின் பின்னர் அவ்வாறாகத்தானே பார்க்கப்படுவர்! பிறகு எங்கிருந்து வரும் பேய்?!

2. மன்னர்கள் / வல்லரசுகள் அடித்துக் கொள்வதுபோல் கடவுளர்கள் தங்களுக்குள் அடித்துக் கொள்வது இல்லையா?

3. கடவுளர்கள் பெய்யும் மூத்திரமும் போடும் கக்காவும் எவர் தலையில் விழும்?

- அடுத்த ஐயத்தை திரு.பத்தரையார் எழுப்பும்போது அவரின் மனையாள் 'அன்பு' செய்தமையால் கதை இத்துடன் நிறைகிறது.

நுண்கதை: 21

"நாம் ஒன்றை உண்மை என நம்பிக்கொண்டிருப்போம் ஆனால் உண்மை என்பது மற்றொன்றாக இருக்கும். உதாரணமாக நாம் பூமியில் அதாவது தரையில் வாழ்கிறோம் அப்படித்தானே? ஆனால் உண்மையில் நாம் ஆகாயத்தில் மிதந்து கொண்டு இருக்கிறோம் அதுவும் தலைகீழாக... ஆம் நண்பர்களே பூமியும் இப் பரந்த பிரபஞ்சத்தில் ஒரு கோள்; நாம் நட்சத்திரங்களைக் காண்பது போல் நட்சத்திரத்தில் உள்ள பாறை நம்மைப் பார்க்கும்போது நாம் ஆகாயத்தில் தலைகீழாக மிதந்து கொண்டிருப்பதாகச் சொல்லும்..." என்றேன்... என்ன நான் சொல்வது சரிதானே என்று மீண்டும் கேட்டேன்... நல்லவேளை கல்லூரிப் பேராசிரியர்களுக்கான அந்தப் பயிற்சி அறையில் மொட்டு ஏதும் பிரியவில்லை ஒருவேளை பிரிந்து இருந்தால் அந்தச் சப்தம் மிக அதிகமாகக் கேட்டிருக்கும்.

நுண்கதை: 22

"ஏறக்குறைய மூன்று மாதங்களுக்கு முன்னர்க் கனவில் நடந்த நிகழ்வொன்று தற்போது இம்மியளவும் பிசகாமல் நிஜத்திலும் நடக்கிறது. அப்படியென்றால் ஆழ்மனதும் எதிர்காலமும் ஒரே

வேகத்தில் பயணிக்கிறதா? ஆழ் மனம் எதிர்காலத்தை அதீதமாகத் தூக்கத்தில் கனவென மட்டும்தான் வெளிப்படுத்துமா? இல்லை அவ்வப்போது ஏதோ ஒன்று நிகழப்போவதாய் பகல் இரவென்ற கணக்கீடு ஏதுமின்றி உள்ளுணர்வு எச்சரித்து அதன்படியே சகலமும் நடந்தேறுமே அதுவும் ஆழ்மனம் மற்றும் எதிர் காலத்துடன் தொடர்புடையதா? நிகழ் காலத்திலேயே எதிர் காலமும் நிகழ்கிறது அல்லது எதிர் காலத்தில் நிகழ்வதைக் கண்டடைய இயல்கிறது என்றால் நிகழ்காலம் என்பது பொய்யா?" என்றெல்லாம் அவளுக்குத் தோன்றியது... பின் மிக மெலிதாகத் தலை வலிப்பது போன்ற உணர்வு வர தலையணையில் முகம் புதைய கால்களை ஆட்டியவாறு குப்புறப்படுத்தாள் ஊழியாள்.

நுண்கதை: 23

அந்தச் சவப் பெட்டியைச் சுற்றி அனைவரும் ஆம் அனைவரும் கதறி அழுதபடி இருந்தனர்... மாரிலும் முகத்திலும் அடித்தபடி மிகமிக உக்கிரமாக அழுதபடியும் வற்றிய கண்ணீருடனும் வறண்ட தொண்டையுடனும் வீங்கிச் சிவந்த விழியுடனும் அவர்கள் காணப்பட்டனர்... திடீரெனச் சவப்பெட்டியில் இருந்த அவள் எழுந்து அமர்ந்து தன்னைச் சுற்றி உற்றுப் பார்த்தாள். பின் மிக நிதானமாக அவர்களை நோக்கிக் காறி உமிழ்ந்துவிட்டு சவப் பெட்டியிலேயே உயிரற்ற உடலுடன் சரிந்து விழுந்தாள். அவர்கள் திக்பிரமையுடன் அமர்ந்திருந்தனர். உண்மையில் அதிர்ச்சிக்கு நானும் ஆட்பட்டிருக்க வேண்டும்; உடனடியாக விழிப்பு ஏற்பட்டது... இறந்தவள் உயிர்ப்பிக்கப்பட ஏன் அவர்கள் முகத்தில் உமிழ்ந்து மீண்டும் இறக்க வேண்டும் எனத் தோன்ற ஒருவேளை ஆணவக் கொலையென அவர்களே அவளைக் கொன்றும் இருக்கலாம் அல்லவா என மனம் கேட்டது... இங்கு எல்லாம் சாத்தியம்தான் அல்லவா? அப்படியே அது பற்றிய சிந்தனைகளுடன் உறங்கிப் போனேன்.

நுண்கதை: 24

ஆற்று நீரின் சலசலப்பின் மத்தியில் வேடன் பறவையை நோக்கி அம்பு எய்யத் தயாராகியபோது எறும்பு அவனைக் கடித்தது. அவன் ஒரு சிறந்த வேட்டைக்காரன் என்பதால் வலியைப் பற்றி எவ்விதச் சலனமும் இன்றி தன் இலக்கை நோக்கி எய்தான்... தாக்குதலை எதிர்பாராது தன் குஞ்சுகளுக்கு உணவூட்டியபடி

இருந்த தாய்ப் பறவை அடிபட்டு உதிரம் சொட்ட சிறகினை படபடத்தவாறு ஆற்று நீரில் விழுந்தது... சடசட வெனச் சுள்ளிகள் நொறுங்கிட தன் காலில் கிழிக்கும் காய்ந்த குச்சிகளையும் பொருட்படுத்தாமல் ஆற்றுள் இறங்கி பறவையைக் கையில் எடுத்தவன் அதன் கழுத்தைத் திருகி இடையில் முன்னரே வேட்டையாடி சேகரித்து வைத்திருந்தவற்றோடு இதனையும் போட்டுக்கொண்டான்... எறும்பு அவன் காலை கடித்தபடியே இறந்திருந்தது.

நுண்கதை: 25

நம்மால் சூரியனை உண்ண இயலுமா? என்ற கேள்வியை முன்வைத்த போது வரிசை தவறிய பற்களை உடைய அழகு தேவதை அட கேனப் பயலே என்ற தொனியை உடைய பார்வையின் வழி உக்கிரமாய்ச் சிரித்தாள்... தன் வாயில் கொடுக்காப்புளி இலையை மென்றவாறு இருந்த செவலை ஆடு வால் உயர்த்தி புழுக்கை இட்டது... சுவரில் நிழல் எனப் படர்ந்திருந்த முல்லைக்கொடி தன் பின்பக்கத்தைக் காட்டியவாறு மேலும் சுவரோடு சுவரானது... "ஒளி அற்ற உலகம் உணவின்றிச் சாகும் : ஒளியே உணவாகிறது. ஆம், நாம் ஒளி ஆகிய சூரியனையே ஒவ்வொரு நாளும் உண்கிறோம்" என்றேன்... ஆடு ஓரப்பார்வை பார்க்க "ஒளி பச்சையமாக பச்சையம் காய்கனியாகக் காய்கனி உணவாகிறது" என்றேன். அந்தச் செவலை இப்போது சொர்ர்ர் என்ற ஒலியுடன் மூத்திரம் பெய்தது. பழகிவிட்டமையால் வழமைபோல் நான் அடுத்த நுண்கதைக்குத் தயாரானேன்.

நுண்கதை: 26

"உன்னை எந்த அளவிற்கு நேசிக்கிறேனோ அதே அளவிற்கு அந்தச் சாலை ஓரத்தில் மேய்ந்திருக்கும் கழுதையையும் நேசிக்கிறேன்" என்று கலையைப் பார்த்து கவி சொன்னான்... நானும் கழுதையும் ஒன்றா எனக் கலை கோபித்துக் கொண்டாள்... அந்த உரையாடலைக் கவனித்தபடி இருந்த இயற்கை கவி மீது காதல் கொண்டது... கவி நடக்கும்போது அவன் அறியாமல் காலடியில் மலர்களைத் தூவிச் சென்றது... கவியின் பார்வையில் படும் ரோஜாக்களில் அமர்ந்து தன் கன்னம் சிவந்து கொண்டது... இரவுகளில் இருளாகி கவியோடு கலவியும் கொண்டது... அவன் உடல் உதிர்க்கும் மயிர்க்களைத் தென்றலாகி சேகரித்தது...

கடைசியில் அது அவனாகியபோதுகூடக் கலை கவியை கோபித்தபடியே சுற்றிக்கொண்டிருந்தாள்.

நுண்கதை: 27

"முதலில் ஏழு படிகளுடன் இடப்பக்கம் கை அற்ற விக்ரகத்தைக் கொண்ட பாழடைந்த கோயில் வரும். பிறகு காட்டுப்பாதையில் பயணிக்க வரிகள் அற்ற ஒன்பது புலிக்குட்டிகள் தீ உமிழும் விழிகளுடன் கடந்து செல்லும்... பிறகு காய்ந்த பாசான்களோடு வறட்சியை உடலெனக் கொண்ட ஆற்றைக் கடக்க வேண்டும்... பிறகு நீல வண்ண மலர்களை உதிர்க்கும் முதிர்பட்டை மரங்கள் மிகு வனப்புடன் உங்கள் உடலில் உரசும்... மயக்கும் வாசனை உங்கள் நாசியை ஆட்கொள்ளும்... இறுதியாக இருநூறு அடி உயரம் கொண்ட மரமும் அதன் உச்சியில் ஒரு அங்குல அளவில் பூத்த வாசனையற்ற மஞ்சள் சிவப்பு கலவையிலான மலர்கள் காணப்படும்... அவற்றில் இருபத்தொன்றைப் பறித்து வெண்பட்டால் மூடி காற்று புகா அறையில் இரு நாழிகை வைத்து பின் அதனைப் பொடி செய்து தூய எள் எண்ணெயில் கலந்து ஒரு மண்டலம் வைகறையில் உண்டு வர பறவையென சிறகு முளைக்கும்" என அந்தச் சுவடியில் வரையப்பட்டு இருந்தது... அப்படியான இடம் இந்தச் சோழ மண்டலத்தில் இல்லாதிருக்க, தனது ஒற்றர் படை மூலம் மற்ற பகுதிகளில் ஆராயச் சொல்லி மன்னன் கட்டளையிட்டான்.

நுண்கதை: 28

அவளது வார்த்தைகளும்
அவனது விளக்கங்களும்

நான் - பித்து
நீ - சாபம்
கவிதை - முள்
மனம் - வெறுமை
அருகில் - மாயை
சிரிப்பு - கழிவு
அழகு - எல்லாம்
உண்மை - சுடர்
பொய் - வரம்
முற்றும் - எது

நுண்கதை: 29

தன் சீடர்களுடன் சென்று கொண்டிருந்தார் நலன் புஜ்ஜிபாபு... நல்ல அந்தி... சீடன் ஒருவன் குருவே இந்தப் பறவைகள் ஏன் மாலையில் கூடடைந்ததும் சப்தமிட்டபடியே இருக்கின்றன? எனக் கேட்டான். 'தங்கள் சிறகுகளுக்கு அடைக்கலம் தந்த காற்றிற்கு தங்கள் மொழிகளில் நன்றி சொல்கின்றன அவை' என்றார் புஜ்ஜி... பறவைகளின் மொழியை நீவிர் அறிவீரா குருவே? என இன்னொரு சீடன் கேட்க அந்தக் குரலில் ஏளனம் இருப்பதைப் பற்றிக் கவலை கொள்ளாமல் 'இல்லை மகனே எனக்கு அவைகளின் மொழி தெரியாது ஆனால் மனம் தெரியும்' என்றார்... மீண்டும் இன்னொரு சீடன் நம்மால் பறவைபோல் பறக்க இயலுமா? எனக் கேட்க, மகனே 'நாம் ஒவ்வொருவரும் ஒவ்வொரு கணமும் சிறகின்றி மனவெளியில் பறந்து கொண்டுதான் உள்ளோம்' என்றார்... அவர்கள் கேட்டுக்கொண்டே இருந்தார்கள் புஜ்ஜி சொல்லிக்கொண்டே இருந்தார்.

நுண்கதை: 30

ஆமை ஆண்டவருக்கு முன்னால் சம்மணமிட்டு அமர்ந்திருந்தது... ஆண்டவர் நன்றாகத் தோய்த்து உஜாலா நீலமிட்ட மடிப்பு கலையாத மட்டி வெள்ளைத் துணியாலான சட்டையைச் சற்றே தொளதொளப்புடன் அணிந்திருந்தார்... என்னதான் பவ்யமாக அல்லது அடக்கவொடுக்கமாக இருப்பது போலத் தோன்றினாலும் ஆமையின் மூக்கு சற்றே விடைத்தபடியும்; ஆண்டவராக இருந்தாலும் வழக்கென்று வந்துவிட்டமையால் நாட்டாமைகள் சற்றே குறுகுறுப்பான மனதுடன் அமர்ந்திருந்தனர்... பிறகு ஆண்டவர் தன் வறளாத தொண்டையை இருமி சீர் செய்து கொள்ள ஆமையின் கண்கள் உதிரச் சிவப்பேறியது... கடுப்பான வாயுடன் தன் குரல் உயர்த்திய ஆமை, 'உம் கடவுள் பதவி காலாவதியாகி இரு வாரங்கள் கடந்துவிட்டன... முறைப்படி அடுத்து நான்தானே கடவுள்? பொறுப்புகளை ஒப்படைத்து வெளியேறாமல் தினம் ஒரு சாக்குகளைச் சொல்லி' எனக் கோபத்துடன் பேசிக்கொண்டிருக்கும்போதே இடைமறித்த ஆண்டவர் 'பொறுங்கள் ஆமையாரே ஐயாயிரத்து எழுநூற்று அறுபத்து மூன்றாவது பிரசவத்திற்குச் சென்றுள்ள என் மூத்த மனைவியிடம் பெட்கத்தின் திறவுகோல் சிக்கிக்கொண்டது... அவள் வந்ததும் ஒப்படைக்கிறேன்' என்றார்... தன் வலப்பக்கம்

திரும்பி காற்றில் காறி உமிழ்ந்தபடி ஆமை வேகமாக நகர்ந்தது... அருகில் இருந்தவர்களைப் பார்த்து ஆண்டவர் தன் கண்களைச் சிமிட்டிக்கொண்டார்.

***

(பூங்குன்றன் தம் பெயரில் ஒரு இணையம் துவங்கியதோடு அதில் 'எல்லாமுமாய்' தாமே செயல்படுகிறார். இதில் 'எல்லாமுமாய்' என்பதன் பொருள், 'மற்ற மற்ற பெயரில் கேள்விகளைத் தமக்குத் தாமே கேட்டுக் கொண்டு அவைகளுக்குப் பதிலையும் தேதிவாரியாகத் தொகுத்தளிப்பதாகும்.')

மயிரும் மயிர் சார்ந்தவைகளும்

நுண்கதை: 1

அநேகமா பத்தாவது இல்லை பதினொன்னாவது படிக்கிறப்பவா இருக்கும் பாண்டினு ஒரு நெருக்கமான நண்பன் இருந்தான். ஏதேதோ பேசிட்டு இருந்தப்போ 'மயிர்ங்கறது இறந்துபோன உடல் செல்களோட தொகுப்பு அதாவது மயிர்ங்கறது செத்து வளருதுன்னு சொல்லிட்டேன்'. பயபுள்ள அப்போ இருந்து இப்போ வரைக்கும் 'ஏன் பங்கு அதெப்படி பங்கு அது செத்து வளரும்னு கேட்டுட்டே இருக்கான்'. நானும் வழக்கம்போல சிரிச்சுட்டே இருக்கேன்.

நுண்கதை: 2

"எந்தச் சாமிக்கும் சொட்டையே இல்லையே" கவனிச்சீங்களா? எனக் கேட்டவாறு தமது ஆன்மீகச் சுற்றுலாவை நிறைவு செய்த கல்லான், நண்பரான பச்சோந்தியைக் கேட்டார். இது பற்றி எள்ளளவும் யோசித்திராத பச்சோந்தி 'ஏமையா குமரியில இருந்து வேங்கடம் வரைக்கும் சுத்துனது இதைத் தெரிஞ்சுக்கவா! என ஆச்சர்யப்பட இறையையே வசீகரம் செய்யும் புன்னகை பூத்த கல்லான் தமது வழுக்கை மண்டையை பச்சையின் மூக்கினை நோக்கி குனிந்துக் காட்டினார். இவரது இச் செய்கையை சற்றும் எதிர்பாராத பச்சை மெலிதாய் சிரிக்க "குடுமி உள்ள நீர் ஏன்யா அதைக் கவனிக்கப்போறீர்" என்று

சொன்ன கல்லானை நோக்கி சரிய்யா 'ஏன் இல்லைனு' நீதான் சொல்லேன் என்றார் பச்சை. தம் குரலைச் சற்றே தாழ்த்தி அவரின் காதருகே சென்ற கல்லான் "நாமத்தான் மயிரைக் காணிக்கையா குடுத்துட்டே இருக்கம்ல பிறகேன் வரப்போகுது கடவுளுக்குச் சொட்டை" எனச் சொல்ல இதைக் கேட்ட கணம் முதல் தம் வயிற்றைப் பிடித்தவாறு அங்கும் இங்கும் அமர்ந்தும் சாய்ந்தும் நின்றும் புரண்டு புரண்டு வெடித்துச் சிரித்துக் கொண்டிருந்தார் பச்சை. சுற்றம் வழமைபோலப் பரதேசிகளின் சுவாரசியத்தில் பங்கெடுத்துக் கொள்ளவில்லை.

நுண்கதை: 3

"நல்லா வழவழனு செரைச்சுட்டு சுத்துறவங்கலாம் சுறுசுறுப்பான வங்க தாடியோட திரியறவங்க சோம்பேரிங்க." இதுதான் பொதுப் புத்தி.

இந்தத் தியரியக் கண்டுபுடிச்சவன் அநேகமா மூஞ்சியில மயிர் முளைக்காதவனா இருப்பான்னு நினைக்கிறேன். ஏன்னா சொந்த அனுபவத்துல சொல்லறேன் மயிரை செரைக்கிறது ரொம்ப ஈஸி; (அந்த மயிரையும் கடையில போயித்தான் பண்ணுவானுங்க; அதோட போனசா கம்முக்கூட்டு மயிரையும் எடும்பானுங்க) ஆனா பாருங்க அதே மயிரை வச்சிக்கிறது ரொம்பக் கஷ்டம். ஏன் கஷ்டம்? ஏன்னா மயிர சுத்தமா வச்சுக்கணும் இல்லாங்காட்டா செரங்கு வந்தவனாட்டும் வறட்டு வறட்டுனு சொரிஞ்சுட்டே இருக்கணும். "பாத்தானுங்க நம்மாளுங்க இவ்ளோ மயிர வச்சுக்கிட்டு சொகுசா நக்கித் தள்ள முடியாது. அதுனால செரைக்காதவன் சோம்பேரினு சொல்லிட்டானுங்க". தாடி உள்ளவன் சோம்பேரினு சொல்லுற மயிர் முளைச்சவங்கள்ல யார் வேணும்னாலும் ஓப்பன் சேலஞ்ச்க்கு வரலாம். ஒரு ஆறு மாசத்துக்குத் தாடி வளத்துக் காமிக்கணும். ஒரே நிபந்தனை சொரியப்படாது. அம்புட்டுத்தான்.

நுண்கதை: 4

எனக்குத் தெரிஞ்ச மேதைகள்ல 90% பேருக்கு மூஞ்சியில மயிரு இருந்துருக்கு. உதாரணமா மார்க்ஸ், எங்கல்ஸ், வள்ளுவன், பாரதி, சே, காஸ்ட்ரோ, தாகூர், பெரியார் ம்ம்ம் இப்போதைக்கு ஐயா மோடி ஜி அப்படீனு பட்டியல் போகும்; ஆனா பாருங்க ஒரு

சிலையிலகூட தாடி இருக்காது. ஏன்னா ‘தாடிங்கறது வெறும் மயிரு மட்டும் இல்லை’.

நுண்கதை: 5

“மயிர் உதட்டிற்கு மேல் என்றால் மீசை; அதாவது பெருமை. அதே மயிர் உதட்டிற்குக் கீழ் என்றால் தாடி; அதாவது சிறுமை” எனக் கொத்தவரங்காய் சொல்ல அதனைக் கேட்ட புடலங்காய் ஆமா மயிர்ல என்ன டா மேல கீழ! ‘எல்லா மயிரும் ஒரே மயிருதான்’ எனத் திரும்பிச் சொல்ல கொத்து முகத்தைச் சுழித்தவாறு புடலையைப் பார்க்க புடலையின் உதடுகளோ மெல்லிய விசிலைச் சுமந்தபடி காற்றில் அலைந்துக் கொண்டிருந்தன.

நுண்கதை: 6

ஆண்டவரே. சொல் மகனே. என்னத்த சொல்ல. ஏனிந்த சலிப்பு மகவே! சொல் நான் இருக்கிறேன். நீ என்னத்த இருந்து பாழாப்போனயோ என முணுமுணுக்க ஆண்டவர் தம் கண்களை ஒரு முறை திருதிருவென சுழற்றிக்கொண்டதோடு அடச் சொல் அப்பனே என்கிறார். மூக்குச்சளி எனப் பெயர் கொண்ட அவன் ஆண்டவனின் தாவானில் வளர்ந்துள்ள மயிர்களைச் சுட்டி இதன் பெயர் என்னவெனக் கேட்க ‘தாடி’ என்கிறார். மீண்டும் அவரின் மேலுதட்டின் மேல் பகுதியைச் சுட்டி அதன் பெயர் என்ன என்கிறான் ‘மீசை’ என்கிறார். இப்போது மனதுள் சளியானவன் என்ன சொல்லப்போகிறானோ என்ற பயம் தொற்ற பதற்றத்தை மீசைதாடியை வருடுவதன் மூலம் மறைத்துக்கொண்டவாறே காத்திருக்க ‘மூஞ்சில இருக்க மசுருக்கு எதுக்கு ஆண்டவரே ரெண்டு பேரு?’ ஆண்டவரின் தொண்டையிலிருந்து இப்போது ‘அவ்வ்’ என்கிற சப்தம் பீறிடுகிறது. அதுலயும் ‘மீசை மயிருனா சிங்கமாம் தாடி மயிருனா அசிங்கமாம். இதெல்லாம் என்ன கருமம் மயிரு’ எனக் கண்ணோடு கண் பார்த்துக் கேட்க என்ன பதில் சொல்லி இவனைச் சமாளிக்கலாம் என்ற சிந்தையோடு சளியைத் தோளோடு அணைத்துக்கொண்ட பகவான் ‘சாந்தி மகனே சாந்தி’ என்கிறார். ஏனோ அவன் காதில் ‘மயிர் மகனே மயிர்’ என்றே விழுகிறது.

நுண்கதை: 7

'ஆதியில் மானுடர்கள் தாவரங்களாகவே இருந்தனர்' என்ற தழல் வாசற்படியில் தோண்டப்பட்டிருந்த பல்லாங்குழியில் சாரையின் விரல்களில் இருந்து பங்கிடப்படும் கற்களை ஊன்றிக் கவனித்த வண்ணம் இருந்தாள். சாரையும் மிகச் சிரத்தையுடன் எதை வைத்து இப்படிச் சொல்கிறாய் என்றாள். சாரையின் வலப்பக்கத் தோள்வழி சரிந்துக்கிடந்த கூந்தலைச் சுட்டிய தழல் 'இவை மயிர்கள் அல்ல; வேர்கள். புயலில் அடிபட்டு வீழ்ந்துக்கிடந்த போது தன் உயிர் காக்க வேண்டி கிளைகளால் நகரத் துவங்கினர் நம் முன்னோர். பின்னர் அதுவே கால் கை ஆனதுடன் வேர்களும் வெளுத்து வறண்டு மயிரானது என்றாள். அப்படியென்றால் குரங்கிலிருந்து நாம் வரவில்லையா! என சாரை கேட்க இது 'நம் மூதாதைக் குரங்கு வந்த கதை என வைத்துக் கொள்ளேன்' என்றாள் தழல். பிறகு இருவரும் ஒருவரையொருவர் பார்த்துப் புன்னகைத்தவாறு விளையாட்டைத் தொடர்ந்தனர்.

நுண்கதை: 8

பூமியில தரைமேல வாழக்கூடிய உயிரினங்களோட ஒப்புமைப்படுத்திப் பாக்குறப்போ அதுங்களுக்கு உடெம்பெல்லாம் மயிரா இருக்கும். ஆனா மனுசனுக்கு அப்படி இல்லை; அது மட்டுமா? அதுங்களுக்கு மயிர்தான் ஆடை; மயிர்தான் போர்வை; மயிர்தான் பாதுகாப்பு. ஆனா நாம ஆடைனு ஒண்ணக் கண்டுபிடிச்சு மயிரை வளரவிடாமப் பண்ணிட்டோம். அதான் நம்பளால வெயிலையும் தாங்க முடியலை; குளிரையும் தாங்க முடிலை. அதுமட்டுமா? மயிரோட இருக்குற எந்த உயிரும் நம்ப பார்வைக்கி விரசமாத் தெரியலை. ஆனா எவனாது ஒருத்தன்/ஒருத்தி ஆடை கிழிஞ்சிருந்தா ஒருத்தன்/ஒருத்தி பார்வை இருக்கே...

தொடர்வோம்...

நுண்கதை: 9

ஒரு கொலையோ அல்லது கொள்ளையோ நடக்குதுன்னு வச்சுப்பமே அங்க ஒரு மயிர் இருந்தாப் போதும் அதுல டிஎன்ஏ பரிசோதனை பண்ணி அதைவச்சு குற்றவாளிய கண்டுபிடிச்சுடலாம் இல்லையா? அப்போ அங்க ஒளிஞ்சு இருக்கதுக்குப் பேரு வெறும் டிஎன்ஏ மட்டும்தானா? ஒரு உயிர்

இல்லையா? அப்படி அது உயிர்னா அதுக்குப் பேரு பிரபஞ்சம் இல்லையா! என்பது போன்ற கேள்விகள் தனியனின் உறக்கத்தைத் தொலைக்கும்படி செய்து கொண்டிருந்தன.

நுண்கதை: 10

அருக்காணி தன்னோட எண்ணெய் இல்லாத தலைய கையையே சீப்பா மாத்தி சீவிட்டு இருந்தப்போ செம்பட்டை மயிர் ஒன்னு புடுங்கிட்டு விழ அப்போதைக்கி அடிச்ச பேய்க்காத்து புழுதியோட இந்த மயிரையும் மேல எடுத்துட்டுப் போயிடுச்சு. ஒரு கட்டத்துல பேய்காத்துல வந்த குப்பை கூளம்லாம் தனித்தனியா பிரிஞ்சுப்போக இந்தச் செம்பட்டை மட்டும் மேல மேல மேலனு கடந்து போயிட்டே இருந்துச்சு. பிறகு காத்து இல்லாத ஆகாயத்துல மிதந்து தம்போக்குல சுத்திட்டு இருந்தப்போ யதேச்சையா அந்தப்பக்கமா வந்த கருந்துளைக்குள்ள நுழைஞ்சு வெளியேறி வேற ஒரு புது நிலப்பரப்புல கீழ விழுந்துச்சு. உடனே செம்பட்டை தன்னைச் சுத்தி கம்பளிப்பூச்சி கூடு மாதிரி ஒன்னை உருவாக்கிக்கிட்டு அந்த நிலத்துல இருந்து ஒரு தாவரம்போல வளரத் துவங்குச்சு. அது வளர வளர கூடு பிச்சுட்டுப் போக இதுவும் கிளையா பிரிஞ்சு நம்ம ஊருல உள்ள புளிய மரம்போல அடர்த்தியா கொப்பு கொப்பா வளரத்துவங்குச்சு. ஒரு கட்டத்துல செம்பழுப்பு நிறத்துல பூ பூக்கத் துவங்கி பிஞ்சும் விடத் துவங்குச்சு. அந்தப் பிஞ்சு வளரவளர தொப்புள் கொடியோட ஒட்டி இருக்குற ஒரு குழந்தைப் போலவே இருந்துச்சு. இப்படி மயிர் மரம் முழுக்க பூவும் அரும்பும் இருக்க மழையில அழுகிப்போனது வெயில்ல வெம்பிப்போயி விழுந்தது போக மத்த எல்லாம் கொஞ்சக் கொஞ்சமா வளரத் துவங்குச்சு. இப்படித்தான் அந்தப் புது கிரகத்துல மயிர் மரம் உயிரினங்களைப் பெத்தெடுக்கத் துவங்குச்சு.

நுண்கதை: 11

அண்ணே என்னண்ணே இவளோ தாடி!

ஏன்டா உனக்கு வளரலியா?

அது இல்லைண்ணே முசுலிம் மாதிரி வச்சிருக்கீங்க

ஏன்டா தாகூர் வள்ளுவன்லாம் வச்சிருக்கலையா!

ஐயோ நா போறேன் ணே

போப்போ போய்த்தொலை...

ஆமா... எந்த மதமா இருந்தா உங்களுக்கு எங்க டா எரியிது.

மயிரு இருந்தா இருக்குன்றானுங்க!

இல்லைனா ஐயோ கொட்டீருச்சான்றானுங்க!

உங்களுக்குலாம் என்னதான் பிரச்சனை.

நல்லவேளை டா டவுசர்னு ஒன்னைக் கண்டுபுடுச்சானுங்க. இல்லாட்டா இன்னும் கசுடம்.

நுண்கதை: 12

கார்ல் மார்க்ஸ் கிட்டப்போயி தாங்கள் தாடியுடன் இருப்பதற்கான நோக்கம் அல்லது முக்கியத்துவம் என்ன ஆப்படீன்னு உங்களால கேட்டுட முடியுமா?

அந்த மனுசன்தான் செத்துப் போயிட்டானே அப்படீங்கறீங்களா! அதனால என்ன? அவனோட எழுத்துகளை வாசிக்கிறது மூலமா நாம அவனோட தொடர்பை ஏற்படுத்திக்க முடியும். இனி உங்களுக்கு அவர்கிட்ட இருந்து பதிலை வாங்கிறதுல பிரச்சனை இருக்காது இல்லையா. பேசுங்க பேசிட்டுப் பதிலோட வாங்க நாம உட்காந்துப் பேசலாம்.

நுண்கதை: 13

ஆதியில எல்லா உயிர்களுக்கும் உடல் முழுக்க மயிர்கள் இருந்திருக்கும் இல்லையா? இதுல சந்தேகப்பட எதுவும் இல்லை நிச்சயமா இருந்திருக்கும். எனில், ஏனைய உயிர்கள் பண்புகள் மாறாது உள்ளபோது தற்போது மானுட இனத்தின் பண்புகள் மட்டும் மாறிட காரணம் என்ன?

அப்படியே வாங்க ஆதி காலத்துல ஒவ்வொரு மனுசனும் தனித்தனியா உணவைத் தேடியிருப்பான். சில ஆண்டுகள்ல சில உசுருங்க கூட்டமா சேந்து மனுசங்களையும் மத்த உசுருங்களையும் வேட்டை ஆடுறதைப் பாத்து இவங்களும் ஒரு குழுவா வேட்டை ஆடத் துவங்கி இருப்பாங்க.

குளிர் அல்லது மழை அதிகமான காலங்கள்ல மரத்தடியில நின்னுட்டு இருந்தவன் மரத்தோட பொந்துக்குள்ள நுழைஞ்சுருப்பான். அது கதகதப்பா இருந்துருக்கும்.

அந்தமாதிரி அவன் வாழ்ந்துட்டு இருந்தப்போ ஏதோ ஒரு உயிர் அதீதப் பசியில அவனை வேட்டையாட வந்துருக்கும். இரண்டு மிருகமும் தங்களோட உயிர்ப் போராட்டத்துல இருக்கும்போது தன்னோட கொம்புகளால அது மனுசனைக் குத்தவர, இவன் முத்திபோயி மழையிலயும் வெயிலுலையும் கிடந்து வைரமா மாறிப்போயி பக்கத்துல கிடந்த மரத்தோட பட்டைய தன்னிச்சையா எடுத்து உடம்பு மேல போட்டுக்கிட்டு இருந்திருப்பான். அது அவனோட உடம்பைப் பாதுகாத்து இருக்கும்.

பிறகு ஒவ்வொரு முறையும் வேட்டையாடி உணவைச் சேகரிக்கப் போறபோது, தன்னோட உடம்புமேல மரப்பட்டையை அணிஞ்சுக்கிற பழக்கம் வந்திருக்கும். எங்கெல்லாம் தேவையோ அங்கெல்லாம் மரப்பட்டைய காட்டுக்கொடி வச்சுக் கட்டிக்கிட்டு வேட்டைய நடத்திருப்பான். அது கொஞ்ச கொஞ்சமா மேம்பாடு அடைஞ்சு ஆடைகளா மாறியிருக்கும்.

இதுல உடம்புமேல பாதுகாப்புக்குனு எதையோ ஒன்னைப் போட்டு யுகயுகமா அழுத்தி அழுத்தி மயிர்கள் மரபுலேயே ரொம்பக் கொறைச்சலா வளருறதுபோல அல்லது வளராமலே போயிடுது.

இருந்தாலும் கூட உடம்புல எங்கெங்க திறப்புகள் இருக்கோ அங்கெல்லாம் அதுக்குள்ளாற போற தூசியைத் தடுக்க இன்னிக்கிவரை மயிர்கள் வளர்ந்துட்டே இருக்கு. அதுலையும் மூக்குல மட்டும் உள்ளாறையும் ஏனைய இடத்துல வெளியிலையும் வளர்ந்து உடம்பைப் பாதுகாக்குது.

மிஸ்டர் ஹேரரின் 'மயிரின் தோற்றம்; வளர்ச்சி; பரவல் மற்றும் அதனைக் கட்டுப்படுத்தும் காரணிகள்' என்ற கருதுகோளிலிருந்து...

நுண்கதை: 14

"பாரதி ஏன் முண்டாசு கட்டி இருந்தான்? எனக்கு என்னமோ அவனோட தலை வழுக்கையா இருந்ததை மறைக்கிறதுக் காகத்தான்னு தோணுது."

"உடல் முழுமைக்கும் மூளையாக வைத்துக்கொண்டு இருப்பவர்கள் 'எப்படியடா நீ பாரதியைப் பற்றி இப்படியாகச் சொல்லப் போயிற்று என வரிந்து கட்டிக்கொண்டு வராது இருப்பீராக'.

ஏனென்றால் இந்தக் கணக்கை நான் பாரதியுடனேயே நேர்செய்து கொள்கிறேன்."

மற்றபடி தாடி என்பது எப்படி அறிவின் அடையாளமாகக் கருதப்படுகிறதோ அதேபோல்தான் வழுக்கையும் அறிவின் அடையாளமாகக் கருதப்படுகிறது இல்லையா? பிறகு என்ன பிரச்சனை பாரதிக்கு?

இந்த விசயத்துல அவனோட சுய விருப்பம் அப்படீங்கறதத் தாண்டி வேறெதுவும் இருக்க முடியாதில்லையா!

நுண்கதை: 15

மயிர் ஏன் தன்மேல ஈர்களை அனுமதிக்க வேண்டும்? என்கிற கேள்வியைத் தனக்குள்ளே கேட்டுக்கொண்ட நுங்காயி 'மயிரோடத் தூரும் அதுல ஒட்டிக்கிட்டு இருக்குற ஈரும் ஒன்னு போலவே' இருக்கும். அதனால 'நம்மளோட வேர்தான் வெளியில வந்து வேடிக்கைப் பாக்குதுனு' மயிர் நினைச்சுக்கிட்டு தனக்குள்ள அதை அனுமதிக்கிது. அதனாலதான் நம்ப கவிஞர் ஒருத்தர் 'பேனுங்களோட காடு மயிர்கள்னு சொல்லறாரு' எனத் தமக்குள் பதில் சொல்லிக் கொண்டு பிங்கியின் தலையை இன்னும் சற்றுக் குனிய வைத்து தம் இரு கட்டை விரலின் முதுகில் உள்ள நகநுனியால் அவளின் தலையில் இருந்த ஈர்களை 'படக் படக்' எனச் சப்தமெழக் கொன்று கொண்டிருந்தாள்.

நுண்கதை: 16

"ஆத்துல குளிக்கிறப்போ ரொம்பப் பிடிச்சுப் போயி யாரையாவது தண்ணி அடிச்சு இழுத்துக்கிட்டுப் போனாலோ அல்லது கிணத்துல குளிக்கிறப்போ மூழ்கிப் போனாலோ மயிரைப் புடுச்சு இழுத்துத்தான் காப்பாத்தணும்னு சொல்வாங்க. ஏன்னா 'மத்த இடங்களும் புடிச்சுத் தூக்குறப்ப நழுவிட வாய்ப்பு அதிகம்'. அதனால மயிர்ங்கிறது மயிர் மட்டும் இல்லை நம்ப உயிருங்கூட" என நடுங்கும் தன் விரல்களால் சுருட்டைப் பற்றிக் கொண்டிருந்தவாறு கதை சொல்லிக் கொண்டருந்தார் அழகர் தாத்தா.

நுண்கதை: 17

'ஒரு பறவை வேணும்னா இறந்து போகலாம் ஆனா அதோட மயிர் ஒருபோதும் இறந்து போகாது; உயிர்ப்போட பறந்துட்டே இருக்கும்' என்றவர் பிரபல குண்டான் சுவாமி.

நுண்கதை: 18

மாவோ தன்னோட அடிமைப்பட்ட மக்களுக்கு ஒரு கத்திரிக்கோலை வாங்கி அனுப்புறான். எதுக்கு? முதல்ல நீங்க சடையா போட்டு இருக்குற மயிரை வெட்டுங்கடா அப்படீன்னு. அதனால மயிர்ங்கறது இருக்குறதால மட்டும் இல்லை இல்லாம இருக்கதாலக்கூடப் புரட்சிய உண்டுபண்ணும்.

நுண்கதை: 19

ஒருவரின் உடலில் உள்ள நரம்பின் நீளமானது புவியின் சுற்றளவிற்குச் சமம் எனில் பிறப்பு முதல் இறப்பு வரை ஒரு உடலில் வளரும் மயிர்களின் ஒட்டுமொத்த நீளமானது அவரின் உடலில் உள்ள நரம்பின் நீளத்திற்குச் சமம்" என்பது பூவியின் மயிர் பற்றிய ஆய்வின் சுருக்கமாகும்.

நுண்கதை: 20

பூமியில கருப்பு வண்ண மலர்கள் இல்லாமல் இருப்பதற்கும் மானுட மயிர்கள் கருப்பு வண்ணத்தில் இருப்பதற்கும் ஏதேனும் தொடர்பு உள்ளதா? என்றது வண்ணத்துப்பூச்சி. தட்டான் பூச்சி அதன் காதருகே சென்று ஏதோ கிசுகிசுத்தது. அதனைக் கேட்டதும் மூச்சைப் பிடித்துக் கொண்டு விக்கித்துப்போய் நின்றது வண்ணம். சரியாகிடும் சரியாகிடும் எனச் சொன்னவாறு பறக்கத் துவங்கியது தட்டான்.

நுண்கதை: 21

பூமியோட மயிர்கள்தான் தாவரங்கள்னு சொன்னா உங்களோட பதில் என்னவா இருக்கும்?

பொது சமூகம் பெண்களுக்கு ஏன் நீளமான மயிர்களை அனுமதிக்கிது?

உதிர்ந்து கீழ விழற மயிர் உடனே பறந்து போறதுக்கு என்ன காரணம்?

மேலை நாடுகள்ல தலையோ தாடியோ ஆண்களும் பின்னல் போட்டுக்கலாம்; குடுமி வச்சுக்கலாம்; ஆனா இங்க பொது சமூகம் அனுமதிக்கிறது இல்லையே ஏன்?

இப்போல்லாம் மயிரை பெரிய மயிரா மதிக்காததெல்லாம் கருப்பு நிறம் வெளுப்பா மாறத் துவங்குன உடனேயே பெயிண்டை எடுத்து மண்டையிலையும் மீசையிலையும் பூசிக்கிதுங்க. மயிரை வெறும் மயிருனு சொல்லறவங்களால ஏன் இந்த நிறமாறலை ஏத்துக்க முடியலை? உதாரணத்துக்குச் சொல்லணும்னா மயிலுக்குப் பல வண்ணங்கள்ல மினுங்கிட்டு இருக்கும் மயிர். அதே நேரத்துல ஒவ்வொரு உயிருக்கும் ஒவ்வொரு வண்ணத்துல இருக்கும். இன்னும் உதாரணம் சொல்லணும்னா புறாக்களோ பூனைகளோ நாய்களோ ஆடு மாடுகளோ ஒவ்வொன்னும் தனித்தனி நிறத்தோட இருக்கே!

இதெல்லாம் ஏன்?

ரத்தனை எல்லோரும் ஐயத்திற்குப் பிறந்தவன் என்றனர். ஆம் ஐயம் அவனை சீராட்டிக் கொண்டாடியது.

நுண்கதை: 22

தன் மனைவியிடம் 'புள்ளை விளையாட என்ன டி பண்ணும்? தாடி இருந்தா புடிச்சு விளையாடும்னுதான் வம்பாடுப்பட்டு வளக்குறேன்' என்றான்.

நுண்கதை: 23

"இந்தச் சமூகத்துல நம்பளால ஒரு மயிரைக்கூட நிம்மதியா வளர்த்தெடுக்க முடியாது" அப்படீங்கறதுக்குப் பேரு யதார்த்தம்.

ஆனா அதையும் மீறி "ஒரு மயிரா இருந்தாலும் வளத்தெடுக்குறதுக்கான முன்னெடுப்பு இருக்கு இல்லையா அதுக்குப் பேருதான் புரட்சி"- 'சொம்பனின் தத்துவங்கள்' நூலிலிருந்து...

நுண்கதை: 24

தாடி ஏன் இவளோ பெரிசா வச்சிருக்கீங்க? என்று மிக மெல்லிய புன்னகையுடன் கேட்டாள் 'வளருது' என்பதோடு முடித்துக் கொண்டேன்.

நுண்கதை: 25

முளைச்சு மூணு இலை விடாத பயபுள்ளைனு சொல்வாங்கள்ல. அப்டீன்னா ஒருத்தன் வயசுக்கு வந்துட்டானா இல்லை வரலையானு முடிவு பண்ற காரணியே மயிர்தான் இல்லையா!? என்ற வினாவிற்கு 'இலையா என்ன இலை' எனக் கேட்டுக் கொண்டிருந்தார் உத்தமர்.

நுண்கதை: 26

அரசு அலுவலகத்துல தாடி வைச்சுக்க அனுமதி வாங்கணுமாமே? உங்களுக்குத் தெரியுமா? நீங்க வாங்கி இருக்கீங்களா? எனக் கேட்டவளிடம் 'யம்மா உண்மைதான்மா. அனுமதி வாங்கணும். ஆனா நான் வாங்கலை. இதுவரை அனுமதி வாங்கீட்டீங்களானு என்னை யாரும் கேட்டதும் இல்லை. நானும் யாராவது ஒருத்தராவது கேட்பாங்கனு பாக்குறேன். ம்கூம். கேட்டதேயில்லை. சரிங்க யாராவது கேட்டா என்ன சொல்வீங்க? என்றவளிடம் 'ஏய்யா நீங்க பண்ற நல்ல விசயங்களால போகாத உங்கத் துறையோட மானம் எம் மூஞ்சியில இருக்குற இந்த மயிராலயாப் போயிடப் போகுது?' அப்படீனுதான் கேக்கணும் என்றேன். அவள் மென்னகைத்தாள்.

நுண்கதை: 27

வீட்ல ஏதும் விசேசமா? இவளோ தாடி இருக்கு என்றான் பனி. சிரித்துவிட்டு நான் பொறந்ததுல இருந்தே தாடி வச்சுருக்கேங்க என்றான் சனி. யோவ் யாருக்குய்யா பொறக்குறப்பவே தாடி இருக்கும் எனப் பனி கேட்க ஏங்க நான் தாடி பொறந்ததுல இருந்து அதை அப்படியே வச்சிருக்கேனு சொன்னேங்க என்றான் சனி. பனி முறைக்க அட உண்மைதாங்க. நான் இதுவரை அதிகபட்சம் இரண்டுமுறை ஃபுல்சேவ் பண்ணிருந்தா பண்ணிருப்பேன். மத்தபடி டிரம்மிங்தான் என்றான் சனி. தனது கைகளை இறுக்கமாகக் கட்டியிருந்த பனி முதலில் கேட்ட கேள்வியை

மீண்டும் கேட்க, 'இப்போ இந்தத் தாடிய நான் மழிக்கிறேன்னு வச்சுப்போம். ஒருவேளை விசேசம் இருந்தா இல்லைனு ஆகிடுமா எனச் சனி கேட்க பனி தன் தலையை இருபுறமும் பற்றிக்கொண்டு அமர்ந்துவிட்டான். சனி அதுபற்றிப் பெரிதாக அலட்டிக்கொள்ளாமல் பனியின் அவஸ்தைகளை ரசித்துக் கொண்டிருந்தான்.

நுண்கதை: 28

தன் மூக்கின் நுனியை வலது ஆட்காட்டி விரலால் சொரிந்தபடி இருந்த அறிவாளி 'என்னங்க இவளோ பெரிய தாடி வச்சிருக்கீங்க ஏதும் லவ் பெயிலியரா?' என்றான். சுற்றும் முற்றும் பார்த்தபடி இருந்த கூமுட்டை 'ஏங்க தாடிக்கும் லவ் பெயிலியருக்கும் என்னங்க சம்மந்தம்!? நீங்க சொல்லறதப் பாத்தா ஃபுல் சேவ் பண்ணிட்டு சுத்தறவங்கள்லாம் லவ்ல ஏதோ சென்டம் எடுத்த கோல்ட் மெடலிஸ்ட் மாதிரில புரிஞ்சுக்கணும்போல' என்றான். 'அப்படியில்லாம் ஏதும் இல்லைங்க' என நெளிந்த அறிவாளி 'எல்லாம் கேக்குறதுதானங்க அதான் நானுங் கேட்டேன்' எனச் சொல்ல அருகே நிறுத்தப்பட்டிருந்த ஸ்ப்ளண்டர் பைக்கின் முன் சக்கரத்தை நுகர்ந்திருந்த செவலை நாயைப் பார்த்தபடி இருந்த கூமுட்டை 'நம்ம மக்கள் உருப்படாமப் போறதுக்கு மொத காரணமே இப்படி அடுத்தவன் கேக்கறான் அதுனால நானும் கேக்கறேன் அடுத்தவன் சொல்லறான் அதுனால நானும் சொல்லறேன் அப்படீங்கறதுதாங்க' என்றான். அறிவாளியின் முகம் சற்று சோர்ந்துப்போக 'இல்லைங்க உங்களைக் கஷ்டப்படுத்தனுங்கறது நோக்கம் இல்லைங்க அதுக்காக உண்மையச் சொல்லாம இருக்க முடியாது இல்லையா!?' என்பதோடு 'நம்பள்லாம் ஏதோ பெரிய பெரிய விசயங்கள்ல சந்தோசத்தைத் தேடித்தேடி ஏமாந்து போறோங்க. ஆனா உண்மையில நம்ப கண்ணு முன்னால இருக்குற ஆயிரம் குட்டி குட்டி விசயங்கள்ல அது நிரம்பிக்கிடக்குறத நாம கவனிக்கிறது இல்லை; ஏன்னா அதோட எளிமையான தோற்றம் நம்மளை ஏமாத்திடுது' என்றான். அறிவாளி இப்போது தானொரு பைத்தியத்திடம் சிக்கிக்கொண்ட தோரணையில் விழித்துக் கொண்டிருக்க முன்சக்கரத்தில் நாய் போன உச்சா காற்றில் மறைந்து கொண்டிருக்கும் நுண்மையைக் கூமுட்டை இரசித்தபடி இருந்தான்.

நுண்கதை: 29

ஏன்யா எப்ப பாத்தாலும் தாடி வச்சிருக்க; 'வேற எதையாவது / யாரயாவது வச்சிருந்தா பொண்டாட்டி சோத்துல வெசத்தை வைச்சுடுவாங்கன்ற பயந்தாங்க' என்றான் சொங்கியன்.

நுண்கதை: 30

'மயிர் ஒரு ஆணா பெண்ணா என்பது குறித்த உரையாடல் கடந்த காலங்கள்ல இல்லாமல் இருந்திருக்கலாம். ஆனா வருங்காலங்கள்ல அப்படியான உரையாடல்களோட தேவை அதிகப்படியா இருக்கும்.' ஏன்? ஏன்? ஏன்? அப்படீங்கற கேள்வி எல்லாருக்குள்ளையும் வரத்தான் செய்யும். காலம் அதற்கான பதிலை உங்களுக்கு நிச்சயமாச் சொல்லும் என்றவாறு கொசு எனப் பெயர் கொண்ட அந்த ரோபோட் தன் இயக்கத்தை நிறுத்திக் கொண்டது...

– வாசகசாலை இணைய இதழ்: 50

பித்தனாரும் பூங்குன்றன் விளாதிமிரும்

பாகம் 10

பித்தனார் தான் கதைகளென விரித்து எழுத வைத்திருந்த குறிப்புகளைத் திருடிய அவரின் நண்பர், அதனைத் தன் வீட்டுப் பரணில் எறிந்துவிட்டு தனக்குள் அவ்வப்போது இரகசியமாய்ச் சிரித்துக்கொண்டார். ஏறக்குறைய அறுபது ஆண்டுகளின் பின்னர், பரணில் ஏறிய பாம்பின்கண் நண்பரவரின் பேரனான பூங்குன்றன் விளாதிமிரின் கைகளில் கிடைத்தன, இந்தக் குறிப்புகள். அதனை வரிசைப்படி எண்களிட்டு அறுபது முதல் அறுபத்தொன்பது வரையிலான பக்கங்களில் உள்ள கதைகளைத் தனது சொந்தக் கதைகளென வெளியிடுகிறான் பூங்குன்றன்.

நுண்கதை: 1

மனிதனின் முன்னோடி குரங்கு என்றால் குரங்கின் முன்னோடி என்று ஒன்று இருக்கத்தானே செய்யும் என்றாள் கயல். ‘இருக்கலாம்’ என்றார் தாயின். புன்னகைத்த கயல் குரங்கு ஃ என்றதில் இருந்து வந்திருந்தால் ஃ கானது ஔ விலிருந்தும் ஔ வானது ஓ விலிருந்தும் ஓ வானது ... எனத் தொடர்ந்து ஏதோ ஒன்றில்தானே போய் நிற்கும்! அப்படிப் பார்த்தால் மனித இனமும் உலகிலுள்ள மற்றைய ஏனைய உயிரினங்களும் பங்காளிகளாகத்தானே இருக்க இயலும் என்றாள். தாயன் கண்களை மூடியபடி

அவளின் கூற்றினை அசை போட்டபடி இருந்தாள். மயிலின் அகவல் அந்த மலைச் சரிவில் எதிரொலித்தபடி இருந்தது.

நுண்கதை: 2

என்னை நேசிக்கிறாயா?
என்னை மட்டும் நேசிக்கிறாயா?
என்னை மட்டும்தான் நேசிப்பாயா?
போன்ற கேள்விகளைக் கேட்காதே
ஏனென்றால்
வெறுப்பது நம் தொழில் அல்ல
வெறுப்பது நம் தொழிலே அல்ல
எவரை வெறுப்பதும் நம் தொழில் அல்ல
உன்னை அல்ல உன் பாட்டியை
வெறுப்பதும் நம் தொழில் அல்ல.
முத்தங்கள்.

நுண்கதை: 3

அந்த மாலைப் பொழுதில் அமைச்சன் கயலனைத் தனித்துச் சந்தித்த உமது இரு மகள்களையும் மணம் செய்து தர வேண்டும் என்றான் மன்னன் புண்ணியவான். கயலன் பேருவகையுடன் மன்னா இதற்கெதற்கு மன்னா இவ்வளவு தயக்கம்! இளவரசர்க்குப் பெண் தருவதற்குப் பெரும் பேறு பெற்றிருக்க வேண்டும் என்றார். கணப்பொழுது மன்னனின் முகம் சுருங்கி விரிய... சற்றே தன்னைச் சமாளித்துக்கொண்டு நாளை சந்திக்கலாம் என விடை கொடுத்தான். தீர்க்க ஆலோசனையின்பின் தன் ஒற்றை மகனை அழைத்து ‘மந்திரி இராஜ துரோகம் இழைத்துவிட்டான் என்றும் அவன் தலையைக் கொய்து வா’ என்றும் கட்டளையிட்டு ஆசனத்தில் அமர்ந்தார். நான்கு யவன பெண்களான பாதுகாவலருடன் அமைச்சன் இடம் சென்று தலை கொய்து வந்தான் இளவல். பின்னர் உறங்கிய மன்னர் மறுநாள், ‘அமைச்சனைக் கொன்ற குற்றத்திற்காக இளவலுக்கும் நான்கு யவனர்களுக்கும் பாதாள சிறை அளித்ததோடு அமைச்சரின் பெண்களை அந்தப்புரத்தில் கொண்டு சேர்க்க ஆணையிட்டான். இளவல் தன் தந்தையின் செயலுக்கு உற்ற காரணம் இருக்கும் எனத் தமக்குள் சிந்தித்தவாறு சிறை நோக்கி நடந்தான்.

நுண்கதை: 4

பாஞ்சாலிக்கு ஐவர் மேலும் எரிச்சல் எரிச்சலாக வந்தது. இவர்கள் ஏன் இப்படி அம்மா பிள்ளைகளாக உள்ளனர்? இவர்களை வைத்து என்னதான் செய்வது? எனத் தமக்குள் நொந்து கொண்டவள் ஒரு முடிவிற்கு வந்தாள். அந்தியில் உணவு தயார் செய்தபோது மஞ்சள் பூக்களின் மத்தியில் ஊசலாடியபடி இருந்த பசிய காய்களை முழுதாகக் குழம்பில் போட்டு வேகவைத்தாள். பின்னர் பரிமாறுவதற்கு முன்னர் வெகு கவனத்துடன் காய்களை அகற்றியவள் ஆறு தலைவாழை இலைகளை வைத்து அம்மா மற்றும் ஐவர்க்கும் பந்தி வைத்தாள். இவர்கள் உணவு உண்டு முடிக்கும் வேளையில் தூரத்தில் தாங்கள் இருந்த திசை நோக்கி வரும் தீப்பந்தத்தைப் பார்த்தபடி இருந்தனர். இவள் காத்திருக்கத் துவங்கினாள்.

நுண்கதை: 5

கடவுள் 'குசு' விட்டபோது 'இது' இவ்வளவு பெரிய பிரச்சனை ஆகும் என எதிர்பார்க்கவே இல்லை. பந்தியில் இருந்த பங்காளிகளான பேயர்கள் கடுமையான கோபத்துடன் விருந்தினை புறக்கணித்து எழுந்துச் சென்றனர். கடவுள் சற்று உறக்கவே 'இயற்கையாக வருவதற்கு என்ன செய்ய முடியும் மடையர்களே' எனச் சொல்லிவிட்டார். ஆம், ஆம் நாங்கள் மடையர்கள்தான் நீதான் அறிவாளி; இயற்கைய அடக்க முடியலைன்னா ஏன் கடவுளா இருக்கணும்? என்றவாறு கலைந்து சென்றனர். அது முதல் அவர்களுக்குள் இந்தப் பூமியில் யார் செல்வாக்கு செலுத்துவது என்பதில் கடுமையான போட்டி நிலவி வருகிறது.

நுண்கதை: 6

நீர்ச் சொட்டும் சப்தம் அவள் காதுக்குள் பெரும் சூறாவளியெனச் சுழன்றது. இப்படியான ஊரை நிறைக்கும் மழை நாட்களில் வீட்டில் ஆங்காங்கே நீர்ச் சொட்டும். மற்றவர்கள் இது பற்றியெல்லாம் அக்கறை கொள்ளாது நீர் விழாத இடங்களில் படுத்து உறங்கிக் கொண்டிருந்தனர். தன் இரு காதுகளையும் வெகுவாய் அழுத்திக் கொண்டாள். இப்போது அது இன்னும் மென்மையாகக் கேட்க அவளுள் அது மேலும் வலிய புயலானது. எழுந்து சமையலறை சென்றவள் அரிவாள் மனையில் தன் மணிக்கட்டை அரிந்து கொண்டாள். அவள் கைகளில் இருந்து உதிரம் சொட்டத் துவங்கி

சேர்ந்து தேங்கி பின் மழை நீருடன் கலந்து ஓடத் துவங்கியது. ஏனையோர் எழுந்து பார்த்தபோது, இவள் சமையல்கட்டின் ஓரத்தில் சரிந்திருந்தாள். மழை நின்றிருந்தது.

நுண்கதை: 7

பசுமை, நீலம், சிவப்பு, ரோஸ் நிறம் கலந்த சதைப்பிடிப்பான ஆப்பிளை ஆதாமும் ஏவாளும் சுவைத்தனர். பிதா நிம்மதியாக மூச்சுவிட்டுக் கொண்டார்.

நுண்கதை: 8

"நீங்கள் ஒரு விதையை ஊன்றும்போது இந்த உலகில் உங்கள் பெயர் என்றென்றும் நிலைத்து நிற்பதற்கான வழியை ஏற்படுத்தியுள்ளீர்கள்" எனச் சொன்னால் அவர் பெயர் போதகர்.

"நாம் ஒரு விதையை ஊன்றும்போது இந்த உலகில் நம் பெயர் நிலைத்து நிற்பதற்கான வழியை ஏற்படுத்துகிறோம்" எனச் சொன்னால் அவர் பெயர் வழிகாட்டி.

எனக் கூறி கைத்தட்டல்களுக்கு மத்தியில் தம் தலையை வணங்கி விடை பெற்றார் பிரபல பேச்சாளர் அக்கினிக் குஞ்சு.

நுண்கதை: 9

குழந்தை தம் தாயின் இடையில் மேலும் தன்னை இறுக்கிக் கொண்டது. அவள் வரப்பின் மீது நடந்து கொண்டிருந்தாள். தூறல் சாரலாகி மழையென விரிய தன் முந்தியால் குழந்தையை மூடியவள் சடசடக்கும் நீர்கறகளை உடலில் வாங்கியவாறு ஓடிக் கொண்டிருந்தாள். மின்னலும் இடியும் அவர்களுக்குத் துணையாய் கூடவே வர தாயும் மகவும் முழுவதுமாக நனைத்திருந்தனர். அவளுக்குத் தலை சுற்றுவது போலிருக்கத் தன்னைச் சமாளித்தவாறு துண்டை எடுத்து ஆடை நீக்கி குழந்தையைத் துடைத்துக் கொண்டிருந்தபோது வாயோரம் நுரைக்கச் சரிந்து விழுந்தாள். குழந்தை அம்மா தூங்காத ம்மமா உள்ளாற வந்து தூங்கு என்றவாறு துண்டுடன் நின்று கொண்டிருந்தாள்.

நுண்கதை: 10

சொம்பு அவளை வசியம் செய்திருந்ததாகப் பேசிக் கொண்டனர். அவனுக்குக் காதோரத்தில் நரைக்கத் துவங்கியிருந்தது. அவள் பதின் பருவத்தை வரும் மார்கழியில் கடக்கவிருக்கிறாள். தன் பெரிய தந்தையின் வயதுடைய ஒருவரிடம் அவள் அன்பு கொண்டிருந்தாள். அவர்கள் எல்லாவற்றைக் குறித்தும் பேசுபவர்களாக இருந்தனர்.

அருகருகேயான ஊர் என்பதால் இருவரும் ஒரே பேருந்தில் செல்பவர்களாக இருந்தனர். இவள் புத்தகப் பையைக் கொடுப்பதில் துவங்கிய பழக்கம் கொஞ்சம் கொஞ்சமாக விரியத் துவங்கியது. அவர் ஒரு வாசிப்பாளர் என்பதால் பேருந்திலும் ஏதேனும் ஒன்றை வாசித்தபடி இருப்பார். பிறகு புத்தகங்களையும் கருத்துகளையும் பகிரத் துவங்கினர். உண்மையில் அவர்கள் வாசிப்பின்வழி எல்லாவற்றையும் கடந்திருந்தனர்.

அவர்களுக்கு அவர்களின் எல்லைகள் புரிந்திருந்த அளவிற்கு ஏனையோருக்குப் புரியவில்லை. ஆகவே அவர்கள் வசியம் பற்றிப் பேசிக் கொண்டிருக்க, இவர்கள் இல்லாத ஒன்றினைத் தேடி அடையும் ஏக்கம் மிகுந்த தேடலாளர்களாகவே தொடர்ந்தனர்.

நுண்கதை: 11

அன்பைப் பற்றிப் பேசுகிறோம். தென்றல் தன் சுடரும் விழிகளால் உற்று நோக்குகிறது. அன்பு செய்தலை முத்தமிடல் மூலம் குறிக்கிறேன். அது கூடத் தேவையில்லை பார்வையே போதும் என்கிறாய். நெருங்கி வந்து விரலைப் பற்றுகிறேன். மெலிதாய் வெட்கம் கொள்கிறாய். தென்றல் தன் உடலைச் சிலிர்த்துக்கொண்டு கண் பொத்திக் கொள்கிறது. நாம் சிரித்துக் கொண்டிருக்கிறோம்.

நுண்கதை: 12

ஜவ்வரிசி தன் எண்ணெயால் ஆன தலையைப் படியப்படிய வாரிக் கொள்கிறான். ஜோல்னா வடிவிலான புத்தகப் பையைத் தலையில் மாட்டிக் கொண்டு அதிகமும் முற்றாத பூவரசு இலையால் பீப்பி செய்து ஊதியவாறு நடக்கிறான். அவனுடன் களத்துமேட்டு கோணான்டி மகன் பொட்டுக் கடலை சேர்ந்துக்கொள்ள

இருவரும் பீப்பியை மாறிமாறி ஊதியபடி நடக்கின்றனர். லேய் ஜவ்வு எங்கய்யா நேத்து மீனு வாங்கியாந்தாரு. எம்மாம் பெருசு தெரியுமா? எனக் கைகளை அகட்டிக் காண்பித்ததோடு பீப்பியையும் அதற்கு ஒத்து இசைத்தான் பொட்டு. ஜவ்வு தன் நாவில் ஊறிய எச்சிலை அடக்கிக்கொண்டு எங்கப்பா போன வாரம் வாங்கியாந்தாரு எனச் சுரத்தில்லாமல் சொல்லிவிட்டு அந்தப் பீப்பிய குட்றா என்றான். பீப்பியைக் கொடுத்த பொட்டு இந்தவார சனி ஞாயிறுல மீன் புடிக்க போலாமா எனக் கேட்க விரிந்த கண்களுடன் ஒப்புக் கொண்டான் ஜவ்வு. பிறகு ஞாயிற்றின் பின் மாலையில் அய்யாவுத் தோட்டத்தின் பெருங்கிணற்றில் இரு குழந்தைகளின் பிணங்கள் மிதப்பதாக ஊரார் பேசிக்கொண்டனர்.

நுண்கதை: 13

விற்போனால் பலூனில் காற்று நிரப்பப் பட்டிருந்தது. பாவம் ஒரு உயிருக்கு சுவாசம் அளிக்க வேண்டி வந்த காற்று இப்படி மாட்டிக்கொண்டது. அதற்கு அவசரம். எப்படியாவது வெளியேறி உடன் செல்ல வேண்டும். பார்த்துக் கொண்டே இருந்தது. ஒரு சிறுவன் தன் தாயோடு கடந்தபோது, அவனைத் தன்புறம் ஈர்க்க நடனம் புரிந்தது. குழந்தையின் அடத்தால் அம்மா அதனைப் பெற்றுத் தந்தாள். குழந்தையிடம் வந்ததும் அவனைக் காற்று கொஞ்ச காற்று அவனைக் கொஞ்ச சற்று நேரத்தில் 'டப்' என்னும் சப்தத்துடன் வெடித்துச் சிதறியது பலூன். இப்போது குழந்தை அழுகிறான். விடுபட்ட காற்று அவனில் இழைந்து தலைகோதி அன்பு செய்து விடை பெற்றுச் செல்கிறது.

நுண்கதை: 14

உப்புத் துளியைப் பெற்றெடுப்பதால் கண்களைக் கடல் எனச் சொல்லலாமா? என்றாள் பெண்ணாள். அதெப்படிச் சொல்ல இயலும் என்றான் முள்ளன். ஏன் இயலாது என்றவள் தொடர்ந்து அதில் எப்பொழுதும் ஆதவனெனக் கருவிழி மிதந்தவாறே உள்ளது என்றாள். அவன் தன் இடப்பக்க காதோரம் தலையைச் சொரிந்து கொண்டான். பிறகு வியர்வைக் கூட உப்புதான் இல்லையா என்றவள் சற்று நேர மௌனத்தின் பின் உடலே கடல் என்றாள். அவன் முகம் பேயறைந்தது போல் இருந்தது. அவள் இன்னும் தீவிரமாக யோசித்துக் கொண்டிருந்தாள்.

நுண்கதை: 15

நீ செய்த பாவங்களை எப்படித் தீர்த்துக் கொள்ளப் போகிறாய்? எனக் கேட்கிறாய். நான் எந்தப் பாவங்கள் என்கிறேன். நீ அதிர்வது துல்லியமாய்த் தெரிவதோடு முகத்தையும் கோணிக்கொள்கிறாய். நான் செய்வதறியாது நிற்கிறேன். உன் கண்ணீர்த் துளிகள் கன்னத்து மேடுகளில் ஏறியிறங்குகிறது. நான் உன் பொருட்டு பாவங்களைக் கழுவ கங்கை பற்றியும் புனிதப் பயணங்களை மேற்கொள்ளும் திட்டம் பற்றியும் யோசிப்பதாய்ச் சொல்கிறேன். எதன் பொருட்டும் சமாதானம் அடையாத நீ எழுந்து நடந்து மறைகிறாய். நான் தனித்திருக்கிறேன்.

இந்தக் கவிதையை நடுங்கும் விரல்களுடன் அவளிடம் கொடுக்கிறான். அவள் அவனைத் தீர்க்கமாக உற்றுப் பார்த்துவிட்டு தன் பேருந்தில் ஏறி ஓட்டுனரின் இருக்கை அருகில் அமர்ந்துகொண்டு அவருடன் சிரித்துப் பேசத் துவங்குகிறாள். அவன் தன் தலையைக் குனிந்து கொண்டு அங்கேயே நிற்கிறான்.

நுண்கதை: 16

பிரம்மன் அமர்ந்திருந்தான். அவனுக்கு முடி வெட்டுவதில் ஏற்படும் சிக்கலால் முதல் முறை வரும் எவரும் மறுமுறை வருவதில்லை. செய்தித்தாள் வாயிலாக இதனைக் கேள்விப்பட்டிருந்த சாணி அப்படி என்னதான் சிக்கல் என அறிந்து கொள்ள இம்முறை தானே வந்திருந்தான். அவனுக்கு நான்கு தலை அல்லவா ஆகவே ஒரு தலை தூங்கிட, ஒன்று வாசித்துக் கொண்டிருக்க ஒன்று எழுதிக் கொண்டிருக்க இன்னும் ஒன்று இவனிடம் பேசிக் கொண்டிருந்தது. சற்று நேரம் யோசித்தவன் 'இவருக்கு வெட்ட வேண்டியது மயிர்களை அல்ல; தலைகளை எனச் சொல்லியவாறு தன் வாளால் 'சட்சட்'டென மூன்றை வெட்டி எறிந்தான். கடவுள் என்பதால் உதிரப் பெருக்கு இன்றி அந்த ஆபரேசன் முடிந்தது. சாபம்விடத் தயாரான பிரம்மன் தன் தலையின் கனம் குறைந்ததால் சற்று ஆரோக்கியமாக உணர அவர்தம் குடும்பத்தாரும் அவ்வாறே உணர்ந்ததோடு சாணியைப் பாராட்டவும் செய்தனர். கண்ணாடிப் பார்த்ததும் மகிழ்ந்த பிரம்மன் சாபத்தை வரமாக மாற்றி 'எனக்கே தெரியாத எனது பிரச்சனைக்கு மருந்தான நீ எல்லா உயிர்க்கும் மருந்தாவாய்' என ஆசிர்வதித்தார். அன்று முதல் சாதாரண சாணி மருந்துப் பொருள் சாணி ஆனான்.

நுண்கதை: 17

அவன் முழுமையான நிலக் கடலையை உடைத்து பருப்புகளைத் தின்றபடி இருந்தான். அதன் நரம்பாலான பழுப்பு மஞ்சற் கூடும் கூர்த்த மூக்கு உடைபடும் சப்தமும் செம்மைத் தோலால் சூழப்பட்ட வெண்ணிறப் பருப்பும் அந்தப் பருப்பின் மத்தியில் தோன்றும் முளையும்... தம்முள் உருவாகும் பெரும்பெரும் மூச்சுக்களைச் சீராக்கியவாறு, 'அப்படி என்றால் நம் பூமியை ஒரு ஒற்றைப் பருப்புள்ள கடலையாகக் கற்பனைச் செய்து கொண்டால் எவரோ ஒருவரின் ஏதோ ஒரு தேவைக்காக அது நசுக்கப்படுகிறது. மேலும் அவ்வாறான நிகழ்வில் கடலும் நிலமும் தன்னியல்பில் மாறி பூகம்பமாக எரிமலை வெடிப்பாகச் சுனாமியாகச் சீறுகிறது' எனச் சிந்தித்தான். உடன் தன் உற்ற நண்பனை அலைபேசியில் அழைத்தவன் இதனை விவரித்தான். 'உனக்கு ஒன்னும் பிரச்சனை இல்லையே' என உண்மையான அக்கறையோடு நண்பன் விசாரிக்க இவன் சற்றுக் குழப்பத்துடன் இல்லை என்றான். 'நீ வீட்லயே இரு. எங்கயும் போய்த் தொலைஞ்சுடாத' நான் வந்துட்டேன் என்றவாறு நண்பன் அலைபேசியைத் துண்டித்தான். இவன் கண்கள் சூன்யத்தில் நிலைத்திருந்தன.

நுண்கதை: 18

இலக்கியம் எதனைக் கற்றுத்தரும்? என்று ஒரு மாணவர் கேட்க உண்மையில் இது ஒரு நல்ல கேள்வி. இலக்கியம் 'வாழ்வியலைக் கற்றுத்தரும்'. அத்தோடு 'மிகக் குறைந்தபட்சம் நம் தவறுகளை நமக்கேனும் தவறு என உணர்த்தும்' என்றார் எழுத்தாளர் சடையர். அரங்கம் நிசப்பதமாக இருந்தது.

நுண்கதை: 19

செருப்பரின் 'வாழ்க்கை: ஓர் கனவு' நூலிலிருந்து...

'நாம் பிறக்கும்போது நகர இயலாது கிடக்கிறோம். பின் தவழ்ந்து பற்கள் தோன்றி நாம் வளர்ந்து நடந்து ஓடி வாழ்ந்து பின் மீண்டும் வயோதிகத்தில் பற்கள் மறைந்து உடல் சுருங்கி நடத்தல் தவழ்தலாகிப் பின்பு கிடத்தலாகித் தொடர்கிறது எனில், எந்தப் புள்ளியில் நாம் துவங்குகிறோமோ அதே புள்ளியை அடைவதாகத்தானே பொருள். எனில், மறையும் நம் உடலும் உயிரும் அதே தாயின் வயிற்றுள்தான் மறைகிறதா? அப்படி

என்றால் இங்குக் காலம் என்பது எதுவாகி நிற்கிறது? உடல் / உயிர் என்றால் என்ன?" எனத் தொடர்கிறது.

நுண்கதை: 20

கடவுள் முன் அவள் கிடத்தப் பட்டிருந்தாள். அவளின் உடலில் காயங்கள் இருந்தன. அவள் தாய் தன் வாய்க்குள் முந்தியை நுழைத்தவாறு தேம்பிக் கொண்டிருந்தாள். இறை தம் சிம்மாசனத்தில் வலக் கைப்புறம் அமைக்கப்பட்டிருந்த கொக்கியில் இருந்த தேரையின் உருவத்தைத் தடவிக் கொடுத்துக் கொண்டிருந்தார். சபை கடவுளின் வார்த்தைக்காகக் காத்திருந்தது. குற்றம் இழைத்தவனின் குடும்பத்தினர் எங்களுக்கும் இதற்கும் தொடர்பில்லை எனச் சாதித்தனர். கடவுளின் ஞான திருஷ்டியில் 'எல்லாம்' தெரிந்தது. ஒருவேளை நாம் அக்குடும்பத்தினரை தண்டித்தால் ஆசனம் ஆட்டம் காண வாய்ப்பிருப்பதாகத் காதோரம் கிசுகிசுத்தார் மந்திரி. தன் குரலைச் சரி செய்துகொண்ட கடவுள், 'தாயே உன் சூழல் புரிகிறது. பெற்றவளை இழந்த துக்கத்தை நாமும் சேர்ந்தே அனுபவிக்கிறோம். வருத்தங்கள். நம் செலவிலேயே இறுதிச் சடங்கு நடக்கும். மேலும் அவளது எடைக்கு நிகராக உங்களுக்குப் பொற்காசுகள் வழங்கப்படும். உண்மையான குற்றவாளிகள் கண்டறியப்பட்டுத் தண்டிக்கப்படுவர்' எனக் கூறி தம் ஆசனத்தில் நன்றாகச் சாய்ந்து அமர்ந்து கொண்டார். சிறு சிறு முணுமுணுப்புகளோடு சபை கலைந்தது. குற்றவாளிகளை அருகே அழைத்தவர் 'இதனைப்போல் இருபது மடங்கு இங்கு அபராதம் செலுத்துங்கள்' என்றார். அவர்கள் புன்னகையுடன் ஒப்புக்கொண்டனர். கடவுள் அடுத்த வழக்கிற்கு நகர்ந்தார். பெற்றவள் தன் தலையிலும் மார்பிலும் அடித்துக் கொண்டவாறு வெளியேறிக் கொண்டிருந்தாள்.

நுண்கதை: 21

குழுவினர் அன்றைய இரவுக்கான டென்ட்டை தயார் செய்யப் பனியினை அகற்றிக் கொண்டிருந்தபோது அந்த உடலினைக் கண்டனர். நெடிய ரோமங்களால் சூழப்பட்ட நீண்ட கைகளையும் குட்டையான கால்களையும் கொண்ட நெட்டுப்போக்கில் அமைந்த தலையையும் உடைய உருவமாக அம்மனிதன் கிடந்தான். கையில் வழவழப்பான உருண்டைக் கல் ஒன்றை வைத்திருந்தான். பாதத்தில் நான்கு விரல்களும் கைகளில் நான்கு விரல்களும் காணப்பட்டன. வாயில் அனைத்துப் பற்களும் கூர்த்திருந்தன.

குழுவினர் தங்களின் புகைப்படக் கருவியில் அவ்வுருவத்தைப் படங்களாகச் சேகரித்துக் கொண்டு வெகுநேரம் அவ்வுருவம் பற்றி உரையாடிவிட்டு அதிகாலை மூன்று மணிக்குப் பின்னர் நித்திரையில் ஆழ்ந்தனர். அந்தப் பனிமனிதன் தன் கண்களை விழித்து இடக் கண்ணின் கருவிழியை அக்கல்லால் அழுத்த அதிலிருந்து புறப்பட்ட சிக்னல் குழுவினரை மயக்கமடையச் செய்தது. பின்னர் அதனை அடையாளம் கண்ட பனி மனிதனின் சகாக்கள் எவ்வித சப்தமும் இன்றி அவ்விடம் அடைந்து அனைவரையும் தூக்கிச் சென்று தம் வாகனத்தில் ஏற்றி வானில் மறைந்தனர். உலகம் அவர்கள் பனிச் சரிவில் சிக்கி காணாமல் போய்விட்டதாக இன்றும் நம்பிக் கொண்டிருக்கிறது.

நுண்கதை: 22

நிறங்கள் தங்களை அழித்துக்கொள்ள முடிவு செய்தன. பிறகு மலை உச்சி அடைந்து ஒவ்வொன்றாகக் குதித்தன. அவைகளின் உடல் நிலத்தில் மட்கி உரமாக உயிர் வானில் வானவில்லானது. மட்கிய உடலிலிருந்து முளைத்த புற்கள் வண்ண வண்ணமாகப் பூத்துச் சிரித்தன. தங்களை ஒவ்வொருவராகச் சந்தித்த நிறங்கள் தாங்கள் இன்னும் அழியவில்லை என்பதனை உணர்ந்தன. அதுமுதல் தங்களை எப்படி அழித்துக்கொள்வது எனச் சிந்தித்தவாறே உலகைச் சுற்றி வருகின்றன.

நுண்கதை: 23

அம்மா 'ரூம்ல ஃபேன் சுத்துறப்போ காத்து நம்ப மேல விழுதுல அதுமாதிரி நம்ப பூமி சுத்துறப்போ அதுல வர்ற காத்து யார் மேல விழும்'? என வெற்றிலை கேட்க அம்மா தாயே ஆள விடு உன் அப்பன் வந்த உடனே கேளு அந்தாளு சொல்லுவான்' என்றாள் பரிசுத்தம். அவன் வீட்டினுள் நுழைந்ததும் காலைக் கட்டியவாறு, 'அப்பா அப்பா' என்றவள் தன் ஐயத்தைக் கேட்க மகளே எனக் கொஞ்சியவாறு அதுவந்தும்மா 'பூமிக்கி பக்கத்துல ஒரு நட்சத்திர தாத்தா இருக்காரு. அவருக்கு இந்தச் சூரியனோட வெக்கை தாங்கலயாம். அதுனால பூமிக்கிட்ட உதவி கேட்க அது சுத்திக்கிட்டு அவருக்குக் காத்தக் குடுக்குது' என்றான். 'அப்ப அதுக்கு சுச்சு போட வேணாமாப்பா என்றாள். வேண்டாம் மகளே' என்றவாறு அவளுக்கு கிச்சுக்கிச்சு மூட்ட அவளின் சிரிப்பில் பூமியும் நட்சத்திரமும் பிரபஞ்சமும் தங்களை நிறைத்துக்கொண்டன.

நுண்கதை: 24

சுவாமி பல்பானந்தா தம் கையில் இருந்த திருநீற்றை எதிரில் குனிந்திருந்த பக்தையின் நெற்றியில் பூசிவிட்டார். இவ்வளவு அருகில் வந்து போகும் அவளின் சுகந்த மணமும் கனத்த மார்பும் அவரை நிலைகுலையச் செய்யத் தன் வெற்றுடலில் வழியுமாறு நீர் அருந்தியவர் தம் கோவணத்தையும் இறுக்கிக் கொண்டார். சிறிது நேரம் மௌனமாகக் கண்கள் மூடி நிதானித்து நின்றவர் 'சிறப்பு பூஜைக்கு இறை உங்களைத் தேர்ந்திருக்கிறார்' எனச் சொல்ல, 'பாக்கியம் சுவாமி' எனப் பக்தை மீண்டும் தலை குனிய சுவாமி தன் முகத்தில் ஒளிரும் பல்புடன் விடைகொடுத்தார். கடவுள் தலையில் அடித்துக்கொள்ள இயற்கை கைகொட்டிச் சிரித்துக் கொண்டிருந்தது.

நுண்கதை: 25

அவர்கள் குடும்பத்துடன் அமர்ந்து பேசிக் கொண்டிருந்தபோது, சட்டென வெளிப்பட்ட பூதம் அங்கிருந்த எல்லாவற்றையும் கலைத்துப் போட்டது. அதே நேரம் அங்குள்ள முதியவளின் பிரார்த்தனைக்கு இணங்கி இறைவன் தோன்ற விக்கித்துப்போன பூதம் தீர்க்கமானப் பார்வையுடன் அவருடன் தனியறைக்குள் நுழைந்தது. பேரம் படிந்ததும் 'இப்போது அவர்களைக் காப்பாற்றவில்லை என்றால் என்மீதான நம்பிக்கைப் பொய்க்கும். எனவே அதனைச் செய்ய வேண்டாம்' என இறை கூற இருவரும் வெளிப்பட்டு அங்கிருந்தவர்களைப் பார்த்துப் புன்னகைத்தனர். அவ்விடம் பளிச் என மின்னல் ஒன்று வெட்ட காலம் பின்னோக்கி நகர்ந்திருந்தது. மீண்டும் இப்போது பூதம் உள்நுழைந்தது முதலில் பிரார்த்தனைக்குத் தயாரான முதியவளைப் பிய்த்துப் போட்டது. பின் ஒருவர் பின் ஒருவராகப் பிய்த்தெரிந்து தன் வேலையைத் தொடர்ந்தது.

நுண்கதை: 26

கிளாஸ்கியின் 'தி அன் ரூல்ட் பேப்பர்' நூலில் இருந்து:

"ஒன்றை ஒன்று தின்று வளரும் உலகில் நீயோ நானோ யார்? வெற்று கூட்டிற்கு உடையவர்களன்றி வேறு யார் நாம். எதைக் கண்டு அச்சம் கொள்ள? எதைக் கண்டு நிம்மதி கொள்ள? எல்லாவற்றிலும் ஏதோவொன்று துருத்திக் கொண்டே

உள்ளதுதானே. நிறைவின்மை இயல்பு. நிற்போம் நடப்போம் தொலைந்தும் போவோம். பிரிவோம் ஆம் பிரிதல் நன்று."

நுண்கதை: 27

நண்பர் 'க்கா' தனது எதிரி 'ச்சா' வைச் சந்தித்தார். இருவரும் நிகரான ஆட்படை உள்ளவர்கள் என்பதால் தலைவன் யார் என்ற பூசல் தொடர்ந்த வண்ணம் இருந்தது. எதிரிகள் இருவரும் சந்தித்தபோது, ச்சா வை அவரது மனைவி போனில் அழைத்தார். இவர் மரியாதைக்காக க்கா விடம் சொல்லிவிட்டு ச்சா பேச்சைத் தொடர இவர் அளித்த பதில்களைக் கேட்ட க்கா வின் கண்களில் இருந்து பொலபொலவென உதிர்ந்தன கண்ணீர் முட்டைகள். பேசி முடித்ததற்கு அடையாளமாக, ச்சா தன் கைகளைத் தேய்த்துக்கொண்டு அருகில் இருந்த ஒரு குடம் தண்ணீரை முழுவதும் குடித்துத் தீர்த்தார். என்ன நினைத்தாரோ க்கா நீயே தலைவனாக இரு எனச்சொல்லி கையைப்பற்றிக் குலுக்கிவிட்டு விடைபெற்றார். இப்போது ச்சா வின் கண்களில் ஆனந்தக் கண்ணீர் அடைமழையென பெருக்கெடுத்து ஓடுகிறது.

நுண்கதை: 28

"பூனைக்குட்டி பிறந்த மகவை இழுத்துச் சென்று குதறித் தின்றது. ஆட்டுக்குட்டி தன் நாவை என் காதுக்குள் நுழைத்து அடுத்தப் பக்கம் எடுத்து எடுத்து விளையாண்டு மகிழ்ந்தது. பருந்து சரேலென இறங்கி மிக நிதானமாக என் கண்களை கொத்திச் சுவைத்தது. பைக்கில் செல்லும்போது என்மீது வேகமாய்ப் பாய்ந்த புலி முதுகில் உதிரத்தை விதைத்தது. என் இணையை எரித்திருந்த சாம்பலைச் சொம்பில் வைத்து அடைத்துத் தந்தனர். கால்களுக்கிடையில் தோன்றிய மூத்திரம் என்னை நனைத்தது. நான் விழித்தபோது இரவு முற்றி இருந்தது."

நுண்கதை: 29

சதுரங்கப் பலகையில் எஞ்சி இருந்த காய்கள் தங்களுள் பேசிக்கொண்டன. டேய் மச்சி அந்தப் பாடாவதியப் பாரேன் எம்புட்டு நேரம் நம்பளை நிக்க வச்சிருக்கான் என்றது வெள்ளைக் குதிரை. அட ஆமாடா மாப்பு எனச் சலித்துக் கொண்டது கருப்பு குதிரை. பீடி குடிக்காமல் வெகு நேரம் நிற்பதால் சலித்துக்கொண்டனர் சிப்பாய்கள். இந்தா நம்ப மந்திரிய இந்தப்

பக்கமா வரச்சொல்லி அந்தா இருக்கானே அந்த யானையத் தூக்கி இருந்தா இந்நேரம் எல்லாம் முடிஞ்சுருக்கும் என்றாள் கரிய ராணி. அதைக் கேட்டு சிரித்த வெள்ளை மன்னன், ‘அட விடும்மா எல்லாரும் கொஞ்ச நேரத்துல ஒரே குடும்பமாத்தான ஓய்வெடுக்கப் போறோம். சர்த்தான் விடு இந்த மக்குப் பசங்களுக்காக நாம ஏன் மண்டையப் பிச்சுக்கிட்டு என்றார். ஆமா மா ‘அவனுங்களே ஒரு முடிவுக்கு வரட்டும்’ என்றார் வயோதிக சிப்பாய். பிறகு கட்டத்துள் இருந்தவர்கள் அவர்களின் நகர்த்தல்களை வேடிக்கைப் பார்க்க வெளியே இருந்தவர்கள் ஓய்வெடுக்கத் துவங்கினர்.

நுண்கதை: 30

“நான் ஒரு வாசகனா இருக்குற வரைக்கும் எனக்கு எந்தப் பிரச்சனையும் இல்லைங்க. இரண்டு நாளைல ஆயிரத்து ஐநூறு பக்கங்கள் கூடப் படிக்க முடிஞ்சது. ஆனா பாருங்க ஏதோ கொஞ்சக் கொஞ்சமா எழுதத் துவங்கி எழுத்தாளரா மாறுன பிறகு நிம்மதியே போச்சு. ஏன்னா முதல்ல எழுதணும். அப்பறம் ஒவ்வொரு புத்தகத்துக்கா பிரசுரம் பண்ணச்சொல்லி அனுப்பணும். அவங்க பதில்கூட சொல்லாம இருப்பாங்க. எல்லாத்தையும் கடந்து நமக்குள்ள ஏதோ ஒன்னு இருக்குனு நம்பளைக் கண்டுபிடிக்கிற எடிட்டர்க்காகக் காத்திருக்கனும். அதுக்குள்ள நாம எழுத ஆரம்பிச்சு நாலு வருசம் ஓடி பெரிய மன உளைச்சலோட சுத்திட்டு இருப்போம். இடையில சாதி மதம் இன்னும் மயிரு மட்டைலாம் கண்ணுக்குத் தெரியாம எல்லா இடத்துலையும் உள்ளோடி இருக்கும். நாம ஒரு வழியா எல்லாத்தையும் கடந்து ஏறி நிக்கிறப்போ நமக்குள்ள இருக்குற எழுத்தாளன் செத்துப்போயி அவனுக்குக் கருமாதியும் முடிஞ்சுருக்கும். அதனால நண்பர்களே வாசகரா இருப்பது ஆசிர்வதிக்கப்பட்ட நிகழ்வு. அவ்வளவுதான்.

***

(இப்போது வரை சிறுகதை வடிவில் சிற்றிதழ்களில் வந்துள்ள மற்றும் வராமல் உள்ள நுண்கதைகளை வாசகர்களின் ஆசைக்கிணங்க (!) தொகுப்பாக்கிட பூங்குன்றன் முயல்வதாக இலக்கிய வட்டாரத்தில் கிசுகிசுக்கள் உலவத் துவங்கியுள்ளன.)